ಇಕಿಗಾಯ್

ಹದಿಹರೆಯದವರಿಗಾಗಿ

ನಿಮ್ಮ ಜೀವನದ ಉದ್ದೇಶವನ್ನು ಕಂಡುಕೊಳ್ಳುವುದು

ಹೆಕ್ಟರ್ ಗಾರ್ಸಿಯಾ ಮತ್ತು ಫ್ರಾನ್ಸಿಸ್ಕ್ ಮಿರಾಯೆಸ್

ಕನ್ನಡಕ್ಕೆ ಅನುವಾದ: ನಾಗೇಂದ್ರ ಎಸ್. ಎಲ್

ಇಕಿಗಾಯ್ ಹದಿಹರೆಯದವರಿಗಾಗಿ

ನಿಮ್ಮ ಜೀವನದ ಉದ್ದೇಶವನ್ನು ಕಂಡುಕೊಳ್ಳುವುದು

ಲೇಖಕರು: ಹೆಕ್ಟರ್ ಗಾರ್ಸಿಯಾ ಮತ್ತು ಫ್ರಾನ್ಸಿಸ್ಕ್ ಮಿರಾಯೆಸ್

ಅನುವಾದಕರು: ಡಾ॥ ನಾಗೇಂದ್ರ ಎಸ್. ಎಲ್.

ISBN: 978-93-90132-46-1

Frist Edition: June 2025
Publisher: WOW publishings Pvt. Ltd., Pune
Printer: Trinity Academy For Corporate Training Ltd, Pune, India

No. of pages-138
Price: ₹ 175/-

Ikigai for Teens : Finding Your Reason for Being
by Héctor García (Author), Francesc Miralles (Author)

ಅರ್ಪಣೆ

ತನ್ನ ಇಕಿಗಾಯ್ ಪಥದಲ್ಲಿ ಅದ್ಭುತವಾದ ಸಾಹಸಗಳನ್ನು ಕಾಣುವ
'ನಿಕೊ'ಗೆ ಈ ಪುಸ್ತಕವು ಅರ್ಪಿತವಾಗಿದೆ.

ಪರಿವಿಡಿ

ಭಾಗ ನಾಲ್ಕು :
ಇಕಿಗಾಯ್ ವಿಧಾನದಲ್ಲಿ ಜೀವಿಸುವುದು

ಮುನ್ನುಡಿ

ಒಂದು ನಕ್ಷೆರಹಿತ ಪಯಣ

"ಅನ್ವೇಷಕ ಸಿದ್ಧವಾದಾಗ ಅವರಿಗೆ ದಾರಿ ಕಾಣಿಸುತ್ತದೆ."

– ಒಂದು ಝೆನ್ ಗಾದೆ

ಈ ಪುಸ್ತಕ ನಿಮ್ಮ ಕೈಯಲ್ಲಿರುವುದು ಕೇವಲ ಆಕಸ್ಮಿಕವಲ್ಲ. ಇದು ನಿಮ್ಮನ್ನು ಹುಡುಕಿಕೊಂಡು ಬಂದಿದೆ; ಏಕೆಂದರೆ, ನೀವು ಒಂದು ಧ್ಯೇಯವನ್ನು ಕಾರ್ಯಗತಗೊಳಿಸಲು ಸಿದ್ಧರಾಗಿದ್ದೀರಿ, ಅದೇನೆಂದರೆ– ನಿಮ್ಮ ಜೀವನದ ಅತ್ಯಾಕರ್ಷಕ ಪಯಣ.

ಕೆಲವೊಮ್ಮೆ ಏನು ಮಾಡಬೇಕೆಂದು ತೋಚದಂತೆ ಮಾಡುವ ಅಥವಾ ಎಲ್ಲೋ ಕಳೆದುಹೋಗಿದ್ದೇನೆ ಎಂದು ಭಾಸವಾಗುವಂತೆ ಮಾಡುವ ಗೂಢ ಪ್ರಪಂಚದತ್ತ ನೀವು ಸಾಗುತ್ತಿದ್ದೀರಿ. ಆದರೂ ಕೂಡ ಈ ಪಯಣ ಮುಂದುವರಿಸಲು ಯೋಗ್ಯವಾದುದು ಏಕೆಂದರೆ ನಿಮ್ಮ 'ಅಸ್ತಿತ್ವಕ್ಕೆ ಅಥವಾ ಇರುವಿಕೆಗೆ ಕಾರಣ(ನಿಮ್ಮ ಜೀವನದ ಉದ್ದೇಶ)' ಎಂಬ ದೊಡ್ಡ ಬಹುಮಾನ ಕೊನೆಯಲ್ಲಿ ನಿಮಗಾಗಿ ಕಾಯುತ್ತಿದೆ.

ಇದು ಒಂದು ರೋಮಾಂಚಕಾರಿ ಪಯಣವಾಗಿರುತ್ತದೆ! ಈ ದಾರಿಯಲ್ಲಿ ನೀವು ಸುಳಿವುಗಳನ್ನು ಕಂಡುಕೊಳ್ಳುವಿರಿ. ಅವುಗಳಲ್ಲಿ ಕೆಲವು ನಿಮಗೆ ಸಹಾಯ ಮಾಡುತ್ತವೆ. ಉಳಿದವು ನಿಮ್ಮನ್ನು ಎಲ್ಲಿಗೂ ಕರೆದೊಯ್ಯುವುದಿಲ್ಲ, ಅವು ಕೇವಲ ನಿಮ್ಮ ಚಾರಿತ್ರ್ಯ ಮತ್ತು ಧೈರ್ಯಕ್ಕೆ ಸವಾಲೊಡ್ಡಿ ನಿಮ್ಮನ್ನು ಪರೀಕ್ಷಿಸಲು ಇವೆ.

ಹೇಗೆ ಮುಳ್ಳು ಇಲ್ಲದೇ ಗುಲಾಬಿ ಇರುವುದಿಲ್ಲವೋ ಹಾಗೆಯೇ ದೊಡ್ಡದಾದ ಸಾಹಸ ಕೂಡ ಅದರ ಹೋರಾಟಗಳು ಮತ್ತು ಕಷ್ಟಗಳಿಲ್ಲದೇ ಇರುವುದಿಲ್ಲ.

ಈ ಪ್ರಯಾಣಕ್ಕೆ ಯಾವುದೇ ನಕ್ಷೆ ಇಲ್ಲ, ಏಕೆಂದರೆ ಈ ಪ್ರದೇಶವನ್ನು ಮೊದಲು

ಅನ್ವೇಷಣೆ ಮಾಡಲಾಗಿಲ್ಲ. ನಡೆಯುತ್ತಾ ಹೋದಂತೆ ನೀವೊಬ್ಬರೇ ಅನ್ವೇಷಿಸಬಹುದಾದ ಹೊಚ್ಚ ಹೊಸ ಜಗತ್ತು ಅದು. ನೀವು ನಿಮ್ಮ ಭವಿಷ್ಯವನ್ನು ಕಂಡುಕೊಳ್ಳಬಹುದಾದಂತಹ ಸ್ಥಳ, ನಿಮ್ಮ ಗಮ್ಯಸ್ಥಾನ ಅದು.

ನಿಮಗೆ ನಡೆದು ಆಯಾಸವಾದರೆ, ಸೈಕಲ್ ಸವಾರಿ ಮಾಡಬಹುದು.

ನೀವು ಈಗಾಗಲೇ ಆ ಸೈಕಲ್‌ನಲ್ಲಿ ಕುಳಿತಿದ್ದೀರಿ ಎಂದು ಊಹಿಸಿಕೊಳ್ಳಿ. ಟೈರ್‌ಗಳಲ್ಲಿ ಗಾಳಿ ತುಂಬಿಸಲಾಗಿದೆ, ಚೈನ್‌ಗೆ ಎಣ್ಣೆ ಹಾಕಲಾಗಿದೆ ಮತ್ತು ಅದರಿಂದ ಕಾಡಿನ ಮಧ್ಯದಲ್ಲಿ ಇರುವ ಸಮತಟ್ಟಾದ ಹಾದಿಯಲ್ಲಿ ನೀವು ಸುಲಭವಾಗಿ ಪೆಡಲ್ ಮಾಡುತ್ತಿದ್ದೀರಿ.

ಬಿಸಿಲಿನಲ್ಲಿ ಬೆವರು ಸುರಿಸುತ್ತಾ ದೀರ್ಘಕಾಲದವರೆಗೆ ಸೈಕಲ್ ಸವಾರಿ ಮಾಡಿದ ನಂತರ, ನೀವು ಸಾಗುತ್ತಿದ್ದ ದಾರಿಯಲ್ಲಿ ಕವಲೊಡೆದ ಸ್ಥಳವನ್ನು ತಲುಪುತ್ತೀರಿ, ವಾಸ್ತವದಲ್ಲಿ ಆ ದಾರಿಯು ನಾಲ್ಕು ಭಾಗಗಳಾಗಿ ವಿಭಜನೆಯಾಗಿರುತ್ತದೆ. ಇಲ್ಲಿಂದ ಮುಂದಕ್ಕೆ ನೀವು ಒಂದು ದಾರಿಯನ್ನು ಆಯ್ದುಕೊಳ್ಳಬಹುದು. ಪ್ರತಿಯೊಂದು ಮಾರ್ಗವೂ ಅದರ ಗಮ್ಯಸ್ಥಾನವನ್ನು ತೋರಿಸುವ ಚಿಹ್ನೆಯನ್ನು ಹೊಂದಿದೆ.

ಮೊದಲನೆಯದರ ಮೇಲೆ ಸುವರ್ಣಾಕ್ಷರಗಳಲ್ಲಿ ದೊಡ್ಡದಾಗಿ ಬರೆಯಲಾಗಿದೆ:

ಹಣ

ಜೀವನವನ್ನು ಬದಲಿಸುವ ಪಯಣದಲ್ಲಿ ನೀವು ಈ ಮಾರ್ಗವನ್ನು ಆರಿಸಿಕೊಳ್ಳಲು ಬಯಸಬಹುದು. ಹಣದಿಂದ ಏನನ್ನಾದರೂ ಖರೀದಿಸಬಹುದು ಎಂದು ಎಲ್ಲರೂ ಹೇಳುತ್ತಾರಲ್ಲವೇ? ಹೌದು, ಬಹುತೇಕ ಎಲ್ಲವನ್ನೂ ಕೊಂಡುಕೊಳ್ಳಬಹುದು ಆದರೆ, ರಾಕ್ ಸಂಗೀತದ ಇತಿಹಾಸದಲ್ಲಿ ತುಂಬಾ ಪ್ರಸಿದ್ಧವಾದ ಬ್ಯಾಂಡ್ ಆಗಿದ್ದ ಬೀಟಲ್ಸ್ (ಸುಮಾರು ಐವತ್ತು ವರ್ಷಗಳ ಹಿಂದಿನ ಬ್ಯಾಂಡ್) ಹಾಡಿದಂತೆ 'ಹಣದಿಂದ ಪ್ರೀತಿಯನ್ನು ಖರೀದಿಸಲು ಸಾಧ್ಯವಿಲ್ಲ'. ಜೊತೆಗೆ ಅದು ನಿಮಗೆ ಸ್ನೇಹಿತರನ್ನು ಕೂಡ ಖರೀದಿಸಿ ಕೊಡಲಾರದು. (ಇದಕ್ಕೆ ತದ್ವಿರುದ್ಧವಾದುದು ಸರಿಯೇನೋ ಎಂದು ಕೆಲವರು ಹೇಳಬಹುದು – ನಿಮ್ಮ ಬಳಿ ಕೈತುಂಬಾ ಹಣವಿದ್ದರೆ, ಅವರ ಲಾಭಕ್ಕಾಗಿ ಜನರು ನಿಮಗೆ ಹತ್ತಿರವಾಗಲು ಬಯಸುತ್ತಾರೆಯೇ ಎಂಬ ಶಂಕೆ ಇರುತ್ತದೆ).

ಸಂತೋಷವನ್ನು ಖರೀದಿಸಬಹುದೇ? ಇಲ್ಲ, ಅದು ಸಾಧ್ಯವೇ ಇಲ್ಲ.

ಈ ಹಾದಿಯನ್ನು ಆಯ್ಕೆ ಮಾಡಿ ಮುಂದುವರೆಯುವ ಮೊದಲು,

ಉಳಿದ ಮೂರು ದಾರಿಗಳು ಮೌಲ್ಯಯುತವಾಗಿವೆಯೇ ಎಂದು ಪರಿಶೀಲಿಸುವುದು ಒಳ್ಳೆಯದು. ಇದರಿಂದ, ನೀವು ನಿಮಗೋಸ್ಕರ ಅತ್ಯುತ್ತಮವಾದುದನ್ನು ಆಯ್ಕೆ ಮಾಡಿಕೊಳ್ಳಲು ಸಾಧ್ಯವಾಗುತ್ತದೆ. ಎರಡನೆಯದನ್ನು ಒಮ್ಮೆ ನೋಡೋಣ.

ಖ್ಯಾತಿ

ಕೆಲವೊಮ್ಮೆ ನೀವು ಸೆಲೆಬ್ರಿಟಿಯಾಗಬೇಕೆಂದು ಕನಸು ಕಂಡಿರಬಹುದು. ಪ್ರತೀ ಬಾರಿ ನೀವು ವೀಡಿಯೊವನ್ನು ಪೋಸ್ಟ್ ಮಾಡಿದಾಗ ಅದು ಲಕ್ಷಾಂತರ ಲೈಕ್ ಗಳನ್ನು ಪಡೆಯುವುದು, ಸೋಷಿಯಲ್ ಮೀಡಿಯಾದಲ್ಲಿ ಮಿಲಿಯನ್ ಗಟ್ಟಲೆ ಅನುಯಾಯಿಗಳನ್ನು ಹೊಂದಿರುವುದು, ನೀವು ಹೋದಲ್ಲೆಲ್ಲಾ ಜನರು ಸೆಲ್ಫಿಗಳನ್ನು ಕೇಳುವುದು ಇವೆಲ್ಲ ಅದ್ಭುತವಾಗಿರಬಹುದೇನೋ. ಆದರೆ ಒಂದು ಪಕ್ಷ ಅದು ದುಃಸ್ವಪ್ನವಾಗಿ ಕೊನೆಗೊಂಡರೆ? ಆ ಹುಚ್ಚುತನದ ನಡುವೆ ತೀವ್ರವಾದ ಒಂಟಿತನವಿದೆ ಎಂದು ನಿಮಗೆ ಅನ್ನಿಸಿದರೆ?

ಅನೇಕ ಪಾಪ್ ತಾರೆಯರು 'ಸಾವಿರಾರು ಜನರ ಮುಂದೆ ವೇದಿಕೆಯ ಮೇಲೆ ಪ್ರದರ್ಶನ ಕೊಟ್ಟರೂ ಕಾರ್ಯಕ್ರಮ ಮುಗಿದ ಮೇಲೆ ನಾವು ಸಹ ಒಂಟಿಯಾಗಿಯೇ ಮನೆಗೆ ಹೋಗುತ್ತೇವೆ' ಎಂದು ಹೇಳುತ್ತಾರೆ.

ಈ ಮಾರ್ಗವನ್ನು ನಿಮ್ಮ ಜೀವನಕ್ಕಾಗಿ ಆಯ್ಕೆ ಮಾಡುವ ಮೊದಲು ಉಳಿದೆರಡು ಆಯ್ಕೆಗಳನ್ನು ಪರಿಶೀಲಿಸಿ. ಮೂರನೆಯದು ಇಲ್ಲಿದೆ:

ಶಕ್ತಿ/ಬಲ/ಅಧಿಕಾರ

ಶಕ್ತಿಶಾಲಿಯಾಗಿರುವುದು ರೋಚಕವಾಗಿರಬಹುದೇನೋ. ಮಾನವರಲ್ಲಿ ಉಳಿದ ಜನರಿಗೆ ಇಲ್ಲದ ಒಂದು ರೀತಿಯ ವಿಶೇಷ ಶಕ್ತಿಯನ್ನು ಸೂಪರ್ ಹೀರೋಗಳು ಯಾವಾಗಲೂ ಹೊಂದಿರುತ್ತಾರೆ (ಅದು ಕೇವಲ ದೈತ್ಯಾಕಾರವಾಗಿ ಬೆಳೆದು ಸಿಟ್ಟಿನಲ್ಲಿ ಜನರನ್ನು ಕುಟ್ಟಿ ಪುಡಿ ಪುಡಿ ಮಾಡುವ ಶಕ್ತಿಯಾದರೂ ಸರಿ). ಕಾಲ್ಪನಿಕತೆಯನ್ನು ಬದಿಗಿಟ್ಟು ನೋಡಿದರೆ, ಶಕ್ತಿಶಾಲಿ ವ್ಯಕ್ತಿಯು ಇತರ ಅನೇಕರ ಹಣೆಬರಹವನ್ನು ತನ್ನ ಕೈಯಲ್ಲಿ ಹಿಡಿದಿಟ್ಟುಕೊಂಡಿರುವವನಾಗಿರುತ್ತಾನೆ.

ರಾಣಿಯು ತನ್ನ ಪ್ರಜೆಗಳ ಮೇಲೆ ಅಂತಹ ಅಧಿಕಾರವನ್ನು ಹೊಂದಿರುತ್ತಾಳೆ; ಕಂಪನಿಯ ಮುಖ್ಯಸ್ಥರು ಅಧಿಕಾರವನ್ನು ತಮ್ಮ ಕಾರ್ಮಿಕರ ಮೇಲೆ ಚಲಾಯಿಸುತ್ತಾರೆ.

ನೀವು ಈ ಮಾರ್ಗವನ್ನು ಆರಿಸಿಕೊಳ್ಳಲು ಯೋಚಿಸುತ್ತಿದ್ದರೆ, ಶಕ್ತಿಶಾಲಿ ಜನರು ಪ್ರೀತಿಸಲ್ಪಡುವುದಕ್ಕಿಂತ ಹೆಚ್ಚಾಗಿ ಭಯಪಡಿಸುವಂತಹವರಾಗಿರುತ್ತಾರೆ ಎಂಬುವನ್ನು ನೆನಪಿನಲ್ಲಿಡಿ.

ಆದಾಗ್ಯೂ, ನಿರ್ಧರಿಸುವ ಮೊದಲು ಜಂಕ್ಷನ್‌ನಲ್ಲಿ ಇರುವ ನಾಲ್ಕನೆಯ ಹಾಗೂ ಕೊನೆಯ ಚಿಹ್ನೆಯನ್ನು ನೀವು ನೋಡಲು ಬಯಸುತ್ತೀರಿ.

ಇಕಿಗಾಯ್

ಇದೇನಿದು ಇಕಿಗಾಯ್? ಇದರ ಅರ್ಥವೇನು? ಎಂದು ಚಿಂತಿಸಬೇಡಿ. ಇದನ್ನು ಹುಡುಕುವ ಸಲುವಾಗಿಯೇ ಖಚಿತವಾಗಿ ಈ ಪುಸ್ತಕವು ನಿಮ್ಮ ಕೈಗೆ ಬಂದಿದೆ.

ನೀವು ನಾಲ್ಕು ಮಾರ್ಗಗಳಿರುವ ಜಂಕ್ಷನ್‌ಗೆ ಬಂದಾಗ ನೀವು ಸವಾರಿ ಮಾಡುತ್ತಿದ್ದ ಆ ಕಾಲ್ಪನಿಕ ಸೈಕಲ್ ನಿಮಗೆ ನೆನಪಿದೆಯೇ? ಅದರಿಂದ ಕೆಳಗಿಳಿಯಿರಿ, ಪ್ರಯಾಣದಲ್ಲಿ ಒಂದು ಸಣ್ಣ ವಿರಾಮ ತೆಗೆದುಕೊಳ್ಳಿ, ಆರಾಮವಾದ ಸ್ಥಳದಲ್ಲಿ ಕುಳಿತು ದೀರ್ಘವಾದ ಉಸಿರನ್ನು ತೆಗೆದುಕೊಳ್ಳಿ. ಈ ಹಂತದವರೆಗೆ ಬಂದಿರುವುದು ಕಠಿಣವಾಗಿತ್ತು, ಅಲ್ಲವೇ? ವಿಷಯಗಳನ್ನು ಯೋಚಿಸಲು ನೀವು ವಿರಾಮ ತೆಗೆದುಕೊಳ್ಳಬೇಕು.

ನಿಮ್ಮ ಗಮ್ಯಸ್ಥಾನದ ಬಗ್ಗೆ ನಿರ್ಧರಿಸುವ ಮೊದಲು, ಮುಂದಿನ ಪುಟಗಳಲ್ಲಿ ನೀವು ಏನು ಓದಲಿದ್ದೀರಿ ಅದನ್ನು ಯೋಚಿಸಲು ಒಂದು ಕ್ಷಣ ತಡೆಯಿರಿ.

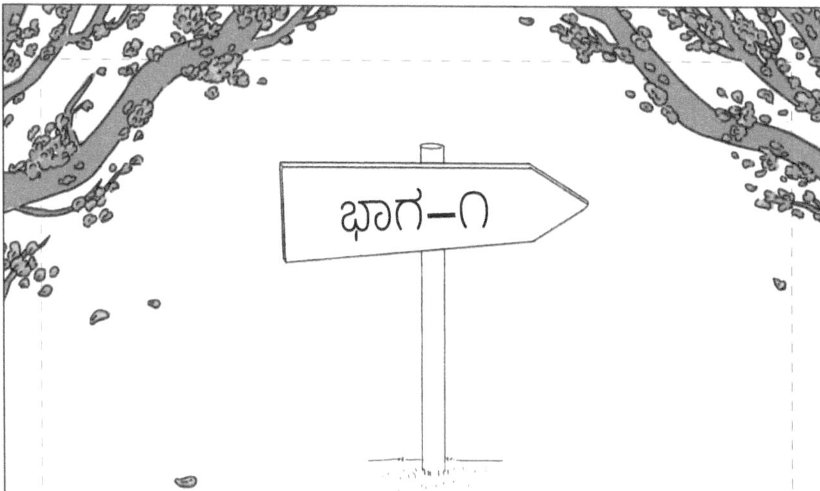

ನನ್ನ ಜೀವನದಲ್ಲಿ ನಾನು ಏನು ಮಾಡಲು ಬಯಸುತ್ತೇನೆ?

1.
ಇಕಿಗಾಯ್ ದಿಕ್ಸೂಚಿ

"ಕಳೆದುಹೋಗುವುದು ಒಳ್ಳೆಯದು.
ನೀವು ಕಳೆದುಹೋಗದಿದ್ದರೆ,
ನೀವು ನಿಮ್ಮನ್ನು ಹುಡುಕಲು ಸಾಧ್ಯವಿಲ್ಲ".

ಮೂಲ – ಅನಾಮಿಕ

ಅನೇಕ ಭಾಷೆಗಳು ಇಂಗ್ಲಿಷ್‌ಗೆ(ಅಥವಾ ಇತರೆ ಭಾಷೆಗಳಿಗೆ) ನಿಖರವಾಗಿ ಅನುವಾದ ಮಾಡಲು ಸಾಧ್ಯವಾಗದಂತಹ ಪದಗಳನ್ನು ಹೊಂದಿವೆ, ಅವುಗಳಲ್ಲಿ ಒಂದು 'ಇಕಿಗಾಯ್'.

ಜಪಾನೀ ಭಾಷೆಯಲ್ಲಿ ಇದನ್ನು '生き甲斐' ಎಂದು ಬರೆಯುತ್ತಾರೆ. ಇದನ್ನು ಎರಡು ಭಾಗಗಳನ್ನಾಗಿ ವಿಂಗಡಿಸಬಹುದು.

ಇಕಿ 生き = ಬದುಕು

ಗಾಯ್ 甲斐 = ಮೌಲ್ಯಯುತವಾಗಿರುವುದು

ಬೇರೆ ರೀತಿಯಲ್ಲಿ ಹೇಳುವುದಾದರೆ, ಇಕಿಗಾಯ್ ಎನ್ನುವುದರ ಅಕ್ಷರಶಃ ಅರ್ಥ 'ಒಂದು ಮೌಲ್ಯಯುತ ಜೀವನ' ಎಂದು ತಿಳಿಯಬಹುದು. ಸಾಮಾನ್ಯವಾಗಿ ಇದನ್ನು 'ಜೀವನದ ಗುರಿ' ಎಂದು ಕೂಡ ಅನುವಾದಿಸಬಹುದಾಗಿದೆ — ಅಂದರೆ, ಅದು ನಿಮ್ಮ ಜೀವನಕ್ಕೆ ಅರ್ಥ ನೀಡುವ ಒಂದು ಗುರಿಯಾಗಿದೆ.

ಸರಳವಾಗಿ ಹೇಳಬೇಕೆಂದರೆ, ನೀವು ಪ್ರತಿ ದಿನ ಬೆಳಗ್ಗೆ ಹಾಸಿಗೆಯಿಂದ ಏಳುವುದು ಕೇವಲ ಅಲಾರಾಂ ಹೊಡೆಯುವುದು ನಿಂತುಹೋಗುವುದರಿಂದ ಅಲ್ಲ, ಅದಕ್ಕೆ ಕಾರಣ ನಿಮ್ಮ ಇಕಿಗಾಯ್. ಅದು ನಿಮ್ಮ ದಿನವನ್ನು ಉತ್ಸಾಹದಿಂದ ಆರಂಭಿಸಲು ಪ್ರೇರೇಪಿಸುವಂತಹ ಒಂದು ಆಂತರಿಕ ಮೋಟಾರ್‌ನಂತೆ, ನಿಮ್ಮ ಎಚ್ಚರದ ಕನಸಿನಂತೆ.

19ನೇ ಶತಮಾನದ ಜರ್ಮನ್ ತತ್ವಜ್ಞಾನಿ ಫ್ರೀಡ್ರಿಕ್ ನೀಚಹ್ ಅವರು ಹೇಳುವಂತೆ 'ಯಾರ ಜೀವನದಲ್ಲಿ 'ಏಕೆ' ಎಂಬುದು ಇರುತ್ತದೆಯೋ ಅವರು ಎಂತಹುದೇ 'ಹೇಗೆ' ಎಂಬುದನ್ನು ಸಹಿಸಬಲ್ಲರು.' (ಯಾರಿಗೆ ಬದುಕಲು ಒಂದು ಕಾರಣ ಇರುತ್ತದೆಯೋ ಅವರು ಹೇಗಾದರೂ, ಎಂತಹುದನ್ನಾದರೂ ಸಹಿಸಿಕೊಳ್ಳಬಲ್ಲರು.)

ನೀವು ಪರ್ವತಾರೋಹಣವನ್ನು ನಿಮ್ಮ ಹವ್ಯಾಸವಾಗಿಸಿಕೊಂಡು, ವೈವಿಧ್ಯಮಯವಾದ, ಒಂದಕ್ಕಿಂತ ಒಂದು ಎತ್ತರದ ಶಿಖರಗಳನ್ನು ಒಳಗೊಂಡಿರುವ ರಾಷ್ಟ್ರೀಯ ಉದ್ಯಾನದಲ್ಲಿ ನಿಮ್ಮ ತಂದೆ-ತಾಯಿಯೊಂದಿಗೆ ಅಥವಾ ನಿಮ್ಮ ಗೆಳೆಯರೊಂದಿಗೆ ರಜೆಯ ಪ್ರವಾಸದಲ್ಲಿ ಇದ್ದೀರಿ ಎಂದು ಊಹಿಸಿಕೊಳ್ಳಿ.

ಅತಿಯಾದ ಸೆಕೆಯಿಂದಲೋ, ಸೊಳ್ಳೆಗಳ ಕಾಟದಿಂದಲೋ ಅಥವಾ ಪಕ್ಕದ ಕ್ಯಾಂಪಿನಲ್ಲಿ ಜನ ರಾತ್ರಿ ಬಹಳ ಹೊತ್ತಿನವರೆಗೆ ಜೋರಾಗಿ ಮಾತನಾಡುತ್ತಾ ಕುಳಿತಿದ್ದರಿಂದಲೋ ಹಿಂದಿನ ರಾತ್ರಿ ನಿಮಗೆ ನಿದ್ರೆ ಬಂದಿರದೇ ಇರಬಹುದು.

ಮುಂಜಾನೆಯ ಹೊತ್ತಿಗೆ, ನೀವು ತುಂಬಾ ದಣಿದಿದ್ದೀರಿ, ಹಾಸಿಗೆಯಿಂದ ಎದ್ದು ಕಾಲುಗಳನ್ನು ನೆಲಕ್ಕೆ ಊರಿ ನಿಲ್ಲುವುದು ಕೂಡ ದೊಡ್ಡ ಸವಾಲಾಗುವುದೇನೋ ಎಂದು ನೀವು ಯೋಚಿಸುತ್ತೀರಿ. ಆದರೆ ಹಾಗಾಗುತ್ತದೆಯೇ? ಖಂಡಿತ ಇಲ್ಲ! ಕಳೆದ ರಾತ್ರಿ ನಿದ್ರೆ ಮಾಡಿರದಿದ್ದರೂ, ನೀವು ಅದರ ಬಗ್ಗೆ ಯೋಚಿಸದೇ ಹಾಸಿಗೆಯಿಂದ ಅತಿ ಸುಲಭವಾಗಿ ಏಳುತ್ತೀರಿ. ನಿಮ್ಮ ಸುತ್ತಮುತ್ತಲಿರುವ ಪರ್ವತಗಳು ನಿಮಗಾಗಿ ಕಾಯುತ್ತಿವೆ! ಬೂಟುಗಳನ್ನು ಕಟ್ಟಿಕೊಳ್ಳುವಷ್ಟು ಕೂಡ ವ್ಯವಧಾನವಿಲ್ಲ ಎನ್ನುವಂತೆ ಪರ್ವತಗಳನ್ನು ಸ್ವತಃ ಅನ್ವೇಷಿಸಲು ಹೊರಡುತ್ತೀರಿ.

ಅದಕ್ಕಾಗಿ ನೀವು ಮಿಂಚಿನ ವೇಗದಲ್ಲಿ ಸ್ನಾನ ಮಾಡುತ್ತೀರಿ, ಒಳ್ಳೆಯ ಉಪಹಾರವನ್ನು ಗಬಗಬನೆ ತಿಂದು ನಿಮ್ಮ ಜೀವನದ ಧ್ಯೇಯವಾದ ಇಕಿಗಾಯ್‌ನ್ನು ನಿರ್ವಹಿಸಲು ಹೊರಟು ನಿಲ್ಲುತ್ತೀರಿ. ಶಿಖರದತ್ತ ಪಯಣ ಆರಂಭಿಸುತ್ತಿದ್ದಂತೆ, ಕಳೆದ ರಾತ್ರಿ ಇದ್ದ ಎಲ್ಲಾ ದಣಿವು ಮತ್ತು ಬೇಸರಗಳು ಕ್ಷಣಾರ್ಧದಲ್ಲಿ ಮಾಯವಾಗುತ್ತವೆ. ನೀವು ಚಾಂಪಿಯನ್‌ನಂತೆ ಶಿಖರ ಹತ್ತಲು ನಿಮ್ಮ ಮುಖಕ್ಕೆ ಬೀಸುವ ತಂಗಾಳಿಯಷ್ಟೇ ಸಾಕು!

ಸೂಪರ್‌ಹೀರೋಗೆ ಇರುವಷ್ಟು ಶಕ್ತಿಯನ್ನು ನೀಡಿ ನಿಮ್ಮ ಇಕಿಗಾಯ್ ನಿಮ್ಮನ್ನು ಮುಂದೆ ಸೆಳೆದುಕೊಂಡು ಹೋಗುವುದರಿಂದ ಎಲ್ಲ ತೊಂದರೆಗಳೂ ಹಿಂದೆಯೇ ಉಳಿದು ಹೋಗುತ್ತವೆ.

'ಸಂಕಟಗಳ ಸಮಯದಲ್ಲಿ, ನಿಮ್ಮ ಸಂಕಟಗಳನ್ನು ಹಾಡಿನ ಮೂಲಕ ಹೊರಹಾಕಿ' ಎನ್ನುವ ಹಳೆಯ ಗಾದೆ ಮಾತಿದೆ. ನೀವು ಹಾಡುವುದನ್ನು ಪ್ರೀತಿಸುತ್ತೀರಾದರೆ ಇದು ಅನ್ವಯಿಸುತ್ತದೆ, ಬದಲಾಗಿ ಪಿಯಾನೋ ನುಡಿಸುವುದು ನಿಮ್ಮ ಹವ್ಯಾಸವಾಗಿದ್ದರೆ ನೀವು ಅದನ್ನೇ ಮಾಡಬಹುದು.

ಲಾಂಗ್ ಲಾಂಗ್‌ನ ಇಕಿಗಾಯ್

ನೀವು ಲಾಂಗ್ ಲಾಂಗ್‌ನ ಬಗ್ಗೆ ಕೇಳಿದ್ದೀರಾ? ಅವರನ್ನು ಇಂದು ವಿಶ್ವದ ಶ್ರೇಷ್ಠ ಪಿಯಾನೋ ವಾದಕರಲ್ಲಿ ಒಬ್ಬರೆಂದು ಪರಿಗಣಿಸಲಾಗುತ್ತದೆ. ತಮ್ಮ ನೆಚ್ಚಿನ ಹವ್ಯಾಸವನ್ನು ಬಿಡದೆ ಅನುಸರಿಸಿದರೆ ಜೀವನದಲ್ಲಿ ಎಷ್ಟು ಎತ್ತರಕ್ಕೆ ಏರಬಹುದು ಎಂಬುದಕ್ಕೆ ಚೀನಾದ ಈಶಾನ್ಯ ಭಾಗದಲ್ಲಿ ಜನಿಸಿದ ಈ ಬಾಲಕನ ಕಥೆ ಒಂದು ಜೀವಂತ ಉದಾಹರಣೆ.

ಲಾಂಗ್ ಲಾಂಗ್‌ನ ತಂದೆ, 'ಎರ್ಹು' ಎಂಬ ಎರಡು ತಂತಿಯ ಸಾಂಪ್ರದಾಯಿಕ ಚೀನೀ ವಾದ್ಯವನ್ನು ನುಡಿಸುತ್ತಿದ್ದರೂ ಸಹ, ಲಾಂಗ್ ಲಾಂಗ್ ತನಗೆ ಬೇಕಾದ ವಾದ್ಯವನ್ನು – ತನ್ನ ಇಕಿಗಾಯ್ ಅನ್ನು – 'ಟಾಮ್ ಅಂಡ್ ಜೆರ್ರಿ' ಕಾರ್ಟೂನ್‌ಗಳ ಮೂಲಕ ಕಂಡುಕೊಂಡನು. ಅವನು ಕೇವಲ ಎರಡು ವರ್ಷದ ಮಗುವಾಗಿದ್ದಾಗ 'ದಿ ಕ್ಯಾಟ್ ಕಾನ್ಸರ್ಟೋ' ಎಪಿಸೋಡ್ ನೋಡಿದನು. ಆಗಿನಿಂದಲೇ ಅವನಿಗೆ ಅವರ ಗೀಳು ಹಿಡಿಯಿತು.

ಏಳು ನಿಮಿಷಗಳ ಆ ಎಪಿಸೋಡ್‌ನಲ್ಲಿ, ಸರಸ ಸ್ವಭಾವದ ಸ್ವಾಭಿಮಾನಿ ಸಾಕುಬೆಕ್ಕಾದ ಟಾಮ್, ಜನರಿಂದ ಕಿಕ್ಕಿರಿದ ಒಂದು ಸಭಾಂಗಣದಲ್ಲಿ ಪಿಯಾನೋ ಕಚೇರಿ ನೀಡುತ್ತಿರುತ್ತದೆ. ಪಿಯಾನೋ ಒಳಗೆ ಅರಾಮವಾಗಿ ಮಲಗಿದ್ದ ಜೆರ್ರಿ ಇದರಿಂದ ಧಿಗ್ಗನೆ ಎಚ್ಚರಗೊಂಡು, ಸುಮ್ಮನೆ ಪಿಯಾನೋ ನುಡಿಸುವುದರಲ್ಲಿ ತಲ್ಲೀನವಾಗಿರುವ ಟಾಮ್ ಮೇಲೆ ಸೇಡು ತೀರಿಸಿಕೊಳ್ಳಲು ನಿರ್ಧರಿಸುತ್ತದೆ. ಈ ಆರ್ಕೆಸ್ಟ್ರಾ ವಾದನದ ಲಯಕ್ಕೆ ತಕ್ಕಂತೆ, ಟಾಮ್ ಮತ್ತು ಜೆರ್ರಿಯ ವಿಶಿಷ್ಟ, ಹಾಸ್ಯಮಯ ಕದನ ಪ್ರಾರಂಭವಾಗುತ್ತದೆ.

ಆದರೆ, ಚಿಕ್ಕ ಬಾಲಕ ಲಾಂಗ್ ಲಾಂಗ್‌ಗೆ ಆಸಕ್ತಿ ಮೂಡಿಸಿದ ವಿಷಯ ಈ ಎಪಿಸೋಡ್‌ನಲ್ಲಿ ಬೇರೆಯದೇ ಆಗಿತ್ತು. ಬೆಕ್ಕು ಮತ್ತು ಇಲಿಯ ನಡುವಿನ ಹೋರಾಟಕ್ಕಿಂತ ಅವನಿಗೆ ಅಚ್ಚರಿ ಮೂಡಿಸಿದ್ದು, ಎಲ್ಲಾ ಅಡೆತಡೆಗಳ ನಡುವೆಯೂ ಜೆರ್ರಿ ನಿರಂತರವಾಗಿ ನುಡಿಸುತ್ತಿದ್ದ ಸಂಗೀತದ ಅದ್ಭುತವಾದ ಒಂದು ಸಣ್ಣ ತುಣುಕು– ಅದು, ವಿಶ್ವವಿಖ್ಯಾತ ಸಂಗೀತಕಾರ ಫ್ರಾಂಜ್ ಲಿಸ್ಟ್ ಅವರ ಹಂಗೇರಿಯನ್ ರಾಪ್ಸೋಡಿ ನಂ. 2. (ಯಾರಿಗೆ ಬದುಕಲು ಒಂದು ಕಾರಣ ಇರುತ್ತದೆಯೋ ಅವರು ಹೇಗಾದರೂ, ಎಂತಹುದನ್ನಾದರೂ ಸಹಿಸಿಕೊಳ್ಳಬಲ್ಲರು).

ಲಾಂಗ್ ಲಾಂಗ್ ಪಾಶ್ಚಾತ್ಯ ಶಾಸ್ತ್ರೀಯ ಸಂಗೀತವನ್ನು ಕೇಳಿದ್ದು ಅದೇ ಮೊದಲ ಬಾರಿ. ಕೇವಲ ಎರಡು ವರ್ಷ ವಯಸ್ಸಿನವನಾಗಿದ್ದರೂ, ಎಂದಾದರೊಮ್ಮೆ ಆ ಅದ್ಭುತ ಸಂಗೀತದ ತುಣುಕನ್ನು ತಾನೂ ನುಡಿಸಬೇಕೆಂಬ ಬಯಕೆಯು ಪಿಯಾನೋ ಕಲಿಯುವ ತೀವ್ರ ಇಚ್ಛೆಯನ್ನು ಅವನಲ್ಲಿ ಮೂಡಿಸಿತು.

ಲಾಂಗ್ ಲಾಂಗ್ ತನ್ನ ಇಕಿಗಾಯ್‌ಯನ್ನು ಕಂಡುಕೊಂಡ ಕ್ಷಣ ಅದಾಗಿತ್ತು.

ತನ್ನ ಮೂರನೇ ವಯಸ್ಸಿನಲ್ಲಿ ಲಾಂಗ್ ಲಾಂಗ್ ಪಿಯಾನೋ ಪಾಠಗಳನ್ನು

ಕಲಿಯಲು ಪ್ರಾರಂಭಿಸಿದ. ಐದನೇ ವಯಸ್ಸಿಗೆ, ತನ್ನ ಊರಿನಲ್ಲಿ ನಡೆದ ಪಿಯಾನೋ ಸ್ಪರ್ಧೆಯಲ್ಲಿ ತನ್ನ ಮೊದಲ ಸಾರ್ವಜನಿಕ ಸಂಗೀತ ಕಾರ್ಯಕ್ರಮವನ್ನು ನೀಡಿ ವಿಜೇತನಾದ.

ಆದರೆ, ಅವನಿಗೆ ತಕ್ಷಣವೇ ದೊಡ್ಡ ಯಶಸ್ಸೇನೂ ಲಭಿಸಲಿಲ್ಲ. ಒಂಬತ್ತು ವರ್ಷದವನಾಗಿದ್ದಾಗ ಲಾಂಗ್ ಲಾಂಗ್ ಚೀನಾದ ರಾಜಧಾನಿಯಲ್ಲಿರುವ ಪ್ರಖ್ಯಾತ ಸಂಗೀತ ವಿದ್ಯಾಲಯ, ಬೀಜಿಂಗ್ ಸೆಂಟ್ರಲ್ ಕನ್ಸರ್ವೇಟರಿಯ ಪ್ರವೇಶ ಪರೀಕ್ಷೆಗೆ ಹಾಜರಾದನು. ಆದರೆ, ಅವನ ಶಿಕ್ಷಕರೊಬ್ಬರ ಅಭಿಪ್ರಾಯದಂತೆ, ಅವನಲ್ಲಿ 'ಪ್ರತಿಭೆ ಇಲ್ಲ' ಎಂಬ ಕಾರಣಕ್ಕಾಗಿ ಅವನನ್ನು ತಿರಸ್ಕರಿಸಲಾಯಿತು.

ಕಾಕತಾಳೀಯವಾಗಿ, ಇದೇ ರೀತಿಯ ಮಾತನ್ನು ಒಮ್ಮೆ ವಾಲ್ಟ್ ಡಿಸ್ನಿಗೆ ಸಹ ಹೇಳಲಾಗಿತ್ತು. ಅವರು ಕೆಲಸ ಮಾಡುತ್ತಿದ್ದ ಜಾಹೀರಾತು ಸಂಸ್ಥೆಯಲ್ಲಿ ಅವನ ಮೇಲಧಿಕಾರಿ "ಇವನಿಗೆ ಕಲ್ಪನಾ ಶಕ್ತಿ ಇಲ್ಲ" ಎಂದು ಷರಾ ಬರೆದ ಕಾರಣ ಅವರನ್ನು ಕೆಲಸದಿಂದ ತೆಗೆದುಹಾಕಲಾಗಿತ್ತು. ಆದರೆ, ಅದೇ ವ್ಯಕ್ತಿ ಮುಂದುವರೆದು ಅವರದೇ ಹೆಸರಿನ ಡಿಸ್ನಿ ಸಂಸ್ಥೆ ಸ್ಥಾಪಿಸಿದರು. ಇಂದು ಅದು ಮಾರ್ವೆಲ್ ಯೂನಿವರ್ಸ್‌ನಿಂದ ಸ್ಟಾರ್ ವಾರ್ಸ್ ವರೆಗೆ ಅನೇಕ ಚಲನಚಿತ್ರಗಳನ್ನು ನಿರ್ಮಿಸಿದ ಸಂಸ್ಥೆಗಳಿಗೆ ತವರಿನಂತಿದೆ.

ನಿಮ್ಮ ಇಕಿಗಾಯ್‌ಯನ್ನು ಕಂಡುಕೊಂಡಾಗ, ನೀವು ಇವುಗಳನ್ನು ಮಾಡಬೇಕಾಗುತ್ತದೆ:

- ಮೊದಲ ಬಾರಿಗೇ ಸಾಧ್ಯವಾಗದ ವಿಷಯಗಳಿವೆ ಎಂದು ಅರ್ಥ ಮಾಡಿಕೊಳ್ಳಿ.
- ಎಲ್ಲರೂ ನಿಮ್ಮನ್ನು ಅರ್ಥಮಾಡಿಕೊಳ್ಳದಿರುವುದರಿಂದ, ತಿರಸ್ಕಾರವನ್ನು ಸಕಾರಾತ್ಮಕವಾಗಿ ಸ್ವೀಕರಿಸಿ.
- ನಿಮ್ಮ ಮೇಲೆ ನಂಬಿಕೆ ಇಡಬಹುದಾದ ಜನರನ್ನು ಹುಡುಕಿಕೊಳ್ಳಿ.
- ನಿಮಗೆ ಒದಗಿ ಬರುವ ಅವಕಾಶಗಳನ್ನು ಉಪಯುಕ್ತ ರೀತಿಯಲ್ಲಿ ಬಳಸಿಕೊಳ್ಳಿ.

ಇದು ನಮ್ಮನ್ನು ಲಾಂಗ್ ಲಾಂಗ್‌ನ ಕಥೆಗೆ ಮರಳಿ ತರುತ್ತದೆ. ಅವನಿಗಾದ ಮೊದಲ ನಿರಾಸೆಯ ನಂತರ, ಅವನ ಶಾಲೆಯ ಸಂಗೀತ ಅಧ್ಯಾಪಕರೊಬ್ಬರು ಅವನನ್ನು ಹುರಿದುಂಬಿಸಲು ಮೊಜಾರ್ಟ್ ಅವರ ಒಂದು ರಚನೆಯ ನೋಟೇಷನ್ ಪಿಯಾನೋ ಮೇಲೆ ಇಟ್ಟು, ಅದರಲ್ಲಿ ಒಂದು ಭಾಗವನ್ನು ನುಡಿಸಲು ಹೇಳಿದರು. ಆ ಸಣ್ಣ ನಡುವಳಿಕೆ, ಆ ಚಿಕ್ಕ ಪಿಯಾನೋ ವಾದಕನ ಮನದಲ್ಲಿ ಪಿಯಾನೋದ ಬಗ್ಗೆ ಪ್ರೀತಿಯ ಜ್ಯೋತಿಯನ್ನು ಮತ್ತೆ ಹೊತ್ತಿಸಿ ಭರವಸೆ ಮೂಡುವಂತೆ ಮಾಡಿತು.

ಒಂಬತ್ತು ವರ್ಷ ವಯಸ್ಸಿನಲ್ಲೇ ತನ್ನ ಎರಡನೇ ಪ್ರಯತ್ನದಲ್ಲಿ ಲಾಂಗ್ ಲಾಂಗ್ ಕನ್ಸರ್ವೇಟರಿಗೆ ಪ್ರವೇಶ ಪಡೆಯುವಲ್ಲಿ ಯಶಸ್ವಿಯಾದನು. ಇದರ ನಂತರ, ಅದ್ಭುತ

ಸಾಧನೆಗಳನ್ನು ಮಾಡಿದನು, ಅನೇಕ ಅಂತರ್ರಾಷ್ಟ್ರೀಯ ಸಂಗೀತ ಸ್ಪರ್ಧೆಗಳಲ್ಲಿ ವಿಜೇತನಾದನು ಮತ್ತು ಕೇವಲ ಹದಿನಾಲ್ಕು ವರ್ಷ ವಯಸ್ಸಿನಲ್ಲಿ, ಚೀನಾ ನ್ಯಾಷನಲ್ ಸಿಂಫೊನಿಯ ಉದ್ಘಾಟನಾ ಕಾಯಕ್ರಮದಲ್ಲಿ ಪ್ರಮುಖ ಸೋಲೋ(ಒಬ್ಬರೇ ನುಡಿಸುವುದು) ವಾದಕನಾಗಿ ಪ್ರದರ್ಶನ ನೀಡಿದನು. ಆ ಸಮಯದಲ್ಲಿ ಚೀನಾದ ಅಧ್ಯಕ್ಷರು ಕೂಡ ಪ್ರೇಕ್ಷಕರಲ್ಲಿ ಒಬ್ಬರಾಗಿದ್ದರು, ಲಕ್ಷಾಂತರ ಜನರು ರೇಡಿಯೋ ಮೂಲಕ ಆ ಸಂಗೀತವನ್ನು ಕೇಳುತ್ತಿದ್ದರು.

ಈ ರೀತಿ ಲಾಂಗ್ ಲಾಂಗ್‌ನ ಸಂಗೀತ ಜೀವನ ಮುನ್ನಡೆಯುತ್ತಿರುವುದನ್ನು ನೋಡಿ ಅವನ ತಂದೆ, ಅಮೇರಿಕಾದ ಫಿಲಡೆಲ್ಫಿಯಾದ ಒಬ್ಬ ಶಿಕ್ಷಕನಿಂದ ಅವನ ಪಿಯಾನೋ ಕೌಶಲ್ಯವನ್ನು ಇನ್ನಷ್ಟು ಮೆರುಗುಗೊಳಿಸಲು ಅವನನ್ನು ಅಲ್ಲಿಗೆ ಕರೆದೊಯ್ದರು. ಕೆಲವು ವರ್ಷಗಳ ನಂತರ, ಅವನ ಹದಿನೇಳನೇ ವಯಸ್ಸಿನಲ್ಲಿ ಅವನಿಗೆ ಜೀವನದ ಒಂದು ಮಹತ್ವದ ಅವಕಾಶ ಒದಗಿಬಂದಿತು.

ಇಲಿನಾಯಿಸ್‌ನ ಹೈಲ್ಯಾಂಡ್ ಪಾರ್ಕ್‌ನಲ್ಲಿ ನಡೆದ ಪ್ರತಿಷ್ಠಿತ ರಾವಿನಿಯಾ ಉತ್ಸವದಲ್ಲಿ ಒಂದು ಆಶ್ಚರ್ಯದ ಘಟನೆ ನಡೆಯಿತು. ಪ್ರಖ್ಯಾತ ಪಿಯಾನೋ ವಾದಕ ಅಂಡ್ರೆ ವಾಟ್ಸ್ ಈ ಕಾರ್ಯಕ್ರಮಕ್ಕೆ ಬರುವುದು ನಿಗದಿಯಾಗಿತ್ತು, ಸಭಾಂಗಣವು ಪ್ರೇಕ್ಷಕರಿಂದ ತುಂಬಿತ್ತು. ಆದರೆ, ಕೊನೆಯ ಕ್ಷಣದಲ್ಲಿ ಅವರು ಅಸ್ವಸ್ಥರಾದ ಕಾರಣ ಅವರ ಪಿಯಾನೋ ವಾದನವನ್ನು ರದ್ದು ಮಾಡಬೇಕಾಯಿತು. ಸಭಾಂಗಣದಲ್ಲಿ ನೆರೆದ ಸಭಿಕರೆಲ್ಲರೂ ಆಶ್ಚರ್ಯ ಪಡುವಂತೆ ನಿರೂಪಕರು ತಕ್ಷಣ, ಹದಿನೇಳು ವರ್ಷದ ಯುವ ಪಿಯಾನೋ ವಾದಕನೊಬ್ಬ, ದಿಗ್ಗಜ ಅಂಡ್ರೆ ವಾಟ್ಸ್ ಸ್ಥಾನವನ್ನು ತುಂಬಿಸಿ ಚೈಕೋವ್ಸ್ಕಿ ಅವರ ಕನ್ಸೆರ್ಟೊ ನಂ. 1 ನುಡಿಸಲು ಸಿದ್ಧನಾಗಿದ್ದಾನೆ ಎಂದು ಅಚ್ಚರಿಯ ಘೋಷಣೆ ಮಾಡಿದರು.

ಲಾಂಗ್ ಲಾಂಗ್‌ನ ಪ್ರದರ್ಶನ ಎಷ್ಟು ಅದ್ಭುತವಾಗಿತ್ತೆಂದರೆ ಮಾರನೆ ದಿನವೇ ಚಿಕಾಗೋ ಟ್ರಿಬ್ಯೂನ್ ದಿನಪತ್ರಿಕೆಯು ಅವನ ಬಗ್ಗೆ "ಅದ್ಭುತ... ರೋಮಾಂಚಕ... ಮತ್ತು ಅಸಾಧಾರಣ ಪ್ರತಿಭೆ" ಎಂದು ವರ್ಣಿಸಿ ಬರೆಯಿತು.

ಹೀಗೆ ಓರ್ವ ತಾರೆಯ ಉದಯವಾಯಿತು.

ಶೇಕಡಾ ೯೯ರ ಕ್ಲಬ್‌ಗೆ ಸ್ವಾಗತ

ಲಾಂಗ್ ಲಾಂಗ್‌ನ ಕಥೆ ನಿಜಕ್ಕೂ ಅದ್ಭುತ. ಆದರೆ, 'ಕೇವಲ ಎರಡು ವರ್ಷದಾಗಿದ್ದಾಗಲೇ ಲಾಂಗ್ ಲಾಂಗ್ ತನ್ನ ಜೀವನವನ್ನು ಯಾವುದಕ್ಕೆ ಅರ್ಪಿಸಬೇಕು ಎಂಬುದನ್ನು ತಿಳಿದಿದ್ದ, ಅದು ಅಸಾಮಾನ್ಯವಲ್ಲವೇ?' ಎಂದು ನೀವು ಯೋಚಿಸುತ್ತಿರಬಹುದು.

ನೀವು ನಿಮ್ಮ ಜೀವನದಲ್ಲಿ ಏನು ಮಾಡಬೇಕೆಂದು ಇನ್ನೂ ತಿಳಿದುಕೊಂಡಿಲ್ಲದಿದ್ದರೆ, ಚಿಂತೆ ಬೇಡ. ನೀವು, ತಮ್ಮ ಇಕಿಗಾಯ್ ಏನು ಎಂದು ಗೊತ್ತಿರದ ಶೇಕಡಾ 99 ಯುವಜನರ ಬಳಗದ ಒಂದು ಭಾಗ. ಇಕಿಗಾಯ್ ಶೋಧಕರ ಕ್ಲಬ್‌ಗೆ ಸ್ವಾಗತ!

ಜೀವನದ ಮಾರ್ಗಗಳಿಗೆ ಪೂರ್ವನಿರ್ಧಾರಿತ ನಕ್ಷೆ ಇಲ್ಲದಿದ್ದರೂ, ಸ್ಪಷ್ಟ ಗುರುತುಗಳಿರುವ ದಾರಿ ವಿಭಜಕಗಳು ಇಲ್ಲದಿದ್ದರೂ ಒಮ್ಮೆ ನಿಮ್ಮ ಜೀವನದ ಗುರಿಯನ್ನು ಕಂಡುಕೊಂಡರೆ ಮತ್ತೆ ಎಂದಿಗೂ ನೀವು 'ಜೀವನದಲ್ಲಿ ಕಳೆದುಹೋಗಿದ್ದೇನೆ' ಎನ್ನುವ ಭಾವನೆಯನ್ನು ಅನುಭವಿಸುವುದಿಲ್ಲ. ನಿಮ್ಮ ಇಕಿಗಾಯ್, ನಿಮಗೆ ದಿಕ್ಸೂಚಿಯಾಗುತ್ತದೆ.

"ಹೌದು... ಆದರೆ ನಾನು ಇನ್ನೂ ನನ್ನ ಭವಿಷ್ಯದಲ್ಲಿ ಏನನ್ನು ಮಾಡಬೇಕು ಎಂದು ತಿಳಿದುಕೊಂಡಿಲ್ಲವಾದರೆ?" ಎಂದು ನಿಮ್ಮೊಳಗೇ ನೀವು ಯೋಚಿಸುತ್ತಿರಬಹುದು.

ಅದಕ್ಕಾಗಿಯೇ ನಾವು ಈ ಪುಸ್ತಕವನ್ನು ಬರೆದಿದ್ದೇವೆ. ನಮ್ಮೊಂದಿಗೆ ಇರಿ, ನಿಮಗೆ ಉತ್ತರ ದೊರೆಯುತ್ತದೆ.

2.

ನಿಮ್ಮ ಇಕಿಗಾಯ್ ಅನ್ನು ಕಂಡುಕೊಳ್ಳುವುದು ಸ್ವತಃ ಒಂದು ಇಕಿಗಾಯ್

"ನಿಮ್ಮ ಭಾವನೆಗಳನ್ನು ಒಪ್ಪಿಕೊಳ್ಳಿ.
ನಿಮ್ಮ ಗುರಿಯನ್ನು ಅರಿತುಕೊಳ್ಳಿ.
ಮತ್ತು ಮಾಡಬೇಕಾದುದನ್ನು ಮಾಡಿ."

– ಶೋಮಾ ಮೊರಿತಾ, ಮನಃಶಾಸ್ತ್ರಜ್ಞ,
ಮೊರಿತಾ ಸೈಕೋಥೆರಪಿ ಸ್ಥಾಪಕರು

ಅನೇಕ ದಾರಿಗಳು ಸೇರಿರುವ ಮತ್ತು ಯಾವುದಾದರೊಂದು ದಾರಿಯನ್ನು ನೀವು ಆಯ್ಕೆ ಮಾಡಿಕೊಳ್ಳಲೇ ಬೇಕಾದ ಜಾಗಗಳಿಗೆ ನಿಮ್ಮ ಜೀವನದುದ್ದಕ್ಕೂ ನೀವು ತಲುಪುತ್ತಿರುತ್ತೀರಿ.

ಕೆಲವು ಬಾರಿ, ಆಯ್ಕೆಗಳಿಂದ ನೀವು ಗೊಂದಲಗಳಿಗೆ ಒಳಗಾಗಬಹುದು. ನೀವು ಹೋಗುತ್ತಿರುವ ದಾರಿಯೂ ಸೇರಿದಂತೆ ಉಳಿದ ದಾರಿಗಳಿಗೂ ಯಾವುದೇ ಸೂಚನಾಫಲಕ ಅಥವಾ ಸೂಚನೆ ಇಲ್ಲದಿರಬಹುದು.

ನೀವು ಮಂಜಿನಲ್ಲಿ ನಡೆಯುತ್ತಿರುವಂತೆ ನಿಮಗೆ ಭಾಸವಾಗಬಹುದು.

ನೀವು ಎಲ್ಲಿಗೆ ಹೋಗುತ್ತಿದ್ದೀರಿ ಎಂಬುದೇ ಗೊತ್ತಾಗುವುದಿಲ್ಲ, ಏಕೆಂದರೆ ನೀವು ಎಲ್ಲಿದ್ದೀರಿ ಎಂಬುದರ ಬಗ್ಗೆಯೇ ನಿಮಗೆ ಸ್ಪಷ್ಟತೆ ಇರುವುದಿಲ್ಲ.

ಕೆಲವೊಂದು ಸಾರಿ ನಿಮಗೆ ಹೀಗೆ ಅನ್ನಿಸಿದ್ದರೆ ಚಿಂತಿಸಬೇಡಿ. ಆಯ್ಕೆ ಮಾಡುವುದು ಜೀವನದ ಒಂದು ಭಾಗ. ಕೆಲವೊಮ್ಮೆ ಆಯ್ಕೆ ಮಾಡುವುದು ಕಷ್ಟವಾಗಬಹುದು ಅಥವಾ ನೀವು ನಿರ್ಧಾರ ತೆಗೆದುಕೊಳ್ಳಲು ಸಿದ್ಧವಿಲ್ಲದೇ ಇರಬಹುದು. ಒಂದು ದಾರಿಯನ್ನು ಆಯ್ಕೆ ಮಾಡಿಕೊಳ್ಳುವ ಮುಂಚೆ ನಿಮ್ಮ ಮುಂದಿರುವ ಎಲ್ಲಾ ದಾರಿಗಳು ಅಥವಾ ಅವುಗಳಲ್ಲಿ ಕೆಲವೊಂದು ದಾರಿಗಳ ಬಗ್ಗೆ ಕೂಲಂಕಷವಾಗಿ ಯೋಚಿಸಿ ಅನ್ವೇಷಿಸಲು ಇಚ್ಛಿಸಬಹುದು.

ತಮ್ಮ ಜೀವನದಲ್ಲಿ ಏನು ಮಾಡಬೇಕು ಎಂಬುದನ್ನು ಕಂಡುಕೊಳ್ಳುವಷ್ಟರಲ್ಲಿ ಈ ಪುಸ್ತಕದ ಲೇಖಕರು ಸ್ವತಃ ಅನೇಕ ಕಠಿಣ ಪರಿಸ್ಥಿತಿಗಳನ್ನು ಎದುರಿಸಿದ್ದರು, ಹಲವಾರು ಕವಲುದಾರಿಗಳನ್ನು ದಾಟಿದ್ದರು ಮತ್ತು ಪುಸ್ತಕವನ್ನು ಬರೆಯುವ ಮುಂಚೆ ಹಲವಾರು ಬಾರಿ ತಮ್ಮ ಯೋಜನೆಗಳನ್ನು ಬದಲಾಯಿಸಿದ್ದರು.

ಅವರ ಕಥೆಗಳು ಇಲ್ಲಿವೆ.

ಗೊಂದಲದಲ್ಲಿ ಹೆಕ್ಟರ್ ಮತ್ತು ಫ್ರಾನ್ಸಿಸ್ಕ್

1980ರ ದಶಕದಲ್ಲಿ ಬಾಲಕನಾಗಿದ್ದ ಹೆಕ್ಟರ್ ಕಾಲ್ಪನಿಕ ವೈಜ್ಞಾನಿಕ ಕಾದಂಬರಿಗಳನ್ನು ಓದಲು ಇಷ್ಟಪಡುತ್ತಿದ್ದನು ಮತ್ತು ಮನುಕುಲಕ್ಕಾಗಿ ಉತ್ತಮ ಭವಿಷ್ಯವನ್ನು ನಿರ್ಮಿಸುವ ಕನಸು ಕಾಣುತ್ತಿದ್ದನು. ತನ್ನ ಕಲ್ಪನೆಯಿಂದ ಅನೇಕ ಚಿತ್ರಗಳನ್ನು ತನ್ನ ನೋಟ್ ಪುಸ್ತಕಗಳಲ್ಲಿ ಬಿಡಿಸುತ್ತಿದ್ದನು. ಶಕ್ತಿಯುತವಾದ ಗಣಕಯಂತ್ರವನ್ನು ತನ್ನೊಳಗೆ ಹುದುಗಿಸಿಕೊಂಡಿರುವ ಒಂದು 'ಸ್ಮಾರ್ಟ್ ವಾಚ್'ನ ಚಿತ್ರವನ್ನು ಬಹಳಷ್ಟು ಬಾರಿ ಬಿಡಿಸಿದ್ದನು. ಆ ಸಮಯದಲ್ಲಿ, ಅದು ಕೇವಲ ಅವನ ಕಲ್ಪನೆಯಾಗಿತ್ತು.

ತನ್ನ ಹದಿಮೂರನೆಯ ಹುಟ್ಟುಹಬ್ಬದಂದು, ಹೆಕ್ಟರ್ ತನ್ನ ಮೊದಲ ವೀಡಿಯೋ ಗೇಮ್ ಕನ್ಸೋಲ್‌ನ್ನು ಉಡುಗೊರೆಯಾಗಿ ಪಡೆದನು. ಅದರಲ್ಲಿ 'ಸುಪರ್ ಮಾರಿಯೋ ವರ್ಲ್ಡ್' ಆಟ ಆಡುವುದು ಅವನಿಗೆ ಎಷ್ಟು ಇಷ್ಟವಾಯಿತೆಂದರೆ, ಅವನು ಮುಂದಿನ ದಿನಗಳಲ್ಲಿ ತಾನೊಬ್ಬ ವೀಡಿಯೋ ಗೇಮ್ ಪ್ರೋಗ್ರಾಮರ್ ಆಗಬೇಕು ಎಂಬ ನಿರ್ಧಾರಕ್ಕೆ ಬಂದನು. ಅವನು ಆ ಕನಸನ್ನು ಅನೇಕ ವರ್ಷಗಳ ಕಾಲ ಬೆನ್ನುಹತ್ತಿದನು. ಪುಸ್ತಕಗಳ ಸಹಾಯದಿಂದ ಸ್ವತಃ ಕಂಪ್ಯೂಟರ್ ಪ್ರೋಗ್ರಾಮಿಂಗ್ ಕಲಿತು, ಹಲವಾರು ವೀಡಿಯೋ ಗೇಮ್ ಮಾದರಿ(ಪ್ರೊಟೋಟೈಪ್)ಗಳನ್ನು ಸೃಷ್ಟಿಸಿದನು. ತನ್ನ ಹದಿನೆಂಟನೇ ವಯಸ್ಸಿನಲ್ಲಿ ಮಾಹಿತಿ ತಂತ್ರಜ್ಞಾನ (ಐ.ಟಿ.) ಅಧ್ಯಯನ ಮಾಡಲು ಕಾಲೇಜಿಗೆ ಹೋದನು.

ಆದರೆ, ಅವನು ಪದವಿ ಪಡೆಯುವಷ್ಟರಲ್ಲಿ ಬೇರೊಂದು ಮಾರ್ಗವನ್ನು ಆಯ್ಕೆಮಾಡಿ ಸ್ವಿಟ್ಜರ್ಲ್ಯಾಂಡ್‌ನ ಯುರೋಪಿಯನ್ ಪರಮಾಣು ಸಂಶೋಧನಾ ಸಂಸ್ಥೆ (CERN - European Organization for Nuclear Research) ಯಲ್ಲಿ ಸಂಶೋಧನಾ ಶಿಷ್ಯವೃತ್ತಿಯನ್ನು (Research Scholarship) ಸ್ವೀಕರಿಸಿದನು. ತದನಂತರ ಅವನು ಜಪಾನ್‌ನ ಲ್ಯಾಬೊರೇಟರಿಯೊಂದರಲ್ಲಿ ತನ್ನ ಸಂಶೋಧನೆಯನ್ನು ಮುಂದುವರಿಸಿದನು.

ಕೆಲವು ವರ್ಷಗಳು ಲ್ಯಾಬೊರೇಟರಿಯಲ್ಲಿ ಕೆಲಸ ಮಾಡಿದರೂ ಕೂಡ, 'ಇದು ತನ್ನ ಇಡೀ ಜೀವನವನ್ನು ಮುಡಿಪಾಗಿಟ್ಟು ಮಾಡಬೇಕಾದ ಕೆಲಸವಲ್ಲ' ಎಂದು ಹೆಕ್ಟರ್‌ಗೆ ಮನವರಿಕೆಯಾಯಿತು.

ಇಪ್ಪತ್ತೈದು ವರ್ಷ ವಯಸ್ಸಿಗೆ, ಹೆಕ್ಟರ್ ತನ್ನ ಮೊದಲ ಇಕಿಗಾಯ್ (ಜೀವನದ ಉದ್ದೇಶ) ಆದ ವೀಡಿಯೋ ಗೇಮ್ ಉದ್ಯಮ ಕ್ಷೇತ್ರಕ್ಕೆ ಮರಳಿದನು.

ಅವನು ಹಲವಾರು ವಾರಾಂತ್ಯಗಳನ್ನು ತನ್ನ ಕೋಣೆಯೊಳಗೇ ಕಳೆದು ನಿಂಟೆಂಡೋ ವೀಡಿಯೋ ಕಂಪನಿಯು ಸೃಷ್ಟಿಸಿದ್ದ ಪಾತ್ರಧಾರಿಗಳನ್ನು ಬಳಸಿಕೊಂಡು ನಾಲ್ಕು ಜನರು ಆಡಬಹುದಾದ ಒಂದು ಆಟವನ್ನು ನಿರ್ಮಿಸಿದನು. ನಂತರ, ಟೋಕಿಯೋದಲ್ಲಿರುವ ನಿಂಟೆಂಡೋ ಕಚೇರಿಗೆ ಕೆಲಸದ ಸಂದರ್ಶನಕ್ಕಾಗಿ ಹೋಗಿ, ತನ್ನ ಆಟದ ಪ್ರೊಟೋಟೈಪ್ ಅನ್ನು ಅವರಿಗೆ ತೋರಿಸಿದನು.

ನಿಂಟೆಂಡೋ ಕಂಪನಿಯವರಿಗೆ ಅದು ತುಂಬಾ ಇಷ್ಟವಾಗಿ, ಹೆಕ್ಟರ್‌ನನ್ನು ಎರಡನೇ ಸುತ್ತಿನ ಸಂದರ್ಶನಕ್ಕೆ ಕರೆದರು. ಕೊನೆಯ ಸುತ್ತಿನ ಸಂದರ್ಶನದವರೆಗೂ ಎಲ್ಲವೂ ಸುಗಮವಾಗಿ ಸಾಗುತ್ತಿದೆ ಎಂದೇ ಭಾಸವಾಗುತ್ತಿತ್ತು. ಕೆಲವು ದಿನಗಳ ಬಳಿಕ, ಅವನಿಗೆ ಅಲ್ಲಿಂದ ಒಂದು ನಿರಾಕರಣಾ ಪತ್ರ ಬಂದಿತು.

ಅನಂತರದ ವರ್ಷಗಳಲ್ಲಿ, ಅವನು ಒಬ್ಬ ಪ್ರೋಗ್ರಾಮರ್ ಆಗಿ, ಸಾಫ್ಟ್‌ವೇರ್ ಎಂಜಿನಿಯರ್ ಆಗಿ, ಟೀಮ್ ಲೀಡರ್ ಆಗಿ, ತಂತ್ರಜ್ಞಾನ ಮುಖ್ಯಸ್ಥನಾಗಿ ಕೂಡಾ ಹಲವಾರು ಸ್ಟಾರ್ಟ್‌ಅಪ್‌ಗಳಲ್ಲಿ ಕೆಲಸ ಮಾಡಿದನು. ಆದರೆ, ಅವುಗಳಲ್ಲಿ ಒಂದೇ ಒಂದನ್ನು ಬಿಟ್ಟು ಉಳಿದ ಕಂಪನಿಗಳೆಲ್ಲವೂ ಮುಚ್ಚಿಹೋದವು.

ಹೆಕ್ಟರ್, ಜಪಾನಿನ ಮೊದಲ ಟ್ವಿಟರ್ ಪ್ರೋಗ್ರಾಮರ್ ಆಗಿದ್ದನು. 2007 ರಲ್ಲಿ, ಈ ಸಾಮಾಜಿಕ ಜಾಲತಾಣವು ಇನ್ನೂ ಅಜ್ಞಾತವಾದ ಒಂದು ಸ್ಟಾರ್ಟ್-ಅಪ್ ಆಗಿದ್ದಾಗಲೇ ಅವನು ಟ್ವಿಟರ್‌ನ ಮೊದಲ ಅಂತಾರ್ರಾಷ್ಟ್ರೀಯ ಆವೃತ್ತಿಯನ್ನು ಸೃಷ್ಟಿಸಿದನು.

ಇದೇ ಸಮಯದಲ್ಲಿ, ಹೆಕ್ಟರ್ ಪ್ರತಿದಿನವೂ ಜಪಾನೀ ಸಂಸ್ಕೃತಿಯಿಂದ ತಾನೇನು ಕಲಿತಿದ್ದೇನೆ ಎನ್ನುವುದನ್ನು ಬರೆಯಲು ನಿರ್ಧರಿಸಿದನು. ಇಪ್ಪತ್ತೇಳನೆಯ ವಯಸ್ಸಿನಲ್ಲಿ 'ಏ ಗೀಕ್ ಇನ್ ಜಪಾನ್' ಎನ್ನುವ ತನ್ನ ಮೊದಲ ಪುಸ್ತಕವನ್ನು ಪ್ರಕಟಿಸಿದನು. ಬರವಣಿಗೆ ಅವನ ಹೊಸ ಇಕಿಗಾಯ್ ಆಗಿರಬಹುದೆ? ಆ ಪುಸ್ತಕವೇನೋ ಉತ್ತಮವಾಗಿ ಮಾರಾಟವಾಯಿತು, ಆದರೆ ಅವನಿಗೆ ತನ್ನ ಬರವಣಿಗೆ ಕೌಶಲ್ಯದ ಬಗ್ಗೆ ಇನ್ನೂ ಪೂರ್ಣ ವಿಶ್ವಾಸವಿರಲಿಲ್ಲ.

ಒಂದು ಖಾಯಿಲೆಗೆ ಅವನು ತುತ್ತಾಗುವ ತನಕ ಬರೆಯುವುದನ್ನು ಮುಂದುವರೆಸಿದನು, ಆ ಖಾಯಿಲೆ ಅವನನ್ನು ಬಹಳ ನಿತ್ರಾಣಗೊಳಿಸಿತು. ಅನೇಕ ವರ್ಷಗಳ ಕಾಲ ಅವನಿಗೆ ತನ್ನ ಜೀವನೋಪಾಯಕ್ಕಾಗಿ ಕೆಲಸಕ್ಕೆ ಹೋಗುವುದನ್ನು ಬಿಟ್ಟು ಹೆಚ್ಚೇನೂ ಮಾಡಲು ಶಕ್ತಿ ಇರಲಿಲ್ಲ.

ಅವನು ಬರವಣಿಗೆಯನ್ನು ನಿಲ್ಲಿಸಿದನು.

ಆ ನಂತರ, ಒಂದು ದಿನ, 'ಶೆರ್ಪಾ'* ಎಂಬ ನಿಗೂಢ ಉಪನಾಮದ

---

* ಶೆರ್ಪಾ ಎಂದರೆ ಪರ್ವತಾರೋಹಿಗಳಿಗೆ ಮಾರ್ಗದರ್ಶನ ಹಾಗು ಸಹಾಯ ಮಾಡುವವರು, ಅವರು ಸ್ವತಃ ಪರಿಣಿತ ಪರ್ವತಾರೋಹಿಗಳು, ಟಿಬೆಟಿನವರು ಹಾಗು ನೇಪಾಳದ ಹಿಮಾಲಯ ಪ್ರದೇಶದಲ್ಲಿರುವವರು.

ಯಾತ್ರಿಕನು ಟೋಕಿಯೋದಲ್ಲಿ ಕಾಣಿಸಿಕೊಂಡು ಹೆಕ್ಟರ್ ಜೊತೆಗೆ ಒಂದು ರಾತ್ರಿ ಊಟ ಮಾಡಲು ವ್ಯವಸ್ಥೆ ಮಾಡಿದ. ಶೆರ್ಪಾ ಮತ್ತು ಹೆಕ್ಟರ್ ಇಬ್ಬರೂ ಒಟ್ಟಿಗೆ ಅತ್ಯುತ್ತಮವಾಗಿ ಸಮಯವನ್ನು ಕಳೆದರು ಮತ್ತು ಉತ್ತಮ ಸ್ನೇಹಿತರಾದರು. ಪ್ರತಿಬಾರಿಯೂ ಶೆರ್ಪಾ ಟೋಕಿಯೋಗೆ ಬಂದಾಗ ಅವರಿಬ್ಬರೂ ಭೇಟಿಯಾಗಿ, ಒಟ್ಟಾಗಿ ವಾಯುವಿಹಾರಕ್ಕೆ ಹೋಗಿ ಜಪಾನೀ ಖಾದ್ಯಗಳನ್ನು ತಿನ್ನುತ್ತಿದ್ದರು.

ಶೆರ್ಪಾ ಬೇರಾರೂ ಅಲ್ಲ; ಬರಹಗಾರ ಫ್ರಾನ್ಸಿಸ್ಕ್ ಮಿರಾಯೆಸ್.

ಒಮ್ಮೆ ತುಂಬಾ ಬೆಕ್ಕುಗಳು ಇರುವ ಜಪಾನ್‌ನ ಒಂದು ದ್ವೀಪದಲ್ಲಿ ನಡೆಯುತ್ತಿದ್ದಾಗ ಫ್ರಾನ್ಸಿಸ್ಕ್, "ವಿಚಿತ್ರ ಮಾಹಿತಿಯನ್ನು ಕಲೆಹಾಕಿ ಅದರಿಂದ ಕಲಿತ ಎಲ್ಲವನ್ನೂ ಸಂಗ್ರಹಿಸಿ, ಸಾರಾಂಶವಾಗಿಸಿ ಹೇಳುವುದರಲ್ಲಿ ನೀವು ನಿಸ್ಸೀಮರು" ಎಂದು ಹೆಕ್ಟರ್‌ಗೆ ಹೇಳಿದನು, ಹೆಕ್ಟರ್‌ಗೆ ಅವನ ಜೀವನದಲ್ಲಿ ಈ ಮೊದಲು ಯಾರೂ ಹೀಗೆ ಹೇಳಿರಲಿಲ್ಲ. ಆ ಕ್ಷಣದಿಂದ, ಬರವಣಿಗೆ ತನ್ನ ಇಕಿಗಾಯ್ ಆಗಿರಬಹುದು ಎಂದು ಹೆಕ್ಟರ್ ನಂಬಲು ತೊಡಗಿದನು. ಕೆಲವೊಮ್ಮೆ, ಜನರಿಗೆ ಅವರು ಸರಿಯಾದ ಮಾರ್ಗದಲ್ಲಿ ಇದ್ದಾರೆ ಎಂದು ಅರಿಯಲು ಬೇರೆಯವರ ದೃಢೀಕರಣ ಬೇಕಾಗುತ್ತದೆ.

ಮತ್ತೊಂದು ವಾಯುವಿಹಾರದ ಸಂದರ್ಭದಲ್ಲಿ ಅವರು ಒಟ್ಟಾಗಿ 'ಇಕಿಗಾಯ್' ಎಂಬ ಪುಸ್ತಕವನ್ನು ಬರೆಯಲು ನಿರ್ಧರಿಸಿದರು. ಇದುವರೆಗೂ ಅವರಿಬ್ಬರೂ ಒಟ್ಟಿಗೆ ಐದು ಪುಸ್ತಕಗಳನ್ನು ಬರೆದಿದ್ದಾರೆ, ಅವು ಐವತ್ತಾರು ವಿಭಿನ್ನ ಭಾಷೆಗಳಲ್ಲಿ ಪ್ರಕಾಶಿತಗೊಂಡಿವೆ ಮತ್ತು ಪ್ರಪಂಚದಾದ್ಯಂತ ಸುಮಾರು ಎರಡು ಮಿಲಿಯನ್ ಪ್ರತಿಗಳು ಮಾರಾಟವಾಗಿವೆ.

ಬರವಣಿಗೆಯ ಮಾರ್ಗವು ಎಲ್ಲಿಗೆ ಕರೆದುಕೊಂಡು ಹೋಗುತ್ತದೆ ಎನ್ನುವುದರ ಬಗ್ಗೆ ಅತಿಯಾಗಿ ಚಿಂತಿಸದೇ, ಹೆಚ್ಚು ಹೆಚ್ಚು ಬರೆಯುತ್ತಾ ಹೋಗುವುದು ಹೆಕ್ಟರ್ ಅವರ ಜೀವನದ ಯೋಜನೆಯಾಗಿದೆ. ಬರವಣಿಗೆ ಅವರ ಇಕಿಗಾಯ್‌ನ ಒಂದು ಭಾಗ ಎಂದು ಅವರಿಗೆ ತಿಳಿದಿದೆ.

ಫ್ರಾನ್ಸಿಸ್ಕ್‌ನ ಬಗ್ಗೆ ಹೇಳುವುದಾದರೆ, ಅಂತರಿಕ್ಷ ಯಾನಿಯಾಗಿ ಭವಿಷ್ಯದಲ್ಲಿ ಎಂದಾದರೊಂದು ದಿನ ಚಂದ್ರನಲ್ಲಿಗೆ ಪ್ರಯಾಣ ಮಾಡಬೇಕೆಂದುಕೊಂಡು ಬೆಳೆದವನು. ಅದಕ್ಕಾಗಿ ಎಂಜಿನಿಯರಿಂಗ್, ಗಣಿತ ಮತ್ತು ವಿಜ್ಞಾನ ಅಧ್ಯಯನದ ಅವಶ್ಯಕತೆ ಇದೆ, ಆದರೆ ಅದು ಅವನಿಗೆ ಇಷ್ಟವಿರಲಿಲ್ಲ. ಆದ್ದರಿಂದ ಫ್ರಾನ್ಸಿಸ್ಕ್ ಅದರ ಬದಲಾಗಿ ಮನಃಶಾಸ್ತ್ರದ ವಿಷಯದಲ್ಲಿ ಕಾಲೇಜು ವಿದ್ಯಾಭ್ಯಾಸ ಪ್ರಾರಂಭಿಸಿದನು. ಕೊನೆಯ ಕ್ಷಣದಲ್ಲಿ ಅವನು ತನ್ನ ಶಾಲೆಯ ಪತ್ರಿಕೋದ್ಯಮ ಪಠ್ಯಕ್ರಮಕ್ಕೆ ಪ್ರವೇಶ ಪಡೆದು ಅದು ತನಗೆ ಸರಿಯಾದ ಮಾರ್ಗವಾಗಿದೆಯೆಂದು ನಿರ್ಧರಿಸಿದನು.

ಆದರೆ ಕೇವಲ ಮೂರೇ ತಿಂಗಳುಗಳಲ್ಲಿ ತಾನು ಕಲಿಯುತ್ತಿರುವ ವಿಷಯದಲ್ಲಿ ತನಗೆ ಆಸಕ್ತಿ ಇಲ್ಲ ಎಂದು ಅರಿತುಕೊಂಡು ಕಾಲೇಜನ್ನು ತ್ಯಜಿಸಿದನು. ನಂತರ ಅವನಿಗೆ

ಬಾರ್ಸಿಲೋನಾ ಹತ್ತಿರದ, ಕಲಾವಿದರ ಮಧ್ಯೆ ಜನಪ್ರಿಯವಾಗಿದ್ದ ಕೆಫೆಯಲ್ಲಿ ಕೆಲಸ ಸಿಕ್ಕಿತು. ಅಲ್ಲಿ ಅವನು ಪಿಯಾನೋ ವಾದ್ಯ ನುಡಿಸುವುದನ್ನು ಕಲಿತನು.

ಮಾರನೆಯ ವರ್ಷ, ಫ್ರಾನ್ಸಿಸ್ಕ್, ಇಂಗ್ಲೀಷ್ ಭಾಷೆಯ ಇತಿಹಾಸದ ಅಧ್ಯಯನ 'ಇಂಗ್ಲೀಷ್ ಫಿಲೋಲಜಿ' ಯಲ್ಲಿ ಪದವಿ ತರಗತಿಗೆ ಸೇರಿದನು. ಮೂರು ವರ್ಷಗಳ ನಂತರ, ಅವನಿಗೆ ಇಂಗ್ಲಿಷ್ ಭಾಷೆಯ ಬಗ್ಗೆ ಬೇಸರ ಬಂದು ಜರ್ಮನ್ ಭಾಷೆಗೆ ಬದಲಾಯಿಸಿಕೊಂಡನು.

ಅವನು ತನ್ನ ಅಧ್ಯಯನವನ್ನು ಪ್ರೀತಿಸುತ್ತಿದ್ದರೂ ಸಹ, ಪದವಿ ಪೂರ್ಣಗೊಳಿಸುವ ಮುನ್ನ 1990ರ ದಶಕದಲ್ಲಿ ಒಂದು ವರ್ಷ ಬಿಡುವು ಮಾಡಿಕೊಂಡು ಬಾಲ್ಕನ್ ಯುದ್ಧಗಳು ನಡೆಯುತ್ತಿದ್ದ ಆಗ್ನೇಯ ಯೂರೋಪಿನ ಒಂದು ನಿರಾಶ್ರಿತ ಶಿಬಿರದಲ್ಲಿ ಸ್ವಯಂಸೇವಕನಾಗಿ ಕೆಲಸಮಾಡಲು ನಿರ್ಧರಿಸಿದನು.

ಕಾಲೇಜು ಪ್ರಾರಂಭಿಸಿದ ಹತ್ತು ವರ್ಷಗಳ ನಂತರ ಫ್ರಾನ್ಸಿಸ್ಕ್ ಪದವಿಯನ್ನು ಪಡೆದ ಬಳಿಕ ಅವನ ಜೀವನ ಬದಲಾಗುತ್ತಲೇ ಇತ್ತು. ಅವನು ಭಾಷಾಶಿಕ್ಷಕನಾಗಿ, ಅನುವಾದಕನಾಗಿ, ಸಂಪಾದಕನಾಗಿ ಮತ್ತು ಮನೋವಿಜ್ಞಾನ ಪತ್ರಕರ್ತನಾಗಿ (ಅವನು ಪೂರ್ಣಗೊಳಿಸದೇ ಉಳಿಸಿದ ಎರಡು ಪದವಿಗಳ ಅಪರೂಪದ ಸಂಯೋಜನೆ) ಕೆಲಸ ಮಾಡುತ್ತಿದ್ದನು, ಒಂದು ದಿನ ಅವನು ತನ್ನ ಮೊದಲ ಪುಸ್ತಕವನ್ನು ಬರೆಯಲು ನಿರ್ಧರಿಸುವ ತನಕ.

ತನ್ನ ಜೀವನವು ಎತ್ತ ಸಾಗುತ್ತಿದೆ ಎಂದು ಗೊತ್ತಾಗುತ್ತಿಲ್ಲವಲ್ಲ ಎಂಬ ಭಾವನೆ ಆಗಾಗ ಅವನಿಗೆ ಬರುತ್ತಿತ್ತು. ಒಂದು ದಿನ, ಅವನ ಸ್ನೇಹಿತನೊಬ್ಬ "ಫ್ರಾನ್ಸಿಸ್ಕ್, ಪರಿವರ್ತನೆಯಿಂದಲೇ ನಿನಗೆ ಸ್ಥಿರತೆ ಬರುತ್ತದೆ" ಎಂದು ಹೇಳಿದನು.

ಜೀವನವು ಏಕಮಾರ್ಗ ರಸ್ತೆ ಅಲ್ಲ

ನಿಮ್ಮ ಇಕಿಗಾಯ್‌ನ್ನು ಕಂಡುಕೊಳ್ಳುವ ಮೊದಲು ಅನೇಕ ವಿಷಯಗಳನ್ನು ಪ್ರಯತ್ನಿಸಬೇಕು ಎಂದು ಯೋಚಿಸುವ ವ್ಯಕ್ತಿ ನೀವಾಗಿದ್ದರೆ ಅದರಲ್ಲೇನೂ ತಪ್ಪಿಲ್ಲ ಎಂಬುದನ್ನು ನೀವು ಅರಿತುಕೊಳ್ಳಬೇಕು. ಇದನ್ನು ಲೇಖಕರು ತಮ್ಮ ಜೀವನದ ಬಗ್ಗೆ ಹೇಳುವ ಮುಖಾಂತರ ನಿಮಗೆ ತಿಳಿಸಲು ಬಯಸುತ್ತಾರೆ.

ಲಾಂಗ್ ಲಾಂಗ್ ಮತ್ತು ಪಿಯಾನೋದ ಸಂಬಂಧವಂತೆ ಕೆಲವರು ತಮ್ಮ ಜೀವನದ ಗುರಿಯನ್ನು ಹುಟ್ಟಿನಿಂದಲೇ ಪಡೆದುಕೊಂಡು ಬಂದಿರುತ್ತಾರೆ.

ಆದರೆ ಬಹುತೇಕ ಜನರಿಗೆ ತಮ್ಮ ಸರಿಯಾದ ಮಾರ್ಗವನ್ನು ಕಂಡುಕೊಳ್ಳುವವರೆಗೆ ಅನೇಕ ದಾರಿಗಳನ್ನು ಅನುಸರಿಸಿ, ಕೆಲವು ದಾರಿಗಳಲ್ಲಿ ಕಳೆದು ಹೋಗಬೇಕಾಗಿ ಬರಬಹುದು. ಆದರೆ ಅದು ಕೂಡ ನಿರಂತರವಾಗಿ ಸರಿಯಾದ ದಾರಿಯಲ್ಲದಿರಬಹುದು.

ಜೀವನವು ಏಕಮಾರ್ಗ ರಸ್ತೆ ಅಲ್ಲ. ನೀವು ಒಮ್ಮೆ ನಿಮ್ಮ ಇಕಿಗಾಯ್ ಅನ್ನು ಕಂಡುಕೊಂಡ ಕೆಲ ವರ್ಷಗಳ ನಂತರ, ಸಹಜವಾಗಿ ಅದರಿಂದ ನೀವು ಸಾಕಷ್ಟು ಕಲಿತಿದ್ದೀರಿ ಅಥವಾ ಸಾಕಷ್ಟು ಸಂತೋಷವನ್ನು ಅನುಭವಿಸಿದ್ದೀರಿ ಎಂದು ಅನ್ನಿಸಬಹುದು, ಆಗ, ನೀವು ನಿಮ್ಮ ಹೊಸ ಇಕಿಗಾಯ್‌ನ್ನು ಹುಡುಕಲು ಬಯಸಬಹುದು.

ನಿಮ್ಮ ಜೀವನದಲ್ಲಿ ಹಲವಾರು ಇಕಿಗಾಯ್‌ಗಳು ಇರಬಹುದು, ಅಥವಾ ಕೆಲವೊಮ್ಮೆ ಒಂದೇ ಒಂದು ಕೂಡ ಇಲ್ಲದಿರಬಹುದು. ಒಂದೂ ಗುರಿಯಿಲ್ಲದೇ ನೀವು ಸುಮ್ಮನೆ ಅಲೆದಾಡುತ್ತಿರುವಂತೆ ಅನಿಸಬಹುದು. ಕೆಲವೊಮ್ಮೆ ನಿರ್ದಿಷ್ಟ ಗುರಿಯಿಲ್ಲದೆ ತಿರುಗಾಡುತ್ತಾ ಬಳಲಿದಾಗ ನೀವು ನಿಮ್ಮ ಸೈಕಲ್ ನಿಂದ ಕೆಳಗೆ ಇಳಿದ ಮೇಲೆ, “ನಾನು ಎಲ್ಲಿಗೆ ಹೋಗುತ್ತಿದ್ದೇನೆ ಎಂಬುದರ ಬಗ್ಗೆ ಅರಿವಿಲ್ಲ” ಅಥವಾ “ನಾನು ಎಲ್ಲಿಗೆ ಹೋಗಬೇಕೆಂದು ಕೂಡಾ ನನಗೆ ತಿಳಿದಿಲ್ಲ” ಎಂದು ನಿಮಗೆ ಅನ್ನಿಸಬಹುದು. ಆಗ ನೀವು ಏನು ಮಾಡಬೇಕು?

ಆ ಪ್ರಶ್ನೆಗೆ ಉತ್ತರಿಸಲು ತನ್ನ ಸಂಪೂರ್ಣ ಜೀವನವನ್ನು ಒಂದು ಆಕರ್ಷಕ ವಿಷಯಕ್ಕೆ ಮೀಸಲಾಗಿಟ್ಟಿದ್ದ ಇಪ್ಪತ್ತನೇ ಶತಮಾನದ ಒಬ್ಬ ಆಸ್ಟ್ರಿಯನ್ ವೈದ್ಯನ ಕುರಿತು ಮುಂದೆ ಓದಿ.

ಡಾಕ್ಟರ್ ಫ್ರಾಂಕಲ್ ಹತ್ತಿರ ಉತ್ತರವಿದೆ

1940ರ ದಶಕದಲ್ಲಿ, ವಿಶ್ವದ ಎರಡನೇ ಮಹಾಯುದ್ಧದ ಸಮಯದಲ್ಲಿ ನರವಿಜ್ಞಾನಿ ಮತ್ತು ಮನೋವೈದ್ಯರಾದ ವಿಕ್ಟರ್ ಫ್ರಾಂಕಲ್ ಹಲವಾರು ನಾಜಿ ಶಿಬಿರಗಳಲ್ಲಿ ಬಂಧನದಲ್ಲಿ ಇದ್ದು ಕೂಡಾ ಬದುಕಿದವನು. “ನನಗೆ ಜೀವಿಸಲು ಒಂದು ‘ಕಾರಣ’ವಿತ್ತು ಎಂದು ನಾನು ನಂಬಿದ್ದೆ, ಅದರಿಂದ ನಾನು ಬದುಕಿದ್ದೇನೆ” ಎಂದು ಅವನು ಹೇಳಿದ್ದ. ನಾಜಿ ಶಿಬಿರಗಳ ಕಗ್ಗೊಲೆಯ ನಂತರ, ಅವನು ‘ಮ್ಯಾನ್ಸ್ ಸರ್ಚ್ ಫಾರ್ ಮೀನಿಂಗ್’ ಎಂಬ ಪುಸ್ತಕವನ್ನು ಬರೆದನು. ಅದರಲ್ಲಿ ಅವನು ಯುದ್ಧದ ಸಮಯದಲ್ಲಿ ಅನುಭವಿಸಿದ ಭಯಾನಕ ಘಟನೆಗಳನ್ನು ಹಂಚಿಕೊಂಡು, ಲೋಗೋಥೆರಪಿ (ಜೀವನಕ್ಕೆ ಒಂದು ಅರ್ಥವನ್ನು ನೀಡಿ ಗುಣಪಡಿಸುವ ಪದ್ಧತಿ) ಎಂಬ ತತ್ವವನ್ನು ಪರಿಚಯಿಸಿದನು.

ತಮ್ಮ ಜೀವನದಲ್ಲಿ ಅರ್ಥವನ್ನು ಹುಡುಕುವುದೇ ಜನರಿಗೆ ಬದುಕಲು ಬೇಕಾದ ಬಹುಮುಖ್ಯ ಪ್ರೇರಣೆ ಎನ್ನುವ ತತ್ವದ ಮೇಲೆ ಆಧಾರಿತವಾದ ಪರಿಕಲ್ಪನೆಯೇ ಲೋಗೋಥೆರಪಿ.

ಎರಡನೇ ವಿಶ್ವ ಮಹಾಯುದ್ಧ ಮುಗಿದ ನಂತರ, ಅನೇಕ ಜನರು ಫ್ರಾಂಕಲ್ ಅವರ ಸಹಾಯವನ್ನು ತೆಗೆದುಕೊಂಡರು. ಅವರೆಲ್ಲರೂ ತಮ್ಮ ಮಗ, ಸಹೋದರ, ಅಥವಾ ತಮ್ಮ ತಂದೆ–ತಾಯಿಗಳನ್ನು ಕಳೆದುಕೊಂಡಿದ್ದವರು. ಕೆಲವರು ತಮ್ಮ ಇಡೀ ಕುಟುಂಬವನ್ನೇ ಕಳೆದುಕೊಂಡಿದ್ದರು. ನೋವಿನಲ್ಲಿ ಮುಳುಗಿದ್ದ ಜನರಿಗೆ ಅವರ

ಜೀವನಕ್ಕೊಂದು ಅರ್ಥ ನೀಡುವ ಏನಾದರೂ ಹೊಸದೊಂದು ವಿಷಯವನ್ನು ಹುಡುಕಿ, ಅವರ ಜೀವನಕ್ಕೆ ಹೊಸ ಉತ್ಸಾಹವನ್ನು ತುಂಬುವುದು ಫ್ರಾಂಕಲ್‌ನ ಧ್ಯೇಯವಾಗಿತ್ತು.

ತಮ್ಮ ಜೀವನವು ಎಷ್ಟು ಭಯಾನಕವಾಗಿದೆ ಎಂದು ಸಂತ್ರಸ್ತರು ಫ್ರಾಂಕಲ್‌ಗೆ ವಿವರಿಸಿದಾಗ, "ನೀವು ಜೀವನವನ್ನು ಮುಂದುವರೆಸಲು ಏಕೆ ಇಚ್ಛಿಸುತ್ತಿದ್ದೀರಿ?" ಎಂಬ ಸವಾಲಿನಂತಹ ಪ್ರಶ್ನೆಯನ್ನು ಅವರಿಗೆ ಕೇಳಿದನು.

ಈ ಪ್ರಶ್ನೆಗೆ ಅವರೆಲ್ಲ ಚಕಿತರಾದರು. ನಂತರ, ಅವರೆಲ್ಲರೂ ಈ ಕೆಳಗಿನ ಯಾವುದೋ ಒಂದು ರೀತಿಯ ಉತ್ತರ ನೀಡಿದರು:

"ನನ್ನ ಮಗಳು ಕಾಲೇಜು ಪದವಿ ಪೂರ್ಣಗೊಳಿಸುವುದನ್ನು ನಾನು ನೋಡಬೇಕಾಗಿದೆ."

"ನಾನು ಪಿಯಾನೋ ವಾದ್ಯವನ್ನು ಕಲಿಯುವ ಆಶಾಭಾವನೆಯನ್ನು ಹೊಂದಿದ್ದೇನೆ – ಅದು ನಾನು ಬಾಲ್ಯದಿಂದಲೂ ಕಂಡ ಕನಸು."

"ನಾನು ಪ್ರೀತಿಯಲ್ಲಿ ಮತ್ತೆ ಬೀಳುತ್ತೇನೆ ಎಂಬ ಭರವಸೆಯನ್ನು ನಾನಿನ್ನೂ ಕಳೆದುಕೊಂಡಿಲ್ಲ"

ಆದರೆ ಕೆಲವು ಸಂತ್ರಸ್ತರು ಎಷ್ಟೊಂದು ಕಳೆದು ಹೋಗಿದ್ದರು ಎಂದರೆ ಅವರು ಯಾವುದನ್ನೂ ಹೇಳಲು ಶಕ್ತರಾಗಿರಲಿಲ್ಲ. "ನನಗೆ ಏನು ಇಷ್ಟ ಎಂಬುದು ಗೊತ್ತಾಗುತ್ತಿಲ್ಲ. ಜೀವನದಲ್ಲಿ ನನಗೆ ಒಂದು ಗುರಿಯಿದೆ ಎಂತಲೇ ನನಗನಿಸುತ್ತಿಲ್ಲ" ಎಂದು ಅವರು ಫ್ರಾಂಕಲ್‌ಗೆ ಹೇಳಿದರು.

ಅದಕ್ಕೆ ಫ್ರಾಂಕಲ್ "ನಿಮ್ಮ ಜೀವನದಲ್ಲಿ ಯಾವುದೇ ಗುರಿಯಿಲ್ಲದಿದ್ದರೆ ನಾನು ನಿಮಗೆ ಒಂದು ಗುರಿಯನ್ನು ಕೊಡುತ್ತೇನೆ. ಅದೇನೆಂದರೆ– ಆ ಗುರಿಯನ್ನು ಅಥವಾ ಧ್ಯೇಯವನ್ನು ಹುಡುಕುವುದು. ಈ ಕ್ಷಣದಿಂದ ನಿಮ್ಮ ಧ್ಯೇಯವೇನೆಂದರೆ ನಿಮ್ಮ ಜೀವನದ ಗುರಿಯನ್ನು ಅಥವಾ ಉದ್ದೇಶವನ್ನು ಕಂಡುಕೊಳ್ಳುವುದು." ಎಂದು ಉತ್ತರಿಸಿದನು.

ಬಹುಶಃ ನಿಮಗೂ ಸಹ ನಿಮ್ಮ ಜೀವನದ ಉದ್ದೇಶವನ್ನು ಹುಡುಕುವುದು ಕಠಿಣ ಎಂಬ ಭಾವನೆಯಿರಬಹುದು. ಎಲ್ಲಿಂದ ಪ್ರಾರಂಭಿಸಬೇಕು ಎಂದು ನಿಮಗೆ ತಿಳಿದಿಲ್ಲವಾದರೆ ಮುಂದೆ ಓದುತ್ತಾ ಇರಿ.

೩.

ನಿಮಗೆ ಯಾವುದು ಇಷ್ಟವಾಗುವುದಿಲ್ಲವೋ ಅದರ ಮೂಲಕವೇ ನೀವು ಬಯಸುವುದನ್ನು ಪಡೆಯುತ್ತೀರಿ

"ಒಂದು ವಿಧಾನವನ್ನು ಆರಿಸಿಕೊಂಡು ಪ್ರಯತ್ನಿಸುವುದು ಸಾಮಾನ್ಯ ಜ್ಞಾನ. ಅದು ವಿಫಲವಾದರೆ, ಅದನ್ನು ಸ್ಪಷ್ಟವಾಗಿ ಒಪ್ಪಿಕೊಂಡು ಮತ್ತೊಂದು ವಿಧಾನವನ್ನು ಪ್ರಯತ್ನಿಸಿ. ಆದರೆ ಎಲ್ಲಕ್ಕಿಂತ ಮುಖ್ಯ ಏನನ್ನಾದರೂ ಪ್ರಯತ್ನಿಸುವುದು".

– ಫ್ರಾಂಕ್ಲಿನ್ ಡಿ. ರೂಸವೆಲ್ಟ್,
ಅಮೇರಿಕಾ ಸಂಯುಕ್ತ ಸಂಸ್ಥಾನದ ಅಧ್ಯಕ್ಷ (1933–1945)

ಮಹಾನ್ ಪ್ರತಿಭೆಗಳನ್ನೂ ಸೇರಿದಂತೆ ಪ್ರತಿಯೊಬ್ಬರೂ ಕೆಲವು ಸಂದರ್ಭಗಳಲ್ಲಿ ಮಾನಸಿಕ ತಡೆಗಳನ್ನು ಅನುಭವಿಸುತ್ತಾರೆ, ಏಕೆಂದರೆ ಅವರಿಗೆ ಯಾವ ದಾರಿಯನ್ನು ಆಯ್ದುಕೊಳ್ಳಬೇಕು ಎಂಬುದು ತಿಳಿಯುವುದಿಲ್ಲ ಅಥವಾ ಅವರು ಆರಿಸಿಕೊಂಡ ದಾರಿಗಳು ಅವರನ್ನು ಎಲ್ಲಿಗೂ ಕರೆದುಕೊಂಡು ಹೋಗುವುದಿಲ್ಲ.

ಸಾಧ್ಯವಾಗುವ ವಿಷಯವನ್ನು ನೀವು ಕಂಡುಕೊಳ್ಳುವವರೆಗೆ ಬೇರೆ ಬೇರೆ ಸಾಧ್ಯತೆಗಳನ್ನು ಪ್ರಯತ್ನಿಸುತ್ತಾ ಮುಂದುವರೆಯುವುದನ್ನು ವಿಜ್ಞಾನದಲ್ಲಿ 'ಪ್ರಯೋಗ ಮತ್ತು ಪ್ರಮಾದ' (trial and error) ಎಂದು ಕರೆಯುತ್ತಾರೆ. ನೀವು ಒಂದರ ಹಿಂದೆ ಮತ್ತೊಂದರಂತೆ ಬೇರೆಬೇರೆ ಸಾಧ್ಯತೆಗಳನ್ನು ಪ್ರಯತ್ನಿಸುತ್ತೀರಿ, ಪ್ರತಿ ಬಾರಿಯೂ ಆ ಸಾಧ್ಯತೆಯು ಯಾವ ಪ್ರತಿಫಲವನ್ನೂ ನೀಡದಿದ್ದರೂ ಅದು ನಿಮ್ಮನ್ನು ಪರಿಹಾರದೆಡೆಗೆ ಒಂದು ಹೆಜ್ಜೆ ಹತ್ತಿರಕ್ಕೆ ಕರೆದೊಯ್ಯುತ್ತದೆ.

'ಪ್ರಯೋಗ ಮತ್ತು ಪ್ರಮಾದ'ದ ಒಂದು ಪ್ರಸಿದ್ಧ ಉದಾಹರಣೆ ಸಂಶೋಧಕ ಥಾಮಸ್ ಎಡಿಸನ್ ಅವರದ್ದು, ಅವರು ಎಲೆಕ್ಟ್ರಿಕ್ ಬಲ್ಬ್ ಅನ್ನು ಆವಿಷ್ಕರಿಸುವಾಗ ಫಿಲಮೆಂಟ್ ಅನ್ನು ಹುಡುಕುವಲ್ಲಿ ಪದೇ ಪದೇ ವಿಫಲರಾಗಿದ್ದರು, ಏಕೆಂದರೆ ಅವರು ಬಳಸಿದ ವಸ್ತುಗಳು ಬೆಳಕನ್ನು ನೀಡುತ್ತಿರಲಿಲ್ಲ ಅಥವಾ ಬೆಳಗಿದ ತಕ್ಷಣ ಶೀಘ್ರದಲ್ಲೇ ಸುಟ್ಟುಹೋಗುತ್ತಿದ್ದವು.

ಲೆಕ್ಕವಿಲ್ಲದಷ್ಟು ಪ್ರಯತ್ನಗಳ ನಂತರ ಜಗತ್ತನ್ನು ಬೆಳಗಿಸಲು ಎಡಿಸನ್ ಕೊನೆಗೂ ಯಶಸ್ವಿಯಾದ ಮೇಲೆ ಜನರು ಅವರನ್ನು, "ಹಲವಾರು ವಿಫಲತೆಗಳ ನಂತರವೂ ಏಕೆ

ನೀವು ನಿರಾಶರಾಗಲಿಲ್ಲ?" ಎಂದು ಕೇಳಿದರು. ಅದಕ್ಕೆ ಪ್ರಖ್ಯಾತ ಆವಿಷ್ಕಾರಕ ಎಡಿಸನ್ "ನಾನು ವಿಫಲನಾಗಿಲ್ಲ, ಬದಲಾಗಿ ಸರಿಯಾಗಿ ಕೆಲಸ ಮಾಡದಂತಹ ೧೦,೦೦೦ ವಿಧಾನಗಳನ್ನು ಕಂಡುಹಿಡಿದಿದ್ದೇನೆ" ಎಂದು ಉತ್ತರಿಸಿದರು.

ಬರಹಗಾರರಿಗಾಗಿ ಒಂದು ತರಬೇತಿ

ಕಲೆಯಲ್ಲಿ ಸಹ ಮಾನಸಿಕ ಅಡೆತಡೆಗಳು ಸಾಮಾನ್ಯ. ಉದಾಹರಣೆಗೆ ಹೇಳಬೇಕೆಂದರೆ, ಲಕ್ಷಾಂತರ ಜನರು ಮುಂದೆ ಓದಬಹುದಾದಂತಹ ತಮ್ಮ ಕಾದಂಬರಿ 'ಸಿದ್ಧಾರ್ಥ' ಇದರ ಮೊದಲ ಭಾಗವನ್ನು ಮುಗಿಸಿದ ನಂತರ ಜರ್ಮನ್ ಲೇಖಕ ಹರ್ಮನ್ ಹೆಸ್ಸೆ ಮಾನಸಿಕ ಅಡೆತಡೆಗೆ ಸಿಲುಕಿದರು, ಆ ಹಂತದಲ್ಲಿ ಅವರು ಕಾದಂಬರಿಯ ಬರವಣಿಗೆಯ ಮಧ್ಯ ಭಾಗದಲ್ಲಿದ್ದರು. ಎರಡನೇ ಭಾಗವನ್ನು ಮೊದಲನೆಯ ಭಾಗದಂತೆಯೇ ಪ್ರಭಾವಶಾಲಿಯಾಗಿ ಮೂಡಿಬರುವಂತೆ ಹೇಗೆ ಮುಂದುವರೆಸಬೇಕು ಎಂಬುದು ಅವರ ಗೊಂದಲವಾಗಿತ್ತು.

ಹೆಸ್ಸೆ ಅವರು ಎರಡನೆಯ ಭಾಗವನ್ನು ಹೇಗೆ ಮುಂದುವರಿಸಬೇಕು ಎಂಬುದರ ಬಗ್ಗೆ ಸಾಕಷ್ಟು ಯೋಚಿಸಿ ಒಂದು ನಿರ್ಧಾರಕ್ಕೆ ಬರುವ ತನಕ ಅವರು ಬರೆದಿದ್ದ ಮೊದಲನೆಯ ಕೈ ಬರಹದ ಪ್ರತಿಯು ಒಂದೆರಡು ವರ್ಷಗಳವರೆಗೆ ಅವರ ಮೇಜಿನ ಡ್ರಾಯರ್‌ನಲ್ಲಿಯೇ ಇತ್ತು. ಆನಂತರ ಅವರು ಪುನಃ ಪುಸ್ತಕವನ್ನು ಬರೆಯುವ ಕೆಲಸ ಪ್ರಾರಂಭಿಸಿ ಅದನ್ನು ಅತ್ಯುತ್ತಮವಾಗಿ ಪೂರ್ಣಗೊಳಿಸಿದರು.

ಈ ಘಟನೆ ನಡೆದು ಒಂದು ಶತಮಾನ ಕಳೆದಿದೆ. ಒಂದು ವೇಳೆ ಹರ್ಮನ್ ಹೆಸ್ಸೆ ಈಗಿನ ಕಾಲಘಟ್ಟದ ಲೇಖನ ಶಿಬಿರದಲ್ಲಿ ಭಾಗವಹಿಸುವ ಯುವಕನಾಗಿದ್ದಿದ್ದರೆ, ಅವನ ಮಾರ್ಗದರ್ಶಕ ಅವನ ಮಾನಸಿಕ ತಡೆಯನ್ನು ತೆಗೆದುಹಾಕಲು 'ಈ ಕಾದಂಬರಿಯಲ್ಲಿ ಏನೇನು ನಡೆಯುವುದಿಲ್ಲ?' ಎಂಬ ಪ್ರಶ್ನೆಗೆ ಉತ್ತರಿಸಲು ಸಲಹೆ ನೀಡುತ್ತಿದ್ದರು.

ಇದಕ್ಕೆ ಪ್ರತಿಯಾಗಿ ಆ ಪ್ರತಿಭಾವಂತ ವಿದ್ಯಾರ್ಥಿ ಕಥೆಯಲ್ಲಿ ನಡೆಯದೇ ಇರುವ ವಿಷಯಗಳನ್ನು ಪಟ್ಟಿ ಮಾಡಲು ಆರಂಭಿಸಿ, ಎಷ್ಟು ಹೆಚ್ಚು ವಿಷಯಗಳನ್ನು ಪಟ್ಟಿ ಮಾಡಲು ಸಾಧ್ಯವಾಗುತ್ತದೋ ಅಷ್ಟನ್ನೂ ಪಟ್ಟಿ ಮಾಡುತ್ತಿದ್ದ.

ಈ ಪ್ರಯೋಗದ ಒಂದು ಉತ್ತಮ ವಿಚಾರವೆಂದರೆ, ನೀವು ಇದನ್ನು ನಿಮ್ಮ ಸ್ವಂತ ಜೀವನಕ್ಕೆ ಅನ್ವಯಿಸಿಕೊಳ್ಳಬಹುದು. ಕಥೆಯನ್ನು ಬರೆಯುತ್ತಾ ಹೋದಂತೆ ದಿನದ ಅಂತ್ಯದಲ್ಲಿ, 'ನಿಮ್ಮ ಜೀವನವು ಕೂಡ ಒಂದು ಕಾದಂಬರಿ, ನೀವೇ ಪಾತ್ರಧಾರಿ' ಎಂದು ಅನಿಸುತ್ತದೆ ಅಲ್ಲವೇ?

ದಾರಿಗಳು ಕಾಣಲು ಸಾಧ್ಯವೇ ಇಲ್ಲದ ಒಂದು ಕಾಡಿನಲ್ಲಿ ನೀವು ಕಳೆದು ಹೋಗಿರುವಂತೆ ಕಲ್ಪಿಸಿಕೊಳ್ಳಿ. ಎಡಿಸನ್‌ನಂತೆ ನೀವು ಸಹ ಅನೇಕ ಪ್ರಯತ್ನಗಳನ್ನು

ಮಾಡಿದ್ದೀರಿ ಮತ್ತು ಈಗ ಮುಂದುವರೆಯುವುದು ಹೇಗೆಂದು ನಿಮಗೆ ತಿಳಿಯುತ್ತಿಲ್ಲ.

ಲೇಖಕನ ಪ್ರಯೋಗದಂತೆ, "ನಾನು ನನ್ನ ಜೀವನದಲ್ಲಿ ಏನು ಮಾಡುವುದಿಲ್ಲ?" ಎಂದು ನಿಮ್ಮನ್ನು ನೀವೇ ಕೇಳಿಕೊಳ್ಳಿ.

ನಂತರ, ನೀವು ನಿಮ್ಮ ಜೀವನದಲ್ಲಿ ಏನು ಆಗುವುದಿಲ್ಲವೋ ಅಂತಹ ಹಲವಾರು ವಿಕಲ್ಪಗಳನ್ನು ಬರೆಯಿರಿ. ನೀವು ಯಾವುದನ್ನು ಇಷ್ಟಪಡುವುದಿಲ್ಲವೋ ಅಂತಹ ವಿಕಲ್ಪಗಳನ್ನು ಕೈಬಿಡುವ ಪ್ರಕ್ರಿಯೆಯ ಮೂಲಕ, ನೀವು ಏನನ್ನು ಇಷ್ಟಪಡುತ್ತೀರೋ ಅದನ್ನು ತಲುಪುತ್ತೀರಿ.

ಉದಾಹರಣೆಗೆ, ಹೆಕ್ಟರ್ ಮತ್ತು ಫ್ರಾನ್ಸಿಸ್ಕ್ ಅವರುಗಳಿಗೆ ಈ ಪ್ರಶ್ನೆಯನ್ನು ಕೇಳಿದರೆ, ಅವರು ತಮ್ಮ ಜೀವನದಲ್ಲಿ ಯಾವುದು ನಡೆಯುವುದು ಸಾಧ್ಯವಿಲ್ಲ ಎಂದು ಕೆಳಗೆ ತಿಳಿಸಿರುವಂತೆ ಹೇಳುತ್ತಾರೆ:

"ನಾವು ವೃತ್ತಿಪರ ಫುಟ್ಬಾಲ್ ಆಟಗಾರರಾಗುವುದಿಲ್ಲ ಏಕೆಂದರೆ ನಾವು ಈಗ ಸ್ಪರ್ಧಾತ್ಮಕವಾಗಿ ಆಟವಾಡುವಷ್ಟು ಯುವಕರಾಗಿ ಉಳಿದಿಲ್ಲ".

"ನಾವು ಎಡ್ವರ್ಡ್ ಹಾಪ್ಪರ್ ಅಥವಾ ಜಾರ್ಜಿಯಾ ಓ'ಕೀಫ್ ಅವರ ರೀತಿ ಚಿತ್ರಕಲಾವಿದರಾಗಲು ಪ್ರಯತ್ನಿಸುವುದಿಲ್ಲ, ಏಕೆಂದರೆ ನಾವು ಎಂದೂ ಚಿತ್ರಕಲೆಯಲ್ಲಿ ಅಷ್ಟು ಉತ್ತಮವಾಗಿರಲಿಲ್ಲ".

"ನಾವು ಬ್ಯಾಂಕಿನಲ್ಲಿ ಕೆಲಸ ಮಾಡುವುದಿಲ್ಲ, ಅಥವಾ ಸ್ಟಾಕ್ ಮಾರ್ಕೆಟ್ ಬ್ರೋಕರ್ ಆಗುವುದಿಲ್ಲ ಮತ್ತು ನಾವು ಕ್ಯಾಸಿನೋಗಳಲ್ಲಿ ಜೂಜಾಡಿ ಜೀವನ ನಿರ್ವಹಿಸಲು ಇಷ್ಟ ಪಡುವುದಿಲ್ಲ ಏಕೆಂದರೆ ಹಣದ ನಿರ್ವಹಣೆ ನಮಗಿಷ್ಟವಿಲ್ಲ."

ಈ ಪಟ್ಟಿಯನ್ನು ನೀವು ಬಯಸಿದಷ್ಟು ದೊಡ್ಡದಾಗಿಸಬಹುದು. ಈ ಪಟ್ಟಿಯಲ್ಲಿ ಎಷ್ಟು ಸಾಧ್ಯವೋ ಅಷ್ಟು 'ಇಲ್ಲ'ಗಳನ್ನು ಇಟ್ಟುಕೊಳ್ಳುವುದು ಉತ್ತಮ. ಏಕೆಂದರೆ ಪ್ರತೀ ಬಾರಿ ನೀವು ಒಂದು ಆಯ್ಕೆಯನ್ನು ತೆಗೆದುಹಾಕಿದಾಗ ನೀವು ಯಾವುದನ್ನು ಇಷ್ಟಪಡುತ್ತೀರೋ ಅದಕ್ಕೆ ಮತ್ತಷ್ಟು ಹತ್ತಿರವಾಗುತ್ತೀರಿ.

ಹಾಗಾದರೆ, ಈಗ ಒಂದು ಕಾಗದ ಮತ್ತು ಪೆನ್ನನ್ನು ತೆಗೆದುಕೊಂಡು ಬರೆಯಲು ಪ್ರಾರಂಭಿಸಿ.

ನಾನು ನನ್ನ ಜೀವನದಲ್ಲಿ ಏನು ಮಾಡುವುದಿಲ್ಲ?

1. ______________..________________.

2. ________________________________.

3. ______________..________________.

4. ____________.. ____________.

5. ____________.. ____________.

6. ____________.. ____________.

7. ____________.. ____________.

8. ____________.. ____________.

9. ____________.. ____________.

10. ____________.. ____________.

ನಿಮ್ಮೊಂದಿಗೆ ನಿಮ್ಮ ಮುಖಾಮುಖಿ

2011 ರಲ್ಲಿ ಬಿಡುಗಡೆಯಾದ 'ಅನದರ್ ಅರ್ತ್' ಎಂಬ ಕುತೂಹಲಕಾರಿ ಚಲನಚಿತ್ರ, ಈ ಕೆಳಗಿನ ಸಂದರ್ಭವನ್ನು ಕಲ್ಪಿಸಿ ಕೊಡುತ್ತದೆ. ಎರಡನೇ ಭೂಮಿಯೊಂದು ನಮ್ಮ ಭೂಗ್ರಹದ ಪಕ್ಕದಲ್ಲೇ ಕಾಣಿಸಿಕೊಳ್ಳುತ್ತದೆ, ಅದು ಚಂದ್ರನಂತೆ ಕಣ್ಣಿಗೆ ಸ್ಪಷ್ಟವಾಗಿ ಕಾಣುತ್ತಿರುತ್ತದೆ. ಒಂದು ತಂಡ ಆ ಗ್ರಹಕ್ಕೆ ಯಾತ್ರೆ ಹೊರಡುತ್ತದೆ, ಆ ಗ್ರಹ ನಮ್ಮದೇ ಭೂಮಿಯ ತದ್ರೂಪು. ಮಾತ್ರವಲ್ಲ, ಅಲ್ಲಿರುವ ಜನರೂ ಕೂಡ ನಮ್ಮ ಪ್ರತಿರೂಪವೇ ಆಗಿರುವುದನ್ನು ಆ ತಂಡದ ಜನರು ಕಂಡುಹಿಡಿಯುತ್ತಾರೆ. ಅರ್ಥಾತ್, ನೀವು ಅಲ್ಲಿಗೆ ಪ್ರಯಾಣ ಮಾಡಬಹುದು ಮತ್ತು ನಿಮ್ಮನ್ನು ನೀವೇ ಮುಖಾಮುಖಿಯಾಗಿ ಭೇಟಿ ಮಾಡಬಹುದು.

ನೀವು ನಿಮ್ಮೊಂದಿಗೆ ಮಾತನಾಡಬಹುದು ಎಂದಿಟ್ಟುಕೊಳ್ಳಿ. ನಿಮಗೆ ನೀವೇ ಏನು ಹೇಳುತ್ತೀರಿ ಅಥವಾ ನಿಮ್ಮನ್ನು ನೀವೇ ಏನು ಕೇಳುತ್ತೀರಿ?

ಅದರ ಉತ್ತರವನ್ನು ನೀಡಲು ಸಮಯ ತೆಗೆದುಕೊಳ್ಳಿ. ನಿಮ್ಮನ್ನು ನೀವು ಆ ಸ್ಥಿತಿಯಲ್ಲಿ ಊಹಿಸಿಕೊಳ್ಳಲು ಕಷ್ಟವಾಗುತ್ತಿದ್ದರೆ, ಈ ಪ್ರಯೋಗವನ್ನು ಮಾಡಿ:

1. ಒಬ್ಬ ಕಾಲ್ಪನಿಕ ಗುರುವಿಗೆ ವಿವರಿಸುವಂತೆ, ನಿಮ್ಮನ್ನು ಚಿಂತೆಗೀಡುಮಾಡುವ ವಿಷಯಗಳು, ಮೂಡುವ ಸಂಶಯಗಳು ಹಾಗೂ ಪ್ರಶ್ನೆಗಳ ಸಮೇತ ಒಂದು ಸುದೀರ್ಘವಾದ ಪತ್ರವನ್ನು ನಿಮಗೆ ನೀವೇ ಬರೆಯಿರಿ.

2. ಪತ್ರವನ್ನು ಒಂದು ಲಕೋಟೆಯಲ್ಲಿ ಹಾಕಿ, ಅದರ ಮೇಲೆ ನಿಮ್ಮ ಸ್ವಂತ ವಿಳಾಸವನ್ನು ಬರೆಯಿರಿ, ಅಂಚೆ ಚೀಟಿ ಅಂಟಿಸಿ, ಮತ್ತು ಅದನ್ನು

ಅಂಚೆಪೆಟ್ಟಿಗೆಯಲ್ಲಿ ಹಾಕಿ.

3. ಪತ್ರವು ನಿಮ್ಮ ಮನೆಗೆ ಬಂದು ತಲುಪಿದಾಗ, ಆ ಪತ್ರ ಬರೆದಿರುವುದು ನೀವಲ್ಲ, ದೂರದ ಸ್ನೇಹಿತನೊಬ್ಬ ನಿಮ್ಮ ಸಲಹೆ ಕೇಳಲು ಅದನ್ನು ನಿಮಗೆ ಬರೆದಿದ್ದಾನೆ ಎಂದು ಊಹಿಸಿಕೊಳ್ಳಿ. ನೀವೇ ಆ ಗುರು, ಆದ್ದರಿಂದ ನೀವು ನಿಮಗೆ ಬಂದಿರುವ ಪತ್ರದಲ್ಲಿನ ಎಲ್ಲಾ ಪ್ರಶ್ನೆಗಳಿಗೂ ಉತ್ತರಿಸಿ ಇನ್ನೊಂದು ಪತ್ರವನ್ನು ಬರೆಯುತ್ತೀರಿ.

4. ಆ ಪತ್ರವನ್ನು ಮತ್ತೆ ನಿಮಗೆ ನೀವೇ ಕಳುಹಿಸಿಕೊಳ್ಳಿ.

5. ಈ ಎರಡನೇ ಪತ್ರವು ನಿಮ್ಮ ಮನೆಗೆ ತಲುಪಿದಾಗ, ಅದನ್ನು ಎಚ್ಚರಿಕೆಯಿಂದ ಓದಿ ಮತ್ತು ಅದರಲ್ಲಿ ಹೇಳಿರುವ ಎಲ್ಲವನ್ನು ಮನದಟ್ಟು ಮಾಡಿಕೊಳ್ಳಿ. ಇದು ಜಗತ್ತಿನ ಅತ್ಯುತ್ತಮ ಗುರು ನೀಡಿದ ಜೀವನ ಪಾಠವಾಗಿದೆ, ಆ ಗುರು ಬೇರಾರೂ ಅಲ್ಲ, ಅದು ನೀವೇ.

ಸೂಚನೆ: ನಿಮಗೆ ನೀವೇ ಒಂದು ಇಮೇಲ್ ಕಳಿಸಿಕೊಳ್ಳುವ ಮೂಲಕವೂ ಈ ಆತ್ಮಾವಲೋಕನದ ಪ್ರಯೋಗವನ್ನು ಮಾಡಬಹುದು, ಆದರೆ ಪತ್ರ ಬರೆಯುವುದು ಹೆಚ್ಚು ಪರಿಣಾಮಕಾರಿ. ಪತ್ರವನ್ನು ಕಳಿಸುವುದರಿಂದ, ಅದನ್ನು ಕಳುಹಿಸಿ ಪುನಃ ಅದು ನಿಮ್ಮ ಅಂಚೆಪೆಟ್ಟಿಗೆಯಲ್ಲಿ ಬಂದು ಬೀಳುವವರೆಗಿನ ದಿನಗಳು ನಿಮ್ಮ ಸುಪ್ತ ಮನಸ್ಸಿಗೆ ಉತ್ತರಗಳ ಬಗ್ಗೆ ಆಲೋಚಿಸಲು ಅಮೂಲ್ಯವಾದ ಅವಧಿಯಾಗುತ್ತದೆ.

4

ಕಾಡಿನ ಮಧ್ಯದಲ್ಲಿ ತೆರವುಗೊಂಡ ಜಾಗ

"ಕಾಡಿನಲ್ಲಿ ಒಂದು ದಾರಿಯು ಎರಡಾಗಿ ವಿಭಜನೆಯಾಗಿತ್ತು,
ನಾನು ಕಡಿಮೆ ಪ್ರಯಾಣಿಸಿದ ದಾರಿಯನ್ನು ಆಯ್ದುಕೊಂಡೆ,
ಮತ್ತು ಅದು ಎಲ್ಲಾ ವ್ಯತ್ಯಾಸಗಳಿಗೆ ಕಾರಣವಾಗಿದೆ."

– ರಾಬರ್ಟ್ ಫ್ರಾಸ್ಟ್, ಕವಿ,
'ದಿ ರೋಡ್ ನಾಟ್ ಟೇಕನ್'

ಈ ಪುಸ್ತಕದ ಪ್ರಾರಂಭದಲ್ಲಿ, ನಿಮ್ಮ ದಾರಿ ನಾಲ್ಕು ದಿಕ್ಕುಗಳಲ್ಲಿ ವಿಭಜನೆಗೊಂಡಿತ್ತು ಮತ್ತು ನೀವು ಇಕಿಗಾಯ್ ದಾರಿಯನ್ನು ಆಯ್ದುಕೊಂಡಿರಿ.

ಈಗ ನೀವು ಇಕಿಗಾಯ್ ಎಂದರೆ ಏನು ಎಂಬುದನ್ನು ತಿಳಿದುಕೊಳ್ಳಲು ಪ್ರಾರಂಭಿಸಿದ್ದೀರಿ, ಆದರೆ ನಿಮ್ಮನ್ನು ಆವರಿಸಿರುವ ಕಾಡು ದಟ್ಟವಾಗುತ್ತಾ ಸಾಗುತ್ತಿದೆ.

ನೀವು ಚುರುಕಾಗಿ ಪೆಡಲ್ ಮಾಡುತ್ತಾ ಕಾಡಿನಲ್ಲಿ ಒಂದು ಖಾಲಿ ಪ್ರದೇಶವನ್ನು ತಲುಪುತ್ತೀರಿ, ನೀವು ಇರುವ ಸ್ಥಳದ ಸುತ್ತಲೂ ಅನೇಕ ದಾರಿಗಳು ಪ್ರಾರಂಭವಾಗಿರುತ್ತವೆ. ಎಲ್ಲಾ ದಿಕ್ಕುಗಳನ್ನೂ ತನ್ನ ಕಿರಣಗಳಿಂದ ಪ್ರಕಾಶಿಸುತ್ತಿರುವ ಸೂರ್ಯನಂತಿದೆ ಆ ದೃಶ್ಯ.

ಇದ್ದಕ್ಕಿದ್ದಂತೆ ಆಯ್ಕೆ ಮಾಡಲು ಇಷ್ಟೊಂದು ಮಾರ್ಗಗಳಿರುವುದನ್ನು ನೋಡಿ ನಿಮ್ಮ ತಲೆ ತಿರುಗುತ್ತದೆ. ಈ ಎಲ್ಲಾ ಆಯ್ಕೆಗಳಿಂದ ನೀವು ಎಷ್ಟು ದಿಗ್ಭ್ರಮೆಗೊಂಡಿರುತ್ತೀರಿ ಎಂದರೆ ಆ ಜಾಗದಲ್ಲಿ ಮತ್ತೊಬ್ಬರು ಯಾರೋ ಇದ್ದಾರೆ ಎಂಬುದೂ ನಿಮಗೆ ಅರಿವಾಗುವುದಿಲ್ಲ.

ಅವಳು ಒಬ್ಬ ಹುಡುಗಿ. ಅವಳು ತನ್ನ ಸೈಕಲ್‌ನ್ನು ನೆಲದ ಮೇಲ್ ನಿಲ್ಲಿಸಿ ಸುತ್ತಲೂ ಹತಾಶಳಾಗಿ ನೋಡುತ್ತಿದ್ದಾಳೆ.

ಅವಳು ಭಯಭೀತಳಾಗಿ ನಿಮ್ಮನ್ನೇ ನೋಡುತ್ತಾ "ನಾನು ಎಲ್ಲಿಗೆ ಹೋಗಲಿ? ಜೀವನದಲ್ಲಿ ಅನೇಕ ಆಯ್ಕೆಗಳಿವೆ. ಯಾವುದನ್ನು ಆರಿಸಿಕೊಳ್ಳಬೇಕೆಂದು ನನಗೆ ತೋಚುತ್ತಿಲ್ಲ" ಎಂದು ಕೇಳುತ್ತಾಳೆ.

"ನನ್ನ ಜೀವನದಲ್ಲಿ ಏನು ಮಾಡಬೇಕೆಂದು ನನಗೂ ಸಹ ತಿಳಿದಿಲ್ಲ, ಅದು ನಿನಗೆ ಒಂದು ರೀತಿಯಲ್ಲಿ ಸಹಾಯಕವಾಗಬಹುದೇ?" ಎಂದು ಹೇಳಿ ನೀವು ಅವಳಿಗೆ ಸ್ವಲ್ಪ ಸಾಂತ್ವನ ನೀಡಲು ಪ್ರಯತ್ನಿಸುತ್ತೀರಿ.

ಆ ಅನ್ವೇಷಕಿ ತನ್ನನ್ನು ನಿಮಗೆ ಪರಿಚಯಿಸಿಕೊಳ್ಳುತ್ತಾಳೆ. ಅವಳ ಹೆಸರು ನವೋಮಿ ಮತ್ತು ಅವಳು ಒಂದು ಹಳೆಯ ಓಕ್ ಮರದ ಕೆಳಗೆ ತಾನು ಯೋಜಿಸಿದ ಪಿಕ್-ನಿಕ್ ಅನ್ನು ನಿಮ್ಮೊಂದಿಗೆ ಹಂಚಿಕೊಳ್ಳಲು ಮುಂದಾಗುತ್ತಾಳೆ.

"ನಾನು ಒಂದು ಮಾರ್ಗವನ್ನೋ, ಒಂದು ಆಯ್ಕೆಯನ್ನೋ ಮಾಡಿ ಭವಿಷ್ಯದಲ್ಲಿ ಪಶ್ಚಾತ್ತಾಪ ಪಡುವ ಹಾಗಾದರೆ... ಎಂದು ಹೆದರುತ್ತಿದ್ದೇನೆ, ಗೊತ್ತಾ?" ಎಂದು ಹೇಳಿ ಮತ್ತೆ ಮುಂದುವರೆಸುತ್ತಾ "ನಾನು ಏನಾಗಬೇಕೆಂದು ನನಗೆ ತಿಳಿದಿಲ್ಲ; ಒಂದು ವೇಳೆ ಮದುವೆಯಾಗಿ ಮಕ್ಕಳನ್ನು ಪಡೆಯುವುದಾ? ನನಗೆ ಗೊತ್ತಿಲ್ಲ... ನಾನು ಎಲ್ಲಿ ವಾಸಿಸಲು ಬಯಸುತ್ತೇನೆ ಎನ್ನುವುದು ಸಹ ತಿಳಿದಿಲ್ಲ... ಬಹುಶಃ ನಾನು ಕೆಲವು ವರ್ಷಗಳು ಪ್ರಪಂಚ ಪರ್ಯಟನೆ ಮಾಡಿ ಎಲ್ಲವನ್ನೂ ನೋಡಬಯಸುತ್ತೇನೆ... ಅಥವಾ ಬಹುಶಃ ವಿದ್ಯಾಭ್ಯಾಸ ಮುಗಿಸಿ, ಅದರ ಸಹಾಯದಿಂದ ಕೆಲಸ ಮಾಡಿ ಹಣ ಸಂಪಾದಿಸುವುದು ಉತ್ತಮವಿರಬಹುದೆ?" ಎಂದು ನಿಮಗೆ ಹೇಳುತ್ತಾ ಹೋಗುತ್ತಾಳೆ.

ಈ ಪ್ರಶ್ನೆಗಳಿಗೆ ಹೇಗೆ ಉತ್ತರಿಸಬೇಕೆಂದು ತಿಳಿಯದೆ ನೀವು ನಿಮ್ಮ ಭುಜಗಳನ್ನು ಕುಗ್ಗಿಸುತ್ತೀರಿ.

ಅವಳು ಸ್ಯಾಂಡ್‌ವಿಚ್ ಅನ್ನು ಕೆಳಗಿಟ್ಟು ಯಾವುದೇ ಭಾವನೆಗಳಿಲ್ಲದೆ ಶೂನ್ಯವಾಗಿ ನಿಮ್ಮನ್ನು ದಿಟ್ಟಿಸುತ್ತಾಳೆ. ನೀವು ಹೂವಿನ ಮೇಲೆ ಹಾರುತ್ತಿರುವ ಚಿಟ್ಟೆಯನ್ನು ರೆಪ್ಪೆ ಮಿಟುಕಿಸದೆ ನೋಡುತ್ತಿರುತ್ತೀರಿ.

ಕೆಲವು ನಿಮಿಷಗಳ ಮೌನದ ನಂತರ, ನವೋಮಿ "ನಿನ್ನ ಬಳಿ ಟೆಂಟ್, ಆಹಾರ ಮತ್ತು ನೀರು ಇದ್ದಿದ್ದರೆ, ನೀನು ಈ ಖಾಲಿ ಜಾಗದಲ್ಲಿ ಎಂದೆಂದಿಗೂ ಉಳಿಯುತ್ತೀಯಾ? ಇದು ನಿಜವಾಗಿಯೂ ಒಳ್ಳೆಯ ಸ್ಥಳ. ಇಲ್ಲಿ ಯಾವುದೇ ನಿರ್ಧಾರಗಳನ್ನು ತೆಗೆದುಕೊಳ್ಳಬೇಕಾಗುವುಲ್ಲ" ಎಂದು ನಿಮ್ಮನ್ನು ಕೇಳುತ್ತಾಳೆ.

ಕವಲು ದಾರಿಗಳಲ್ಲಿ ಉಳಿದುಕೊಳ್ಳುವುದು ಸಾಧ್ಯವಿಲ್ಲ ಎಂದು ನೀವು ಅವಳಿಗೆ ವಿವರಿಸುತ್ತೀರಿ.

"ನೀನು ಹೇಳುವುದು ಸರಿ" ಸ್ಯಾಂಡ್‌ವಿಚ್‌ನ ಒಂದು ಚೂರು ಕಚ್ಚಿಕೊಳ್ಳುವ ಮುನ್ನ, "ನಾವೇನಾದರು ಆಯ್ಕೆಯಲ್ಲಿ ತಪ್ಪು ಮಾಡಿದರೆ ಭವಿಷ್ಯದಲ್ಲಿ ನಮ್ಮ ಮಾರ್ಗವನ್ನು ಯಾವಾಗ ಬೇಕಾದರೂ ಸರಿಪಡಿಸಿಕೊಳ್ಳಬಹುದು. ನಾವು ಇಕಿಗಾಯ್‌ಗೆ ಹೋಗುವ ದಾರಿಯಲ್ಲಿದ್ದೇವೆ, ಆದರೆ ಆಯ್ಕೆ ಮಾಡಲು ಅನೇಕ ಮಾರ್ಗಗಳಿವೆ...." ಎಂದು ಅವಳು ಹೇಳುತ್ತಾಳೆ.

ಸ್ಯಾಂಡ್‌ವಿಚ್‌ನ್ನು ತಿಂದು ಮುಗಿಸಿ ಎದ್ದು ನಿಂತ ನವೋಮಿ ನೀಲಿ ಆಕಾಶವನ್ನು ನೋಡುತ್ತಾ, ತನ್ನ ಚರ್ಮದ ಮೇಲೆ ಬೀಳುತ್ತಿದ್ದ ಸೂರ್ಯನ ಎಳೆಬಿಸಿಲಿನ ಶಾಖವನ್ನು ಅನುಭವಿಸುತ್ತಾ ನಿಟ್ಟುಸಿರು ಬಿಡುತ್ತಾಳೆ.

"ನಾವಿಬ್ಬರೂ ಜೊತೆಯಾಗಿ ಸಾಗುವ ಮಾರ್ಗವು ಇಲ್ಲಿ ಕೊನೆಗೊಳ್ಳುತ್ತದೆಯೇನೋ..." ಎಂದು ಸ್ವಲ್ಪ ಬೇಸರದಿಂದ ಹೇಳಿ "ಆದರೆ ನಾವು ಮತ್ತೆ ಭೇಟಿಯಾಗುತ್ತೇವೆ, ನಾವು ಎಲ್ಲಿದ್ದರೂ, ಏನೇ ಮಾಡುತ್ತಿದ್ದರೂ ಯಾವುದೋ ಒಂದು ಅಗೋಚರ ಸೂತ್ರವು ನಮ್ಮನ್ನು ಸೇರಿಸುತ್ತದೆ ಎಂಬ ಭಾವನೆ ಕೂಡ ನನಗಿದೆ. ನಾನು ಕಳೆದುಹೋಗಿದ್ದೇನೆ ಎಂದು ನನಗನ್ನಿಸಿದಾಗ ನಾನು ನಿನ್ನನ್ನು ನೆನಪಿಸಿಕೊಂಡು, ಈ ಸಾಹಸ ಕಾರ್ಯದಲ್ಲಿ ನಾನು ಒಬ್ಬಂಟಿಯಲ್ಲ ಎಂದು ತಿಳಿಯುತ್ತೇನೆ, ಹಾಗೆಯೇ ನೀನೂ ಸಹ ಒಬ್ಬಂಟಿಯಲ್ಲ" ಎಂದು ಅವಳು ಹೇಳುತ್ತಾಳೆ.

ನಂತರ ನವೋಮಿ ಎದುರಿಗಿರುವ ಅನೇಕ ಮಾರ್ಗಗಳಲ್ಲಿ ಕಾಡಿನಿಂದ ಹೊರಗೆ ಹೋಗುವ ಮಾರ್ಗವೊಂದನ್ನು ಆರಿಸುತ್ತಾಳೆ. ನೀವು ನಿಮ್ಮದೇ ಆದ ಮಾರ್ಗವನ್ನು ಆರಿಸಿಕೊಂಡು ಮತ್ತೆ ಪೆಡಲ್ ಮಾಡಲು ಪ್ರಾರಂಭಿಸುತ್ತೀರಿ.

ತೆರವುಗೊಂಡ ಜಾಗದಲ್ಲಿ ತುಂಬಾ ಸಮಯ ನಿಲ್ಲಬೇಡಿ

ಅನೇಕ ದಾರಿಗಳಿರುವ ಈ ಕಾಡು ನಮ್ಮ ಜೀವನವಿದ್ದಂತೆ. ಕೆಲವೊಮ್ಮೆ, ನಾವೂ ಕೂಡ ನವೋಮಿಯ ರೀತಿ ಅನೇಕ ಆಯ್ಕೆಗಳ ನಡುವೆ ಕಳೆದುಹೋದಂತೆ ಭಾವಿಸುತ್ತೇವೆ. ಅಥವಾ, ಗಿಡಮರಗಳು ಹುಲುಸಾಗಿ ಬೆಳೆದುಕೊಂಡಿರುವ ಮಾರ್ಗಗಳಲ್ಲಿ ಸಾಗುತ್ತಿರುವಾಗ, ಸರಿಯಾದ ದಾರಿ ಕಾಣುವುದು ನಮಗೆ ಕಷ್ಟವಾಗಬಹುದು.

ನೀವು ನವೋಮಿಯನ್ನು ಭೇಟಿಯಾದ ಖಾಲಿ ಪ್ರದೇಶವು, ಒಂದು ಮಹತ್ವದ ನಿರ್ಧಾರ ತೆಗೆದುಕೊಳ್ಳುವ ಮುನ್ನ ಜೀವನದಲ್ಲಿ ನೀವು ತೆಗೆದುಕೊಳ್ಳುವ ವಿರಾಮವನ್ನು ಪ್ರತಿನಿಧಿಸುತ್ತದೆ.

ಕೆಲವು ವಿದ್ಯಾರ್ಥಿಗಳು ಹೈಸ್ಕೂಲ್ ವಿದ್ಯಾಭ್ಯಾಸ ಮುಗಿಸಿದ ನಂತರ, ತಮ್ಮ ಮುಂದಿನ ಜೀವನದಲ್ಲಿ ಏನು ಮಾಡಬೇಕೆಂಬುದನ್ನು ನಿರ್ಧರಿಸಲು ಒಂದು ವರ್ಷ ವಿರಾಮ ತೆಗೆದುಕೊಳ್ಳುತ್ತಾರೆ. ಯುರೋಪಿನಲ್ಲಿ, 'ಲೆಟ್ಸ್ ಗೋ ಯುರೋಪ್' ಎನ್ನುವ ಮಾರ್ಗದರ್ಶಿ ಪುಸ್ತಕದೊಂದಿಗೆ ಬೆನ್ನಿಗೆ ಒಂದು ಬ್ಯಾಗ್ ಹಾಕಿಕೊಂಡು ಹೋಗುತ್ತಿರುವ ಅನೇಕ ಉತ್ತರ ಅಮೆರಿಕಾದ ಯುವಕ-ಯುವತಿಯರನ್ನು ನೋಡಬಹುದು. ಅವರು ಒಂದು ದೇಶದಿಂದ ಇನ್ನೊಂದಕ್ಕೆ ಹೋಗುತ್ತಿದ್ದರೂ, ಇದು ಅವರ ಜೀವನದ ತೆರವುಗೊಂಡ ಪ್ರದೇಶವಾಗಿದೆ.

ನೀವು ಮತ್ತು ನವೋಮಿ ನಿಮ್ಮ ನಿಮ್ಮ ನಿರ್ಧಾರಗಳನ್ನು ತೆಗೆದುಕೊಳ್ಳುವ ಮುಂಚೆ

ಚಿಟ್ಟೆ ಹಾಗೂ ಹಳೆಯ ಓಕ್ ಮರವನ್ನು ವೀಕ್ಷಿಸಿದಂತೆ, ಅವರೂ ಕೂಡ ಅವರ ಜೀವನದ ಮೇಲೆ ಪರಿಣಾಮ ಬೀರುವ ಮಹತ್ವದ ನಿರ್ಧಾರಗಳನ್ನು ತೆಗೆದುಕೊಳ್ಳುವ ಮುಂಚೆ ತಮ್ಮ ದಾರಿಯಲ್ಲಿ ಇಂತಹ ಹೊಸ ಅನುಭವಗಳನ್ನು ಕಂಡುಕೊಳ್ಳುತ್ತಾರೆ.

ಒಂದು ದಿನ ನೀವೂ ಸಹ ಈ ರೀತಿಯ ಸಕ್ರಿಯ ವಿರಾಮ ತೆಗೆದುಕೊಂಡು, ನಿಮ್ಮನ್ನು ನೀವು ಹುಡುಕುವ ಪ್ರಯತ್ನದಲ್ಲಿ ದೂರದ ದೇಶಗಳಿಗೆ ಪ್ರಯಾಣ ಮಾಡಬಹುದು ಅಥವಾ ಅವಶ್ಯಕತೆಯಲ್ಲಿರುವ ಜನರಿಗೋಸ್ಕರ ಅಥವಾ ಜಗತ್ತಿಗೆ ಸಹಾಯವಾಗುವ ರೀತಿಯಲ್ಲಿ ಪರಿಸರಕ್ಕೆ ಸಂಬಂಧಿಸಿದ ಯಾವುದಾದರೂ ಯೋಜನೆಯಲ್ಲಿ ಸ್ವಯಂಸೇವಕರಾಗಿ ಕೆಲಸ ಮಾಡಲು ಇಚ್ಛಿಸಬಹುದು.

ಈ ರೀತಿಯಲ್ಲಿ ನೀವು ಕಾಡಿನ ತೆರವು ಜಾಗವನ್ನು ಅನುಭವಿಸುವುದು ಜಗತ್ತಿಗೆ ತುಂಬಾ ಉಪಯುಕ್ತವಾಗುತ್ತದೆ.

ಅಥವಾ ಬಹುಶಃ ನಿಮ್ಮ ಮನೆಯ ಸೋಫಾದ ಮೇಲೆ ಕುಳಿತುಕೊಳ್ಳುವಂತಹ ಒಂದು ಚಿಕ್ಕ ವಿರಾಮ ನಿಮಗೆ ಬೇಕಿರಬಹುದು, ನವೋಮಿಗೆ ಆದಂತೆ ನಿಮಗೂ ಕೂಡ ಕಳೆದುಹೋದಂತೆ ಭಾಸವಾದರೆ. ಯೋಚಿಸಲು ನೀವು ಸ್ವಲ್ಪ ಸಮಯ ತಡೆದರೆ ಪರವಾಗಿಲ್ಲ, ಆದರೆ ಮುಂದುವರೆಯುವ ಭಯ ನಿಮ್ಮನ್ನು ದೀರ್ಘಕಾಲ ಸ್ಥಬ್ಧಗೊಳಿಸುವಂತೆ ಆಗಬಾರದು.

ಆ ವಿರಾಮದ ಸಮಯದಲ್ಲಿ ಕೇವಲ ಟಿವಿ ನೋಡುವುದರಲ್ಲಿ ಕಳೆಯಬೇಡಿ. ವೀಡಿಯೋ ಆಟಗಳನ್ನು ಆಡುತ್ತಾ, ಜಂಕ್ ಆಹಾರಗಳನ್ನು ಸೇವಿಸುತ್ತಾ ಗಂಟೆಗಟ್ಟಲೆ ಸಮಯ ವ್ಯರ್ಥ ಮಾಡಬೇಡಿ. ನಿಮ್ಮ ಯೋಚನೆಗಳಿಂದ ವಿಚಲಿತರಾದರೆ, ನೀವು ಎಚ್ಚೆತ್ತುಕೊಳ್ಳುವ ಹೊತ್ತಿಗೆ ಇತರರು ತಮ್ಮ ಜೀವನದ ದಾರಿಗಳಲ್ಲಿ ಮುಂದೆ ಸಾಗಿರುತ್ತಾರೆ, ಆದರೆ ನೀವು ಇನ್ನೂ ಆ ಕಾಡಿನ ತೆರವು ಜಾಗದಲ್ಲೇ ನಿಂತು, ಏನು ಮಾಡಬೇಕೆಂದು ಯೋಚಿಸುತ್ತಾ ಇರುತ್ತೀರಿ.

ಪ್ರೇರಣೆ ತಾನಾಗಿಯೇ ನಿಮ್ಮ ಬಳಿಗೆ ಬರಲಿ ಎಂದು ಕಾಯಬೇಡಿ. ನೀವೇ ಅದನ್ನು ಹುಡುಕಲು ಹೊರಡಬೇಕು.

ನಿಮ್ಮ ಇಕಿಗಾಯ್ ನಿಮ್ಮನ್ನು ಹುಡುಕುವುದಕ್ಕೆ ಕಾಯಬೇಡಿ; ನಿಮ್ಮ ಗುರಿಯನ್ನು ಹುಡುಕುವುದು ಮತ್ತು ಅದನ್ನು ಕಂಡುಕೊಂಡ ನಂತರ ಪ್ರತಿದಿನವೂ ಅದರ ಮೇಲೆ ಕೆಲಸ ಮಾಡುವುದು ನಿಮ್ಮ ಜವಾಬ್ದಾರಿ.

ಸಂತೋಷದ ಸೂತ್ರ

ಈಗಿರುವುದಕ್ಕಿಂತ ಹೆಚ್ಚು ಮಾಹಿತಿ ಹಾಗೂ ವೈವಿಧ್ಯಮಯ ಆಯ್ಕೆಗಳನ್ನು ಮಾನವರು ಎಂದಿಗೂ ಹೊಂದಿರಲಿಲ್ಲ. ಒಂದು ಸೆಲ್‌ಫೋನ್‌ನಿಂದ ನೀವು

ನೂರಾರು ಮಿಲಿಯನ್ ವೆಬ್ ಪುಟಗಳು, ಸೋಶಿಯಲ್ ನೆಟ್ವರ್ಕ್ ಪ್ರೊಫೈಲ್‌ಗಳು, ವಿಡಿಯೋಗಳು, ಆಟಗಳು, ಮನರಂಜನೆ, ಇನ್ನಷ್ಟು-ಮತ್ತಷ್ಟನ್ನು ಪ್ರವೇಶಿಸುವ ಅಥವಾ ನೋಡುವ ಅವಕಾಶವನ್ನು ಪಡೆದಿರುವಿರಿ. ಆದರೆ ಅದು ನಮ್ಮನ್ನು ಸಂತೋಷವಾಗಿ ಇಡುತ್ತದೆಯೇ?

ಕಾಡಿನಲ್ಲಿ ನವೋಮಿಗೆ ಆದಂತೆ ಲೆಕ್ಕವಿಲ್ಲದಷ್ಟು ಆಯ್ಕೆಗಳು ಇರುವುದರಿಂದ ನಾವು ಅವುಗಳಲ್ಲಿ ಯಾವುದನ್ನು ಆಯ್ಕೆಮಾಡಬೇಕು ಎನ್ನುವುದನ್ನು ತೀರ್ಮಾನಿಸುವುದರಲ್ಲೇ ಒತ್ತಡಕ್ಕೆ ಒಳಗಾಗಿ ಬಿಡುತ್ತೇವೆ. ಮಾಹಿತಿಯ ಈ ಪ್ರವಾಹದಲ್ಲಿ, ನಮಗೆ ಗೊತ್ತೇ ಇರದ ಜನರನ್ನೂ ಅನುಸರಿಸಿ, ಅವರಿಗೆ ಲೈಕ್ ಕೊಡುವುದು, ಕಾಮೆಂಟ್‌ಗಳನ್ನು ಮಾಡುವುದು, ಪೋಸ್ಟ್‌ಗಳನ್ನು ಬರೆಯುವುದು ಅಥವಾ ವಿಡಿಯೋಗಳನ್ನು ಅಪ್ಲೋಡ್ ಮಾಡುವುದು (ಅವು ಮತ್ತಷ್ಟು ಲೈಕ್‌ಗಳು, ಕಾಮೆಂಟ್‌ಗಳು ಮತ್ತು ಅನುಯಾಯಿಗಳನ್ನು ನಮಗೆ ಹಿಂತಿರುಗಿ ಕೊಡುತ್ತವೆ), ಇದೆಲ್ಲಕ್ಕೂ ಒಂದು ರೀತಿಯ ಬಲವಂತದ ಭಾವನೆ ಇರುತ್ತದೆ.

ಅಬ್ಬಬ್ಬಾ, ಖಂಡಿತವಾಗಿಯೂ ಇದು ಒತ್ತಡದಿಂದ ಕೂಡಿದ್ದು! ಈ ರೀತಿಯ ಸಂವಹನ ಮತ್ತು ನಮ್ಮನ್ನು ನಾವು ರಂಜಿಸಿಕೊಳ್ಳುವುದು, ನಮ್ಮ ಖಾಲಿ ಸಮಯವನ್ನು ಒಂದು ಕಚೇರಿಯ ಕೆಲಸದಂತೆ ಮಾಡಿಬಿಡುತ್ತದೆ.

ನಮ್ಮ ಸಂತೋಷದ ಸೂತ್ರವೆಂದರೆ:

ಸಂತೋಷ = ವಾಸ್ತವಿಕತೆ – ಆಕಾಂಕ್ಷೆಗಳು

ಇದನ್ನು ಇನ್ನೊಂದು ರೀತಿಯಲ್ಲಿ ವಿವರಿಸುವುದಾದರೆ, ಈ ಕ್ಷಣದಲ್ಲಿ ನಿಮ್ಮ ಬಳಿ ಏನಿದೆ ಅದರಲ್ಲೇ ಸಂತೋಷದಿಂದ ಇರುತ್ತಾ, ನಿಮ್ಮ ಹತ್ತಿರ ಏನಿಲ್ಲ ಅದನ್ನು ಪಡೆಯಲು ಇಚ್ಛಿಸುವುದಿಲ್ಲವಾದರೆ, ನೀವು ನಿಮಗಿಂತ ಹೆಚ್ಚು ಇದ್ದೂ ತಮ್ಮ ಬಳಿ ಏನಿಲ್ಲ ಅದನ್ನು ಬಯಸುವವರಿಗಿಂತ ಅತೀ ಹೆಚ್ಚು ಸಂತೋಷವಾಗಿರುತ್ತೀರಿ.

ಉದಾಹರಣೆಗೆ ಹೇಳುವುದಾದರೆ:

ಚಿತ್ರಕಲೆಯನ್ನು ಪ್ರೀತಿಸುವ, ಕೇವಲ ಒಂದು ಡ್ರಾಯಿಂಗ್ ಸೆಟ್ ಮತ್ತು ಒಂದು ಖಾಲಿ ನೋಟ್ ಪುಸ್ತಕ ಮಾತ್ರ ಇಟ್ಟುಕೊಂಡಿರುವ ಒಬ್ಬಳು ಹುಡುಗಿಯನ್ನು ಊಹಿಸಿಕೊಳ್ಳಿ. ಸಂತೋಷದ ವಿಷಯಕ್ಕೆ ಬಂದರೆ ಅವಳು ಹೆಚ್ಚಿನ ಅಂಕಗಳನ್ನು ಪಡೆದುಕೊಳ್ಳುತ್ತಾಳೆ. ಅವಳ ಹತ್ತಿರ ಇರುವ ವಸ್ತುಗಳಿಗೆ ಅವಳು ಕೃತಜ್ಞಳಾಗಿರುತ್ತಾಳೆ ಮತ್ತು ಬೇರೆಯದಕ್ಕೆ ಆಸೆ ಪಡದೇ ಇದ್ದುದರಲ್ಲೇ ಅತ್ಯುತ್ತಮವಾದುದನ್ನು ಸಾಧಿಸುತ್ತಾಳೆ.

ಇದಕ್ಕೆ ಸಂಪೂರ್ಣ ವಿರುದ್ಧವಾಗಿ, ನೂರಾರು ವಸ್ತುಗಳನ್ನು ಹೊಂದಿದ್ದರೂ ಯಾವಾಗಲೂ ಬೇಸರದಿಂದಲೇ ಇರುವ ಒಬ್ಬ ಹುಡುಗ ಇನ್ನೂ ಹೆಚ್ಚಿನ ವಸ್ತುಗಳನ್ನು ಪಡೆಯುವುದರಿಂದ ಆನಂದವನ್ನು ಕಂಡುಕೊಳ್ಳಲು ಸಾಧ್ಯವಿಲ್ಲ. ಇತ್ತೀಚಿನ ಹೊಸ

ವಿಡಿಯೋ ಗೇಮ್ ಅಥವಾ ಹೊಸ ವಿನ್ಯಾಸದ ಇತರ ಯಾವುದೇ ವಸ್ತುಗಳನ್ನು ಪಡೆದ ನಂತರ ಸ್ವಲ್ಪ ಸಮಯದಲ್ಲೇ ಅವನಿಗೆ ಅದರ ಬಗ್ಗೆ ಬೇಸರ ಮೂಡುತ್ತದೆ ಮತ್ತು ತನ್ನ ಪೋಷಕರು ಮತ್ತಷ್ಟು ಹೊಸ ವಸ್ತುಗಳನ್ನು ಖರೀದಿಸಿಕೊಡಬೇಕೆಂದು ಅವನು ಬಯಸುತ್ತಾನೆ.

ಇವರಿಬ್ಬರ ನಡುವೆ ವ್ಯತ್ಯಾಸವೇನೆಂದರೆ, ಹುಡುಗಿ ತನ್ನ ಬಳಿ ಇರುವುದರಲ್ಲಿ ಸಂತೋಷವನ್ನು ಕಂಡುಕೊಳ್ಳುತ್ತಾಳೆ, ಆದರೆ ಹುಡುಗ ಅವನ ಬಳಿ ಏನು ಇಲ್ಲವೋ ಅದರಲ್ಲಿ ಸಂತೋಷವನ್ನು ಹುಡುಕುತ್ತಾನೆ.

ಆಯ್ಕೆ ಮಾಡಲು ಎಷ್ಟೊಂದು ದಾರಿಗಳಿದ್ದಾಗ ನನಗೆ ಸರಿಯಾದುದನ್ನು ನಾನು ಹೇಗೆ ಆಯ್ಕೆ ಮಾಡಿಕೊಳ್ಳಲಿ?

ಕಾಡಿನಲ್ಲಿ ತೆರವುಗೊಡ ಜಾಗದಲ್ಲಿ ನಿಮ್ಮನ್ನು ಭೇಟಿ ಮಾಡಿದಾಗ ನವೋಮಿ ತನಗೆ ತಾನೇ ಕೇಳಿಕೊಂಡ ಈ ಪ್ರಶ್ನೆಯನ್ನು ಬಹುಶಃ ನೀವು ಕೂಡ ನಿಮ್ಮ ಜೀವನದಲ್ಲಿ ಒಂದಕ್ಕಿಂತ ಹೆಚ್ಚು ಬಾರಿ ಕೇಳಿಕೊಳ್ಳಬಹುದು.

ನೀವು ಆಯ್ಕೆಗಳ ಪ್ರವಾಹದಲ್ಲಿ ಮುಳುಗಿ ಹೋದಾಗಲೆಲ್ಲಾ ಈ ಕೆಳಗಿನ ವಿಷಯಗಳನ್ನು ನೆನಪಿಡಿ:

- **ಅನಿಶ್ಚಿತತೆಯು ಸಹಜ**. ಜಗತ್ತು ನಿರಂತರ ಬದಲಾವಣೆಗೆ ಒಳಪಡುವ ಮತ್ತು ಜಟಿಲವಾದ ಸ್ಥಳವಾಗಿರುವುದರಿಂದ ಸಂಶಯ ಉಂಟಾಗುವುದು, ಗೊಂದಲಕ್ಕೀಡಾಗುವುದು ಮತ್ತು ಸಮಸ್ಯೆಗಳು ಬರುವುದು ಇವೆಲ್ಲವೂ ಸಹಜ. ವಾಸ್ತವವಾಗಿ, ಸಮಸ್ಯೆಗಳು ಜೀವನದ ಒಂದು ಭಾಗ. ಎಷ್ಟೋ ಯಶಸ್ವಿ ವ್ಯಕ್ತಿಗಳು ಕೂಡ ಅನಿಶ್ಚಿತತೆ ಮತ್ತು ಆತಂಕವನ್ನು ಅನುಭವಿಸುತ್ತಾರೆ ಎಂದು ತಿಳಿದರೆ ನೀವು ಆಶ್ಚರ್ಯಪಡುತ್ತೀರಿ.

- **ದೂರದ ಭವಿಷ್ಯದ ಬಗ್ಗೆ ಹೆಚ್ಚು ಚಿಂತೆ ಬೇಡ**: ನೀವು ಯಾವುದಾದರೂ ಒಂದು ಅಥವಾ ಮತ್ತೊಂದು ವಿಷಯವನ್ನು ಅಧ್ಯಯನ ಮಾಡಲು ಆಯ್ಕೆ ಮಾಡಿಕೊಂಡರೆ ಇಪ್ಪತ್ತು ವರ್ಷಗಳ ನಂತರ ನಿಮ್ಮ ಜೀವನವು ಹೇಗಿರುತ್ತದೆ? ಈ ಪ್ರಶ್ನೆಗೆ ಉತ್ತರ ನೀಡುವುದು ಹೆಚ್ಚು-ಕಡಿಮೆ ಅಸಾಧ್ಯ. ಅದರ ಬದಲಾಗಿ ನೀವು ನಿಮ್ಮ ಜೀವನದ ಪ್ರಸ್ತುತದಲ್ಲಿ ಇದ್ದುಕೊಂಡು, "ಈ ವಿಷಯ ಅಧ್ಯಯನ ಮಾಡುವುದು ನನಗೆ ಸಂತೋಷವನ್ನು ಕೊಡುತ್ತದೆಯೆ?" ಎಂದು ಕೇಳಿಕೊಳ್ಳಿ. ಉತ್ತರ "ಹೌದು" ಎಂದರೆ, ಅದನ್ನು ಆರಿಸಿಕೊಳ್ಳಿ.

• **ಹೆಚ್ಚೆಂದರೆ ಗರಿಷ್ಠ ಮುಂದಿನ ಮೂರರಿಂದ ಐದು ವರ್ಷಗಳ ಅವಧಿಗೆ ಯೋಜನೆಗಳನ್ನು ಮಾಡಿಕೊಳ್ಳಿ**. ಈ ಕ್ಷಣದಲ್ಲಿ ನಿಮ್ಮ ಜೀವನದಲ್ಲಿ ಪ್ರಮುಖವಾದ ವಿಷಯಗಳು ಯಾವುವು? ಮುಂದಿನ ವರ್ಷಗಳಲ್ಲಿ ನೀವು ಏನು ಸಾಧಿಸಲು ಬಯಸುತ್ತೀರಿ? ನಿಮ್ಮ ಗುರಿಗೆ ಹತ್ತಿರವಾಗಲು ನೀವು ಪ್ರತಿ ದಿನ ಯಾವ ಕಾರ್ಯಗಳನ್ನು ಮಾಡಬೇಕು? ಇಂತಹ ಹತ್ತಿರದ ಭವಿಷ್ಯದ ಮೇಲೆ ಗಮನ ಹರಿಸಿ.

• **ಸಂಶಯಗಳಲ್ಲಿ ಮುಳುಗಿಹೋಗಬೇಡಿ**. ಹಾಗೆ ಮಾಡಿದರೆ ಅದು ಒಂದು ದಾರಿಯನ್ನು ಆಯ್ಕೆ ಮಾಡಿಕೊಳ್ಳದೇ ಕಾಡಿನ ತೆರವು ಪ್ರದೇಶದಲ್ಲಿ ಟೆಂಟ್ ಹಾಕಿಕೊಂಡು ಇರುವಂತಾಗುತ್ತದೆ. ಉದಾಹರಣೆಗೆ ಹೇಳುವುದಾದರೆ, ನೀವು ಯಾವ ವಿಷಯವನ್ನು ಅಧ್ಯಯನ ಮಾಡಬೇಕು ಎಂದು ಆಯ್ಕೆ ಮಾಡುತ್ತಿರುವಾಗ ವಿಭಿನ್ನ ಆಯ್ಕೆಗಳನ್ನು ಹೋಲಿಸಿ ನೋಡುವುದು ಸಹಜ. ಆದರೆ ನಿರ್ಧಾರವನ್ನು ತೆಗೆದುಕೊಳ್ಳಲು ಅವಕ್ಕೆ ಒಂದು ಕಾಲದ ಮಿತಿಯನ್ನು ಹಾಕಿಕೊಳ್ಳಿ.

• **ಪ್ರತಿಯೊಂದು ಆಯ್ಕೆಯಲ್ಲಿರುವ ಸಕಾರಾತ್ಮಕ ಅಂಶಗಳ ಮೇಲೆ ಗಮನಹರಿಸಿ.** ನೀವು ಪರಿಗಣಿಸುತ್ತಿರುವ ಪ್ರತಿಯೊಂದು ಪರ್ಯಾಯ ಮಾರ್ಗಕ್ಕೂ ಒಳ್ಳೆಯ ಮತ್ತು ಕೆಟ್ಟ ಅಂಶಗಳಿವೆ. ಆದರೆ, ಕೆಟ್ಟ ಅಂಶಗಳ ಮೇಲೆ ಹೆಚ್ಚು ಗಮನ ಹರಿಸಬೇಡಿ, ಏಕೆಂದರೆ ಅದು ನಿರ್ಧಾರ ತೆಗೆದುಕೊಳ್ಳುವ ಪ್ರಕ್ರಿಯೆಯನ್ನು ಇನ್ನಷ್ಟು ಕಠಿಣವಾಗಿಸಿಬಿಡುತ್ತದೆ. ನಕಾರಾತ್ಮಕ ವಿಷಯಗಳು ನಮ್ಮ ಭಯಗಳಿಂದ ಮಾರ್ಗದರ್ಶನ ಪಡೆಯುತ್ತವೆ, ಅವು ಸಾಮಾನ್ಯವಾಗಿ ವಾಸ್ತವಿಕವಲ್ಲ; ಅಂದರೆ ನಾವು ಭಯಪಡುವ ಬಹುತೇಕ ಸಂಗತಿಗಳು ವಾಸ್ತವದಲ್ಲಿ ನಡೆಯುವುದೇ ಇಲ್ಲ. ಆದ್ದರಿಂದ ಪ್ರತಿಯೊಂದು ಆಯ್ಕೆಯ ಸಕಾರಾತ್ಮಕ ಅಂಶಗಳನ್ನು ಪಟ್ಟಿ ಮಾಡಿ ನಿಮಗೆ ಅತ್ಯುತ್ತಮವಾಗಿ ಕಾಣುವ ಆಯ್ಕೆಯನ್ನು ಆರಿಸುವುದು ಒಳ್ಳೆಯದು.

• **ನಿಮಗೆ ಬೇಕೆನಿಸುವಷ್ಟು ಬಾರಿ ನೀವು ತಪ್ಪಾದ ದಾರಿಯನ್ನು ತೆಗೆದುಕೊಳ್ಳಬಹುದು.** ಹಲವಾರು ಆಯ್ಕೆಗಳು ಎದುರಿನಲ್ಲಿ ಇದ್ದಾಗ ಜನರ ಚಿಂತೆಗೆ ಮುಖ್ಯ ಕಾರಣವೇನೆಂದರೆ ಸಂಭವನೀಯ ವಿಫಲತೆಯ ಪರಿಣಾಮಗಳನ್ನು ಅತಿಯಾಗಿ ಕಲ್ಪಿಸಿ ಕೊಳ್ಳುವುದು. ನಿಮ್ಮ ಆಯ್ಕೆ ತಪ್ಪಾದರೆ, ಅತ್ಯಂತ ಕೆಟ್ಟದ್ದು ಅಂದರೆ ಏನಾಗಬಹುದು? ಎಂದು ನಿಮ್ಮನ್ನು ನೀವು ಕೇಳಿಕೊಳ್ಳಿ. ಅದರ ಉತ್ತರವೇನೆಂದರೆ – ಏನೂ ಇಲ್ಲ. ಮಾಡಿದ ತಪ್ಪನ್ನು ನೀವು ಅರಿತುಕೊಂಡರೆ, ಭವಿಷ್ಯದಲ್ಲಿ ಆಯ್ಕೆಯನ್ನು ಬದಲಾಯಿಸಬಹುದು. ನಿಜವಾಗಿಯೂ ಒಬ್ಬ ಮನುಷ್ಯನಾಗಿ ಬೆಳೆಯಲು ಮತ್ತು ಕಲಿಯಲು, ನೀವು ತಪ್ಪುಗಳನ್ನು ಮಾಡಬೇಕು ಮತ್ತು ಅವುಗಳನ್ನು ಸರಿಪಡಿಸುತ್ತಾ ಮುಂದುವರಿಯಬೇಕು.

ಮುಂದಿನ ಅಧ್ಯಾಯದಲ್ಲಿ, ಅಸಾಧಾರಣ ಶಿಕ್ಷಕ ಮೈಕೆಲ್ ಜೋರ್ಡನ್ ನಿಂದ ವಿಫಲವಾಗುವುದರ ಲಾಭಗಳನ್ನು ತಿಳಿದುಕೊಳ್ಳಿ.

೫.

ವಿಜೇತನಂತೆ ಸೋಲುವುದು

"ನೀವು ಏಳು ಬಾರಿ ಬಿದ್ದರೆ,
ಎಂಟು ಬಾರಿ ಎದ್ದೇಳಿ."

– ಜಪಾನಿ ಗಾದೆ

ಸಾರ್ವಕಾಲಿಕ ಅತ್ಯುತ್ತಮ ಬ್ಯಾಸ್ಕೆಟ್ ಬಾಲ್ ಆಟಗಾರನೆಂದು ಹೆಸರು ಗಳಿಸಿದ ಮೈಕೆಲ್ ಜೋರ್ಡನ್, 15 ಸೀಸನ್‌ಗಳಲ್ಲಿ ಶಿಕಾಗೋ ಬುಲ್ಸ್ ಮತ್ತು ವಾಷಿಂಗ್ಟನ್ ವಿಜಾರ್ಡ್ಸ್ ತಂಡಗಳಿಗಾಗಿ ಆಡಿದನು. ಅವನು 200 ಕ್ಕೂ ಹೆಚ್ಚು ದಾಖಲಗಳನ್ನು ಮುರಿದುಹಾಕಿದ್ದಾನೆ, ಅವುಗಳಲ್ಲಿ ಬಹಳಷ್ಟು ದಾಖಲೆಗಳನ್ನು ಅವನು ನಿವೃತ್ತಿ ಹೊಂದಿದ ದಶಕಗಳ ನಂತರವೂ ಯಾರಿಂದಲೂ ಮುರಿಯಲು ಸಾಧ್ಯವಾಗಿಲ್ಲ.

ಉದಾಹರಣೆಗೆ, ತಮ್ಮ ಜೀವಮಾನದಲ್ಲಿ ಆಡಿದ 563 ಪಂದ್ಯಗಳಲ್ಲಿ ಅವನು 30 ಕ್ಕೂ ಹೆಚ್ಚು ಅಂಕಗಳನ್ನು ಗಳಿಸಿದ್ದನು.

1990ರ ದಶಕದಲ್ಲಿ, ಪತ್ರಿಕೆಗಳು ಮತ್ತು ದೂರದರ್ಶನ ಪ್ರತಿ ವಾರವೂ ಜೋರ್ಡನ್‌ನ ದಾಖಲೆಗಳನ್ನು ವರದಿ ಮಾಡುತ್ತಿದ್ದವು, ಆದರೆ ಅವನು ಮಾಡಿದ ತಪ್ಪುಗಳನ್ನು ಬಹುತೇಕ ಎಂದಿಗೂ ಉಲ್ಲೇಖಿಸಲಿಲ್ಲ.

ನಿವೃತ್ತಿಯ ನಂತರ, ಜೋರ್ಡನ್‌ಗೆ ವರದಿಗಾರರು ಕೇಳಿದ "ನೀವು ಚಾಂಪಿಯನ್ ಹೇಗಾದಿರಿ?" ಎಂಬ ಪ್ರಶ್ನೆಗೆ ಅವನು ನೀಡಿದ ಉತ್ತರ ಎಲ್ಲರನ್ನೂ ಆಶ್ಚರ್ಯಚಕಿತರನ್ನಾಗಿಸಿತ್ತು:

"ನಾನು ನನ್ನ ವೃತ್ತಿ ಜೀವನದಲ್ಲಿ 9,000 ಕ್ಕೂ ಹೆಚ್ಚು ಶಾಟ್‌ಗಳನ್ನು ತಪ್ಪಿಸಿದ್ದೇನೆ. ನಾನು ಸುಮಾರು 300 ಪಂದ್ಯಗಳಲ್ಲಿ ಸೋತಿದ್ದೇನೆ. ಇಪ್ಪತ್ತಾರು ಬಾರಿ, ನಾನು ಆಟ ಜಯಿಸುವ ಶಾಟ್ ಹೊಡೆಯುತ್ತೇನೆ ಎಂದು ನಂಬಿಕೆ ಇಟ್ಟಿದ್ದ ಶಾಟ್‌ಗಳು ತಪ್ಪಿಹೋಗಿವೆ.

ನಾನು ನನ್ನ ಜೀವನದಲ್ಲಿ ಪದೇ ಪದೇ ವಿಫಲನಾಗಿದ್ದೇನೆ, ಮತ್ತು ಅದೇ ಕಾರಣದಿಂದ ನಾನು ಯಶಸ್ವಿಯಾಗಿದ್ದೇನೆ."

ಆಟ ಜಯಿಸುವ ಶಾಟ್‌ಗಳನ್ನು ತಪ್ಪಿಸುವುದರ ಜೊತೆಗೆ ತರಬೇತಿ ವಿಚಾರಕ್ಕೆ ಬಂದರೆ ಮೈಕೆಲ್ ಜೋರ್ಡನ್ ಅತ್ಯಂತ ಶಿಸ್ತಿನ ಆಟಗಾರನಾಗಿಯೂ ಪ್ರಖ್ಯಾತನಾಗಿದ್ದಾನೆ. ಅವನಿಗೆ ಆಯಾಸವೇ ಆಗುತ್ತಿರಲಿಲ್ಲ. ಅದು ವಾರಾಂತ್ಯವಾಗಿರಲಿ ಅಥವಾ ರಜೆಯ ದಿನವೇ ಆಗಿರಲಿ, ಬೆಳಗ್ಗೆ ಐದು ಗಂಟೆಗೇ ಎದ್ದು ಬ್ಯಾಸ್ಕೆಟ್‌ನಲ್ಲಿ ಬಾಲ್ ಹಾಕುವ ಅಭ್ಯಾಸವನ್ನು ಪ್ರಾರಂಭಿಸುತ್ತಿದ್ದ.

ನಾನು ಮಾಡದಿರುವ ಏನನ್ನು ಆ ವ್ಯಕ್ತಿ ಮಾಡಿದ್ದಾನೆ?

ನೀವು ಸುದ್ದಿಗಳನ್ನೋ ಅಥವಾ ಪ್ರಖ್ಯಾತ ವ್ಯಕ್ತಿಗಳ ಸಾಮಾಜಿಕ ಜಾಲತಾಣಗಳನ್ನೋ ನೋಡಿದಾಗ, ಕೆಲವೊಮ್ಮೆ ಧಿಡೀರ್ ಯಶಸ್ಸು ಪಡೆದವರು ಇರುತ್ತಾರೆ ಎಂಬ ಭಾವನೆ ನಿಮಗೆ ಬರಬಹುದು. ಆದರೆ ಸಮಸ್ಯೆ ಏನೆಂದರೆ, ಯಶಸ್ಸನ್ನು ಗಳಿಸಲು ಅವರು ಮಾಡಿದ ಕೆಲಸ/ಪ್ರಯಾಸ ಮತ್ತು ಶಿಸ್ತುಬದ್ಧತೆಯನ್ನು ನೀವು ನೋಡಿರುವುದಿಲ್ಲ.

ನೀವು ಯಾರಾದರೂ ಯಶಸ್ವೀ ವ್ಯಕ್ತಿಯನ್ನು ನೋಡಿದಾಗ ಅವರು ಮಾಡಿರಬಹುದಾದ ಕಠಿಣ ಪರಿಶ್ರಮ ಮತ್ತು ಪ್ರಯತ್ನಗಳ ಬಗ್ಗೆ ಯೋಚಿಸಿ. ಆನಂತರ, ನಿಮ್ಮನ್ನು ನೀವು ಕೇಳಿಕೊಳ್ಳಿ:

ನಾನು ಮಾಡದಿರುವ ಏನನ್ನು ಆ ವ್ಯಕ್ತಿ ಮಾಡಿದ್ದಾನೆ?

ಆ ಸ್ಥಾನಕ್ಕೆ ತಲುಪಲು ತಮ್ಮ ಜೀವನದಲ್ಲಿ ಅವರು ಕೆಲವು ಅಭ್ಯಾಸಗಳನ್ನು ಅಳವಡಿಸಿಕೊಂಡಿದ್ದರು ಅಥವಾ ತಮ್ಮ ಗುರಿಯನ್ನು ತಲುಪಲು ಬಹಳಷ್ಟು ತ್ಯಾಗ ಮಾಡಿದ್ದರು ಎಂದು ಬಹಳಷ್ಟು ಮಟ್ಟಿಗೆ ನಿಮಗೆ ತಿಳಿಯುತ್ತದೆ.

ಕೋಬ್ ಬ್ರಯಂಟ್ ನಿವೃತ್ತಿಯ ನಂತರ ಮಾಡಿದಂತೆ ಬೆಳಿಗ್ಗೆ ಐದು ಗಂಟೆಗೆ ಎದ್ದೇಳುವ ಅಗತ್ಯವಿಲ್ಲ, ಆದರೆ, ಯಶಸ್ವೀ ವ್ಯಕ್ತಿಗಳ ಜೀವನಚರಿತ್ರೆಗಳಿಂದ ನೀವು ಕೆಲವು ವಿಷಯಗಳನ್ನು ಕಲಿತು ಅವುಗಳನ್ನು ನಿಮ್ಮ ಜೀವನದಲ್ಲಿ ಅಳವಡಿಸಿಕೊಂಡರೆ, ನಿಮ್ಮ ಇಕಿಗಾಯ್‌ಯಲ್ಲಿ ಯಶಸ್ವಿಯಾಗಲು ಅದು ಸಹಾಯ ಮಾಡುತ್ತದೆ. ವಿಫಲವಾಗಲು ಕಲಿಯುವುದು ಕೂಡ ಅದರಲ್ಲಿ ಒಂದು.

ನೀವು ಚಾಂಪಿಯನ್ ಆಗಲು ಬಯಸಿದರೆ, ತಪ್ಪುಗಳನ್ನು ಮಾಡುವ ಭಯವನ್ನು ತೊರೆದು ನೀವು ತರಬೇತಿ ಪಡೆಯಬೇಕಾಗುತ್ತದೆ. ವಾಸ್ತವವಾಗಿ, ನೀವು ಹೆಚ್ಚು ತಪ್ಪು ಮಾಡಿದಾಗ ಹೆಚ್ಚು ಕಲಿಯುತ್ತೀರಿ. ಕೆಲವರು ಜನರ ಗುಂಪಿನಲ್ಲಿ ಹೆಚ್ಚು ಗುರುತಿಸಿಕೊಂಡಿರುತ್ತಾರೆ ಏಕೆಂದರೆ, ಅವರು ತಮ್ಮ ಕೌಶಲ್ಯವನ್ನು ಇತರರಿಗಿಂತ ಹೆಚ್ಚು ಕರಗತ ಮಾಡಿಕೊಂಡಿರುತ್ತಾರೆ.

ತಮ್ಮ ಇಚ್ಛೆಯಂತೆ ಏನೂ ನಡೆಯದಿದ್ದಾಗ ಜನರು ನಿರಾಶರಾಗುವುದು ಸರ್ವೇಸಾಮಾನ್ಯ. ಚಾಂಪಿಯನ್‌ಗಳು ಇತರರಿಗಿಂತ ವಿಭಿನ್ನವೆನಿಸುತ್ತಾರೆ, ಏಕೆಂದರೆ ಅವರು ತಮ್ಮ ನಿರಾಶೆಯನ್ನು ತೊಡೆದುಹಾಕಿ ಮತ್ತೆ ಪ್ರಯತ್ನಿಸಲು ಸಮರ್ಥರಾಗಿರುತ್ತಾರೆ. ಅವರ ರಹಸ್ಯವೇನೆಂದರೆ ನಿರಂತರ ಅಭ್ಯಾಸವನ್ನು ಮಾಡುತ್ತಿರುವುದು.

'ವಿಫಲನಾಗುವುದು ಮತ್ತು ಅದರಿಂದ ಕಲಿಯುವುದು' ನಿಮ್ಮ ಇಕಿಗಾಯ್ ಅನ್ನು ಉತ್ತೇಜಿಸುವ ಉತ್ತಮ ಇಂಧನವಾಗಿದೆ. ಪ್ರತಿ ಬಾರಿ ನೀವು ತಪ್ಪು ಮಾಡಿದಾಗ, ಅದನ್ನು ತಿದ್ದಿಕೊಂಡು ಆ ತಪ್ಪು ಭವಿಷ್ಯದಲ್ಲಿ ಪುನರಾವರ್ತನೆ ಆಗದಂತೆ ನೋಡಿಕೊಳ್ಳಿ. ಜೊತೆಗೆ ಇದರಿಂದ ನೀವು ಸಾಧಿಸಬೇಕಾದ ಗುರಿಯೆಡೆಗೆ ಒಂದು ತಪ್ಪು ಹೆಜ್ಜೆ ಕಡಿಮೆ ಆಗಿದೆ ಎಂಬುದನ್ನು ಯಾವಾಗಲೂ ನೆನಪಿಟ್ಟುಕೊಳ್ಳಿ.

ಮಹಾನ್ ವೈಫಲ್ಯಗಳು

ನೀವು ಹೊಸದನ್ನೇನಾದರೂ ಕಲಿಯುತ್ತಿರುವಾಗ, ಮುಖ್ಯವಾಗಿ ಪ್ರಾರಂಭದಲ್ಲಿ, 'ಅದು ಸರಿಯಾಗುವುದಿಲ್ಲವೇನೋ' ಎನ್ನುವ ಭಯವನ್ನು ಮೂಲತಃ ನಿಮ್ಮ ಮನಸ್ಸಿನಿಂದ ತೆಗೆದುಹಾಕಿದರೆ ಮುಂದಡಿಯಿಡುವುದಕ್ಕೆ ಅದು ಸಹಾಯಕವಾಗುತ್ತದೆ.

ನಿಮ್ಮ ಭಯಗಳನ್ನು ಹೊಡೆದೋಡಿಸಲು ಕೆಲವು ಸಲಹೆಗಳು ಇಲ್ಲಿವೆ:

- ನೀವು ಹೊಸ ಭಾಷೆ ಕಲಿಯುತ್ತಿದ್ದರೆ, ನಾಚಿಕೆ ಪಟ್ಟುಕೊಳ್ಳದೆ ಸಾಧ್ಯವಾದಷ್ಟೂ ಸ್ಥಳೀಯ ಭಾಷಿಗರೊಂದಿಗೆ ಅದನ್ನು ಅಭ್ಯಾಸ ಮಾಡಿ.
- ನೀವು ಪರೀಕ್ಷೆಗಳಿಗಾಗಿ ಅಭ್ಯಾಸ ಮಾಡುತ್ತಿದ್ದರೆ, ನೀವು ಪರೀಕ್ಷೆ ಬರೆಯುತ್ತಿದ್ದೀರಿ ಎಂದು ಭಾವಿಸಿಕೊಂಡು ಅಭ್ಯಾಸ ಮಾಡಿ. ಇದರಿಂದ ಸರಿಪಡಿಸಲು ಸಾಕಷ್ಟು ಸಮಯ ಇರುವಾಗಲೇ ನೀವು ನಿಮ್ಮ ತಪ್ಪುಗಳನ್ನು ಅರಿತುಕೊಳ್ಳಬಹುದು.
- ನೀವು ಕ್ರೀಡಾ ತಂಡವನ್ನು ಸೇರಿಕೊಂಡಿದ್ದರೆ, ಪಂದ್ಯಗಳು ಮತ್ತು ಅಧಿಕೃತ ಸ್ಪರ್ಧೆಗಳು ಆರಂಭವಾಗುವ ಮುಂಚೆ ಉಳಿದವರಿಗಿಂತ ಹೆಚ್ಚು ಅಭ್ಯಾಸ ಮಾಡಿ.

ನೀವು ಸಾಕಷ್ಟು ತಪ್ಪುಗಳನ್ನು ಮಾಡಿದ ಹಿರಿಯ ವಯಸ್ಸಿನವರಾದರೆ 'ಮಹತ್ವದ ವೈಫಲ್ಯಗಳು' ಎಂಬ ಪಟ್ಟಿಯನ್ನು ತಯಾರು ಮಾಡಿಕೊಳ್ಳಿ, ಪ್ರತೀ ತಪ್ಪಿನಿಂದಲೂ ನೀವು ಕಲಿತದ್ದನ್ನು ಅದರ ಜೊತೆ ಬರೆಯುತ್ತಾ ಹೋಗಿ.

ಸಾಮಾನ್ಯವಾಗಿ ಸಂಗೀತ ಮತ್ತಿತರ ಕ್ಷೇತ್ರಗಳಲ್ಲಿ 'ಅತ್ಯುತ್ತಮ ಹಿಟ್' ಪಟ್ಟಿ ನೋಡುವುದು ರೂಢಿ. ಹೀಗಿರುವಾಗ ನಿಮ್ಮ ತಪ್ಪುಗಳ ಚಾರ್ಟ್ ತಯಾರಿಸಲು ಹೇಳಿದರೆ ನಿಮಗೆ ವಿಚಿತ್ರವೆನಿಸಬಹುದು, ಆದರೆ ಅದು ನಿಮಗೆ ಬಹಳ ಉಪಯುಕ್ತವಾಗುತ್ತದೆ.

ಅರ್ಥಶಾಸ್ತ್ರಜ್ಞ, ಉಪನ್ಯಾಸಕಾರ ಮತ್ತು ಲೇಖಕ ಆಲೆಕ್ಸ್ ರೋವಿರಾ

ಹೇಳುವಂತೆ, ಅನಿರೀಕ್ಷಿತ ಯಶಸ್ಸಿನಿಂದ ಹಲವಾರು ಜನರು ಚೇತರಿಸಿಕೊಳ್ಳುವುದಿಲ್ಲ, ಆದರೆ ವೈಫಲ್ಯದಿಂದ ಪ್ರತಿಯೊಬ್ಬರೂ ಏನನ್ನಾದರೂ ಕಲಿಯುತ್ತಾರೆ. ನೀವು ನಿಮ್ಮ ವೈಫಲ್ಯಗಳಿಂದ ಏನು ಕಲಿತಿದ್ದೀರಿ?

ವೈಫಲ್ಯ

ಅದು ನನಗೆ ಏನು ಕಲಿಸಿತು

1. .. ..
2. .. ..
3. .. ..
4. .. ..
5. .. ..

ಶಕ್ತಿ ತುಂಬಿಕೊಳ್ಳುವುದು

ವೀಡಿಯೋ ಆಟದಲ್ಲಿ ಬರುವ ಪಾತ್ರವು ಹೆಚ್ಚು ಹೋರಾಟಗಳನ್ನು ನಡೆಸಿದಂತೆ ಬಲಿಷ್ಠವಾಗುತ್ತಾ ಹೋಗುತ್ತದೆ. ಅದು ಹೋರಾಟ ಮಾಡಿದಂತೆ, ಅದರ ಅನುಭವವು ಸಂಗ್ರಹವಾಗಿ ಆಟದ ಮಟ್ಟವು ಹೆಚ್ಚಾಗುತ್ತದೆ.

ಒಂದು ರೀತಿಯಲ್ಲಿ, ನೀವು ಕೂಡ ವೀಡಿಯೋ ಆಟದ ಪಾತ್ರದಂತೆ; ನಿಮ್ಮ ಅನುಭವ ಮತ್ತು ಕೌಶಲ್ಯವನ್ನು ಸಂಗ್ರಹಿಸಿಕೊಳ್ಳುತ್ತಿದ್ದೀರಿ. ನೀವು ಮೊದಲನೇ ಹಂತದಲ್ಲಿ ಪ್ರಾರಂಭಿಸಿ ಆಟದಲ್ಲಿ ಬಹಳಷ್ಟು ಬಾರಿ ಹೋರಾಡಿ (ಗೆಲುವಾದರೂ ಅಥವಾ ಸೋಲಾದರೂ) ನಿಮ್ಮ ಅನುಭವ ಮತ್ತು ಜ್ಞಾನವನ್ನು ಹೆಚ್ಚಿಸಿಕೊಂಡು ಜೀವಿಸುವ ಕಲೆಯಲ್ಲಿ ಮೆಲ್ಮಟ್ಟಕ್ಕೇರುತ್ತೀರಿ.

ವಿಡಿಯೋ ಗೇಮ್‌ಗಳು ಮತ್ತು ನಿಜವಾದ ಬದುಕಿನ ನಡುವಿನ ವ್ಯತ್ಯಾಸವೇನೆಂದರೆ, ವಿಡಿಯೋ ಗೇಮ್‌ಗಳಲ್ಲಿ ಪಾತ್ರಗಳು ಸೋತಾಗ ಎಷ್ಟು ಸಾರಿ ಬೇಕಾದರೂ ಹೋರಾಟವನ್ನು ಪುನಃ ಪ್ರಾರಂಭಿಸಬಹುದು. ಆದರೆ ಜೀವನದಲ್ಲಿ ನಾವು ನಮ್ಮ ಸೋಲುಗಳೊಂದಿಗೆ ಬದುಕಬೇಕು. ಆದ್ದರಿಂದ, ನೀವು ಭಾಗವಹಿಸಲು ಇಚ್ಛಿಸುವ ಹೋರಾಟಗಳನ್ನು ಆಲೋಚಿಸಿ ಆಯ್ಕೆಮಾಡಿಕೊಳ್ಳಿ ಮತ್ತು ಅದರಲ್ಲಿ ತಪ್ಪಾಗುತ್ತದೆ ಎಂದು ಭಯಪಡದಿರಿ. ಪ್ರತಿಯೊಂದು ಸಾರಿ ಬಿದ್ದಾಗಲೂ ನೀವು ಹೆಚ್ಚು ಅನುಭವ ಮತ್ತು ಹೆಚ್ಚಿನ ಜ್ಞಾನದೊಂದಿಗೆ ಎದ್ದು ನಿಲ್ಲುತ್ತೀರಿ.

2006ರಲ್ಲಿ ಬಿಡುಗಡೆಯಾದ ರಾಕಿ ಬಾಲ್ಬೋವ ಚಿತ್ರದಲ್ಲಿ ಸಿಲ್ವೆಸ್ಟರ್ ಸ್ಟಾಲೋನ್ ಹೇಳಿದಂತೆ:

"ನೀವು ಎಷ್ಟು ಬಲವಾಗಿ ಹೊಡೆಯುತ್ತೀರಿ ಎನ್ನುವುದು ಮುಖ್ಯವಲ್ಲ, ಎಷ್ಟು ಬಲವಾಗಿ ಹೊಡೆತ ತಿಂದ ಮೇಲೆ ಕೂಡ ನೀವು ಮುಂದುವರೆಯುತ್ತೀರಿ ಎನ್ನುವುದು ಮುಖ್ಯ. ನೀವೆಷ್ಟು ತಡೆದುಕೊಂಡು ಮುಂದೆ ಹೋಗುವಿರಿ ಎನ್ನುವುದರಲ್ಲಿ ಗೆಲುವಿದೆ!"

6.
ಅನ್ವೇಷಕನ ಕಿಟ್

"ಬಾಹ್ಯ ವಸ್ತುಗಳು
ಮಾನವನ ಹೃದಯಕ್ಕೆ ಪರಿಪೂರ್ಣ
ಸಂತೋಷವನ್ನು ನೀಡಲು ಅಸಮರ್ಥವಾಗಿವೆ."

– ಭಾರತೀಯ ಗಾದೆ

ಜಗತ್ತಿನ ಅತ್ಯಂತ ಪ್ರಭಾವೀ ಆಧ್ಯಾತ್ಮಿಕ ಗುರುಗಳಲ್ಲಿ ಒಬ್ಬನಾದ, 'ಬುದ್ಧ'ನಾಗಿ ಪರಿವರ್ತನೆಗೊಂಡ ಭಾರತದ ರಾಜಕುಮಾರ ಸಿದ್ಧಾರ್ಥ ಗೌತಮನ ಕಥೆಯನ್ನು ನೀವು ಕೇಳಿರಬಹುದು.

ಅರಮನೆಯಲ್ಲಿ ಹುಟ್ಟಿ ಒಬ್ಬ ಮನುಷ್ಯ ಏನೇನು ಸೌಲಭ್ಯಗಳನ್ನು ಊಹಿಸಬಹುದೋ ಅವೆಲ್ಲಾ ರೀತಿಯ ಭಕ್ಷ್ಯಭೋಜ್ಯಗಳು ಮತ್ತು ಐಷಾರಾಮೀ ಸೌಲಭ್ಯಗಳು ಅವನಿಗಿದ್ದವು. ಅವನಿಗೆ ಯಾವತ್ತೂ, ಯಾವುದಕ್ಕೂ ಕೊರತೆ ಎಂಬುದೇ ಇರಲಿಲ್ಲ. ಅವನು ಬಯಸಿದ ಎಲ್ಲವೂ ಅವನ ಕೈಯಲ್ಲಿತ್ತು, ಒಂದನ್ನು ಹೊರತುಪಡಿಸಿ: ಅವನು ಅರಮನೆಯಿಂದ ಹೊರಗೆ ಹೋಗುವ ಸ್ವಾತಂತ್ರ್ಯ.

ಅರಮನೆಯ ಸುರಕ್ಷಿತ ಗೋಡೆಗಳಾಚೆ ಜೀವನ ಎಷ್ಟು ಅಪೂರ್ಣವಾಗಿದೆ ಅಥವಾ ದುರ್ಭರವಾಗಿದೆಯೆಂದು ಅವನಿಗೆ ತಿಳಿಯುವುದು ಅವನ ಹೆತ್ತವರಿಗೆ ಬೇಡವಾಗಿತ್ತು. ಹಾಗಾಗಿ ಅವನು ಅರಮನೆಯಿಂದ ಹೊರಗೆ ಹೋಗಿ ಪ್ರಪಂಚ ನೋಡುವುದನ್ನು ಅವರು ತಡೆದರು.

ಹೀಗಿದ್ದರೂ, ಅವನು ಸಾಕಷ್ಟು ದೊಡ್ಡವನಾದಾಗ ಇದನ್ನು ಧಿಕ್ಕರಿಸಿ ಅರಮನೆಯಿಂದ ಆಚೆ ಬಂದು ಹೊರಜೀವನವನ್ನು ಕಾಣಲು ಹೊರಟನು. ತನ್ನ ಐಷಾರಾಮಿ ಅರಮನೆಯ ಹೊರಗೆ, ಅಸ್ತಿತ್ವದಲ್ಲಿ ಇವೆ ಎಂದು ಕೂಡ ಗೊತ್ತಿರದ ಕೆಲವು ಸನ್ನಿವೇಶಗಳನ್ನು ಸಿದ್ಧಾರ್ಥನು ಕಂಡನು:

- ಮೊದಲ ಬಾರಿಗೆ ಅವನು ಒಬ್ಬ ವೃದ್ಧ ವ್ಯಕ್ತಿಯನ್ನು ನೋಡಿ, ಈಗ ಯುವಕನಾಗಿದ್ದರೂ ತಾನೂ ಕೂಡ ಒಂದು ದಿನ ವೃದ್ಧನಾಗಬೇಕಾಗುತ್ತದೆ ಎಂದು ಅರಿತುಕೊಂಡನು.

- ಅವನು ಒಬ್ಬ ರೋಗಿಯನ್ನು ಕಂಡನು. ಇದು ಅವನನ್ನು 'ತಾನು ಆರೋಗ್ಯವಾಗಿದ್ದರೂ, ರೋಗಗಳಿಗೆ ತುತ್ತಾಗುವ ಸಾಧ್ಯತೆ ಇದೆ' ಎಂದು ಯೋಚಿಸುವಂತೆ ಮಾಡಿತು.

- ಅವನು ಒಂದು ಶವವನ್ನು ನೋಡಿ, ಈಗ ತಾನು ಬದುಕಿದ್ದರೂ ಕೂಡ, ಒಂದು ದಿನ ಸಾಯಬೇಕಾಗುತ್ತದೆ ಎಂಬುದನ್ನು ತಿಳಿದುಕೊಂಡನು.

ಮುಖಾಮುಖಿಯಾದ ಈ ಮೂರೂ ಸನ್ನಿವೇಶಗಳು ಸಿದ್ಧಾರ್ಥನನ್ನು ಭಯಪಡಿಸಲಿಲ್ಲ. ಬದಲಾಗಿ, ತನ್ನ ಇಡೀ ಜೀವನವನ್ನು ಮಾನವನ ದುಃಖಕ್ಕೆ ಕಾರಣಗಳನ್ನು ಹುಡುಕಲು ಮತ್ತು ಅದನ್ನು ನಿವಾರಿಸಲು ಸಹಾಯ ಮಾಡವುದಕ್ಕಾಗಿ ಮುಡಿಪಾಗಿಡಲು ಅವನಿಗೆ ಪ್ರೇರಣೆ ನೀಡಿತು.

ಭವಿಷ್ಯದ ಬುದ್ಧನು ತನ್ನ ಇಕಿಗಾಯ್ ಅನ್ನು ಕಂಡುಕೊಂಡನು.

ಅವನಿಗೆ ಬೇಕಾದ ಉತ್ತರಗಳನ್ನು ಕಂಡುಕೊಳ್ಳಲು ಸಿದ್ಧಾರ್ಥನಿಗೆ ಅರಮನೆಯಲ್ಲಿ ಇರಲಾಗಲಿಲ್ಲ. ಅವನು ಒಬ್ಬ ಅನ್ವೇಷಕನಾಗಿ ಆ ಮಾರ್ಗದಲ್ಲಿ ಮುನ್ನುಗ್ಗಬೇಕಿತ್ತು.

ಒಬ್ಬ ಅಲೆಮಾರಿ ವ್ಯಕ್ತಿಯನ್ನು ಭೇಟಿ ಮಾಡಿದಾಗ ಅವನಿಗೆ ಇದು ಮನವರಿಕೆಯಾಯಿತು. ಆ ವ್ಯಕ್ತಿ ಅವನಿಗೆ ಬೇಕಾದ ಯಾವುದನ್ನಾದರೂ, ಯಾವಾಗ ಬೇಕಾದರೂ ಮಾಡುವ ಸ್ವಾತಂತ್ರ್ಯ ಹೊಂದಿದ್ದನು. ಜೀವನದ ರಹಸ್ಯಗಳನ್ನು ತಿಳಿಯಲು ಸಿದ್ಧಾರ್ಥನಿಗೆ ಈ ಸ್ವಾತಂತ್ರ್ಯದ ಅಗತ್ಯವಿತ್ತು.

ಯುವ ರಾಜಕುಮಾರ ಸಿದ್ಧಾರ್ಥನಂತೆ ಬಹಳಷ್ಟು ಜನರು ಆಧುನಿಕ ಪ್ರಪಂಚದ ಎಲ್ಲ ಐಷಾರಾಮೀ ಸೌಲಭ್ಯಗಳೊಂದಿಗೆ ಜನಿಸುತ್ತಾರೆ. ಅವರಿಗೆ ತಲೆಯ ಮೇಲೆ ಒಂದು ಸೂರು ಇರುತ್ತದೆ, ಪ್ರಪಂಚದ ಎಲ್ಲಾ ಮಾಹಿತಿಯನ್ನು ಪಡೆಯಲು ಸಹಾಯಮಾಡುವ ಮೊಬೈಲ್ ಫೋನ್ ಇರುತ್ತದೆ, ಯಾರೊಂದಿಗೆ ಬೇಕಾದರೂ ಮಾತನಾಡಬಹುದು, ಪ್ರಪಂಚದ ಯಾವುದೋ ಮೂಲೆಯಲ್ಲಿರುವ ಜನರ ಮುಖಗಳನ್ನು ತಕ್ಷಣ ನೋಡಬಹುದು, ಆನ್‌ಲೈನ್‌ನಲ್ಲಿ ವಸ್ತುಗಳನ್ನು ಖರೀದಿಸಬಹುದು, ಜಗತ್ತಿನ ಮತ್ತೊಂದು ಭಾಗದಲ್ಲಿರುವವರೊಂದಿಗೆ ವಿಡಿಯೋ ಗೇಮ್‌ಗಳನ್ನು ಆಡಬಹುದು ಇತ್ಯಾದಿ, ಇತ್ಯಾದಿ..

ಆದರೆ, ಈ ಎಲ್ಲಾ ಸೌಕರ್ಯಗಳನ್ನು ಹೊಂದಿದ್ದರೂ, ಕೆಲವರು ಖಾಲಿತನ ಅನುಭವಿಸಬಹುದು. ಈ ಎಲ್ಲಾ ಸೌಕರ್ಯಗಳ ಆಚೆ ಜೀವನವನ್ನು ಅನ್ವೇಷಣೆ ಮಾಡುವ ಅವಶ್ಯಕತೆ ಇದೆ ಎಂದು ಅವರಿಗೆ ಅನ್ನಿಸಬಹುದು. ತಮ್ಮ ಜೀವನಕ್ಕೆ

ಅರ್ಥ ನೀಡುವುದು ಅವರಿಗೆ ಬೇಕಾಗಿರುತ್ತದೆ, ಸಂತೃಪ್ತಿಯನ್ನು ಅನುಭವಿಸಿ, ತಮ್ಮ ಅವಿಷ್ಕಾರಗಳ ಮೂಲಕ ಇತರರೂ ಸಂತೃಪ್ತಿ ಹೊಂದಲು ಸಹಾಯ ಮಾಡುವುದು ಬೇಕಾಗಿರುತ್ತದೆ.

ಸಿದ್ಧಾರ್ಥನ ಅನ್ವೇಷಣಾ ಕಿಟ್

ನೀವು ಜೀವನದಲ್ಲಿ ನಿರ್ಧರಿಸುವ ಒಂದು ನಿರ್ದಿಷ್ಟ ಗುರಿಗಾಗಿ ನೀವು 'ಅರಮನೆಯನ್ನು ಬಿಡಬೇಕು' ಮತ್ತು ಅನ್ವೇಷಕನಾಗಬೇಕು. ಆದರೆ ಅನ್ವೇಷಣೆಗೆ ಹೊರಡುವ ಮುನ್ನ, ಯಾವುದೇ ಅನ್ವೇಷಕ ಗೊತ್ತಿರದ ಪ್ರದೇಶಕ್ಕೆ ತೆರಳುವ ಮುನ್ನ ತನ್ನ ಪರಿಕರಗಳೊಂದಿಗೆ ಸಜ್ಜಾಗುವಂತೆ ನೀವು ಸಹ ಸೂಕ್ತವಾಗಿ ಸಜ್ಜುಗೊಂಡಿರಬೇಕು.

ನೀವು ನಿಮ್ಮ ಜೀವನದ ಗುರಿಯನ್ನು ಕಂಡುಕೊಂಡು ಇತರರೊಂದಿಗೆ ಹಂಚಿಕೊಳ್ಳಲು ನಿಮ್ಮ ಬೆನ್ನಿನ ಚೀಲದಲ್ಲಿ ಆರು ಪರಿಕರಗಳನ್ನು ತೆಗೆದುಕೊಂಡು ಹೋಗಬೇಕು. ಆ ಆರು ಪರಿಕರಗಳು ಯಾವುವೆಂದು ನೀವು IKIGAI ಎಂಬ ಸಂಕ್ಷಿಪ್ತ ಪದದಿಂದ ನೆನಪಿಟ್ಟುಕೊಳ್ಳಬಹುದು:

Imagination (ಕಲ್ಪನೆ)

Kaizen (ಸುಧಾರಣೆ)

Inspiration (ಪ್ರೇರಣೆ)

Gratitude (ಕೃತಜ್ಞತೆ)

Audacity (ದಿಟ್ಟತನ)

Improvisation (ಉತ್ತಮಗೊಳಿಸುವಿಕೆ)

ಸಿದ್ಧಾರ್ಥ ಗೌತಮನ ಕಥೆಯನ್ನು ನಿಮ್ಮ ಪ್ರಾರಂಭದ ಬಿಂದು ಎಂದು ಭಾವಿಸಿ ಮೇಲೆ ತಿಳಿಸಿದ ಪ್ರತಿಯೊಂದು ಪರಿಕರವನ್ನು ವಿಶ್ಲೇಷಿಸಿ ಅವನ್ನು ನಿಮ್ಮ ಜೀವನದಲ್ಲಿ ಹೇಗೆ ಅಳವಡಿಸಿಕೊಳ್ಳಬಹುದು ಎಂಬುದನ್ನು ತಿಳಿಯಿರಿ.

Imagination (ಕಲ್ಪನೆ)

ಯೌವನದಲ್ಲಿ ಅರಮನೆಯಲ್ಲಿ ಬಂಧಿತನಾಗಿದ್ದರೂ ಸಹ ಸಿದ್ಧಾರ್ಥನಿಗೆ ಅಸಾಧಾರಣ ಕಲ್ಪನಾಶಕ್ತಿಯಿತ್ತು. ದೂರದ ದಿಗಂತದಲ್ಲಿ ಕಾಣುವ ಹಿಮಪರ್ವತಗಳು ಹಾಗೂ ತನ್ನ ಪ್ರಪಂಚದಾಚೆ ಇರುವ ಜಗತ್ತನ್ನು ತನ್ನ ಕೊಠಡಿಯ ಕಿಟಕಿಯಿಂದಲೇ ಅವನು ನೋಡುತ್ತಿದ್ದನು.

ಅಪರಿಚಿತವೆನಿಸಿದ್ದೆಲ್ಲವೂ ಅವನ ಕಲ್ಪನಾಶಕ್ತಿಯನ್ನು ಸೆಳೆಯುತ್ತಿತ್ತು, ಇದು ಅವನಿಗೆ ಸಾಹಸಮಯ ಜಗತ್ತೊಂದನ್ನು ತನ್ನ ಮನಃಪಟಲದಲ್ಲಿ ಕಾಣುವಂತೆ ಮಾಡಿತ್ತು. ಬೇಸರವೆನಿಸಿದಾಗ ಅವನ ಕಲ್ಪನೆ ಅವನಿಗೆ ಉಲ್ಲಾಸವನ್ನು ನೀಡುತ್ತಿತ್ತು.

ನಿಮ್ಮ ಹುಟ್ಟಿನಿಂದಲೇ ನೀವು ಪಡೆದುಕೊಂಡು ಬಂದಿರುವ ಈ ಪರಿಕರ ನಿಮ್ಮ ಗುರಿಯ ಕೀಲಿಕೈ. ಇದು ಜಗತ್ತನ್ನು ಅನ್ವೇಷಿಸಲು ನಿಮಗೆ ಧೈರ್ಯವನ್ನು ನೀಡುತ್ತದೆ.

ನಿಮ್ಮ ಕಲ್ಪನೆಯನ್ನು ಪೋಷಿಸುವ ಕೆಲವು ಮಾರ್ಗಗಳು ಇಲ್ಲಿವೆ:

- ನೀವು ವಾಸಿಸುವ ಸ್ಥಳದಿಂದ ತುಂಬಾ ವಿಭಿನ್ನವಾಗಿರುವ ಸ್ಥಳಗಳ ಬಗ್ಗೆ ಪುಸ್ತಕಗಳನ್ನು ಓದಿ, ಅಥವಾ ಅದ್ಭುತ ಸಾಹಸಗಳನ್ನು ಮಾಡಿದ ವ್ಯಕ್ತಿಗಳ ಜೀವನಚರಿತ್ರೆಗಳನ್ನು ಓದಿ.
- ನೀವು ಎಂದಿಗೂ ಭೇಟಿ ನೀಡಿರದ ದೂರ ಪ್ರದೇಶಗಳ ಬಗ್ಗೆ ಪ್ರಸ್ತಾಪಿಸಿರುವ ಸಾಕ್ಷ್ಯಚಿತ್ರಗಳನ್ನು ನೋಡಿ.
- ನಿಮಗೆ ಗೊತ್ತಿರದ ವಿಷಯ / ಸನ್ನಿವೇಶಗಳನ್ನು ಕಂಡು ಅನುಭವಿಸಿರುವ ಜನರ ಉಪನ್ಯಾಸಗಳನ್ನು ಕೇಳಲು ಹೋಗಿ.
- ನಿಮ್ಮ ಸಾಹಸಪಯಣ ಆರಂಭವಾಗುವ ಕ್ಷಣ ನೀವು ಏನು ಮಾಡುತ್ತೀರಿ ಎಂಬುದನ್ನು ಕಲ್ಪನೆ ಮಾಡಿಕೊಳ್ಳಿ.
- ನಿಮ್ಮ ಕನಸುಗಳು ಮತ್ತು ಕಲ್ಪನೆಗಳ ಬಗ್ಗೆ ಒಂದು ವಿಶೇಷ ಪುಸ್ತಕದಲ್ಲಿ ಟಿಪ್ಪಣಿಗಳನ್ನು ಮಾಡಿಕೊಳ್ಳಿ.

ಸಬ್‌ಮರೀನ್, ಹೆಲಿಕಾಪ್ಟರ್ ಮತ್ತು ಇಂಟರ್‌ನೆಟ್ ನಂತಹ ಆವಿಷ್ಕಾರಗಳನ್ನು 1863 ರಲ್ಲಿಯೇ ತನ್ನ ಸಾಹಿತ್ಯದ ಕಲ್ಪನೆಯಲ್ಲಿ ಊಹಿಸಿದ್ದ ಫ್ರೆಂಚ್ ಲೇಖಕ ಜೂಲ್ಸ್ ವೇರ್ನ್ ಅವರ ಮಾತಿನಲ್ಲಿ ಹೇಳುವುದಾದರೆ "ಒಬ್ಬ ವ್ಯಕ್ತಿ ಏನನ್ನಾದರೂ ತನ್ನ ಕಲ್ಪನೆಯಲ್ಲಿ ಮೂಡಿಸಿದರೆ ಬೇರೆ ವ್ಯಕ್ತಿಗಳು ಅದನ್ನು ನಿಜವಾಗಿಸುತ್ತಾರೆ."

Kaizen (ಸುಧಾರಣೆ)

ಯುವ ರಾಜಕುಮಾರ ಸಿದ್ಧಾರ್ಥ ಅರಮನೆಯಿಂದ ಹೊರಟ ತಕ್ಷಣವೇ ಬುದ್ಧನಾಗಲಿಲ್ಲ. ಮೂವತ್ತೈದು ವರ್ಷವಾಗುವವರೆಗೆ ಅವನಿಗೆ ಜ್ಞಾನೋದಯ ಆಗಲಿಲ್ಲ. ಆ ಕಾಲದಲ್ಲಿ ಮೂವತ್ತೈದು ವರ್ಷಗಳು ಅಂದರೆ ವಯಸ್ಸಾಗಿದೆ ಎಂದು ಅರ್ಥ. ಅವನು ಜ್ಞಾನೋದಯ ಪಡೆದುಕೊಳ್ಳಲು ಹಲವಾರು ವರ್ಷಗಳ ಕಾಲ ಪ್ರತಿದಿನವೂ ತನ್ನ ಧ್ಯೇಯಯೆಡೆಗೆ ಪರಿಶ್ರಮ ಪಡಬೇಕಾಯಿತು. ಅವನು ತನ್ನ ಧ್ಯಾನ ಮಾಡುವ

ಕೌಶಲ್ಯವನ್ನು ನಿಧಾನವಾಗಿ ಮತ್ತು ಖಚಿತವಾಗಿ ಪರಿಪೂರ್ಣಗೊಳಿಸಿಕೊಂಡು ತನ್ನನ್ನು ತಾನು ಸುಧಾರಿಸಿಕೊಂಡನು.

ಅವನಿಗರಿವಿಲ್ಲದೆಯೇ ಸಿದ್ಧಾರ್ಥನು ಜಪಾನೀಯರು ಉಲ್ಲೇಖಿಸುವ **ಕೈಸೆನ್** (ಸುಧಾರಣೆ) ಅನ್ನು ಅನ್ವಯಿಸಿಕೊಂಡಿದ್ದನು. ಇದು, ಏನನ್ನಾದರೂ ಸ್ವಲ್ಪ ಸ್ವಲ್ಪವೇ ಪ್ರತಿದಿನವೂ ಉತ್ತಮಗೊಳಿಸುವ ವಿಧಾನವಾಗಿದೆ. ಜಪಾನಿನ ಟೋಯೋಟಾ ಕಾರ್ಖಾನೆಯಲ್ಲಿ ಕೈಸೆನ್ (ಸುಧಾರಣೆ) ಬಳಸಲಾಗಿತ್ತು, ಅಲ್ಲಿ ಎಲ್ಲಾ ಕಾರ್ಮಿಕರಿಗೂ ಸಣ್ಣ ಸುಧಾರಣೆಗಳನ್ನು ಗುರುತಿಸಿ, ಉತ್ಪಾದನಾ ವ್ಯವಸ್ಥೆಯನ್ನು ಸುಗಮಗೊಳಿಸಲು ಕಾರ್ಯರೂಪದ ಪರಿಹಾರಗಳನ್ನು ಸೂಚಿಸಲು ಉತ್ತೇಜಿಸಲಾಗಿತ್ತು.

ಇದು, ಜಗತ್ತಿನ ಅತ್ಯಂತ ವಿಶ್ವಾಸಾರ್ಹ ವಾಹನಗಳನ್ನು ಉತ್ಪಾದಿಸುವ ಟೋಯೋಟಾದ ಯಶಸ್ಸಿನ ಹಿಂದಿರುವ ರಹಸ್ಯ ಎಂದು ನಂಬಲಾಗಿದೆ.

ನಿಮ್ಮ ಜೀವನಕ್ಕೆ ಇದು ಯಾವ ರೀತಿ ಸಂಬಂಧಿಸಿದೆ ಎಂದು ನೀವು ಆಶ್ಚರ್ಯಪಡಬಹುದು. ಆದರೆ ವಾಸ್ತವವಾಗಿ ಒಮ್ಮೆ ನೀವು ನಿಮ್ಮನ್ನು ಸುಧಾರಿಸಿಕೊಳ್ಳುವ ನಿಟ್ಟಿನಲ್ಲಿ ಕೆಲಸ ಮಾಡಲು ಪ್ರಾರಂಭಿಸಿದರೆ ಇದು ನಿಮ್ಮ ಜೀವನದೊಂದಿಗೆ ತುಂಬಾ ಸಂಬಂಧವನ್ನು ಹೊಂದಿರುತ್ತದೆ. ನೀವು ಯಾವುದಾದರೂ ಕಲಿಕೆಗೆ ಅಥವಾ ನಿಮ್ಮ ಕೌಶಲ್ಯವನ್ನು ಸುಧಾರಿಸುವುದಕ್ಕೆ ಪ್ರತಿದಿನವೂ ಕೇವಲ ಅರ್ಧ ಗಂಟೆ ಸಮಯವನ್ನು ನೀಡಿದರೂ ಸಹ, ನೀವು ಆ ಕೌಶಲ್ಯದಲ್ಲಿ ಪ್ರತಿದಿನವೂ ಒಂದು ಪ್ರತಿಶತ ಸುಧಾರಣೆ ಹೊಂದುತ್ತೀರಿ. 100 ದಿನಗಳಲ್ಲಿ, ನೀವು 100 ಪ್ರತಿಶತ ಸುಧಾರಣೆಯನ್ನು ಹೊಂದುತ್ತೀರಿ!

ನೀವು ಸಾಧಿಸಬಹುದಾದ ಪ್ರಗತಿಯನ್ನು ಕಲ್ಪನೆ ಮಾಡಿಕೊಳ್ಳಿ:

- ನೀವು ಹೊಸ ಭಾಷೆ ಕಲಿಯಬಹುದು.
- ಒಂದು ಕ್ರೀಡೆ ಅಭ್ಯಾಸ ಮಾಡಬಹುದು.
- ಸಂಗೀತ, ಚಿತ್ರಕಲೆ, ಬರವಣಿಗೆ, ಇತ್ಯಾದಿ ಯಾವುದಾದರೂ ಒಂದು ಕಲೆಯನ್ನು ಪರಿಪೂರ್ಣವಾಗಿಸಿಕೊಳ್ಳಬಹುದು.
- ವೈಯಕ್ತಿಕ ಕೌಶಲ್ಯಗಳನ್ನು ಅಭಿವೃದ್ಧಿಪಡಿಸಿಕೊಳ್ಳಬಹುದು. ಉದಾಹರಣೆಗೆ, ಸರಿಯಾಗಿ ಆಲಿಸುವುದನ್ನು ಅರಿತುಕೊಳ್ಳುವುದು ಅಥವಾ ಇನ್ನೊಬ್ಬರ ದೃಷ್ಟಿಕೋನವನ್ನು ಗ್ರಹಿಸುವುದಕ್ಕೆ ಸಮರ್ಥರಾಗಿರುವುದು.

ನೀವು ಪ್ರತಿದಿನವೂ ಸ್ವಲ್ಪ ಸ್ವಲ್ಪವೇ ಅಭ್ಯಾಸ ಮಾಡಿದರೆ, ಕೈಜೆನ್ (ಸುಧಾರಣೆ) ನಿಮಗೆ ವಿಶಿಷ್ಟವಾದ ಸಾಮರ್ಥ್ಯಗಳನ್ನು ಅಭಿವೃದ್ಧಿಪಡಿಸಿಕೊಳ್ಳಲು ಸಹಾಯ ಮಾಡುತ್ತದೆ.

Inspiration (ಪ್ರೇರಣೆ)

ಆರಂಭದಲ್ಲಿ, ಸಾವು, ದಾರಿದ್ರ್ಯ ಮತ್ತು ಅನಾರೋಗ್ಯಗಳನ್ನು ಎದುರಿಸುವುದು ಸಿದ್ಧಾರ್ಥನಿಗೆ ಇಷ್ಟವಾಗಲಿಲ್ಲ. ಮಾನವನ ಈ ಪರಿಯ ದುಃಖವನ್ನು ಕಂಡು ಅವನ ಹೃದಯ ಒಡೆದುಹೋಗಿತ್ತು. ಆದರೆ ಅದು ಅವನನ್ನು ದುಃಖಿತನಾಗಿಸುವ ಬದಲು, ಆ ಎಲ್ಲಾ ನೋವನ್ನು ನೋಡಿದ ಮೇಲೆ ಜನರು ಕಷ್ಟ ಪಡದಂತೆ ಮಾಡುವ ಪರಿಹಾರಗಳನ್ನು ಹುಡುಕುವಂತಹ ಪ್ರೇರಣೆಯ ಕಿಡಿಯನ್ನು ಅವನೊಳಗೆ ಹೊತ್ತಿಸಿತು.

ಅವನ ಸುದೀರ್ಘ ಯಾತ್ರೆಯಲ್ಲಿ ಅವನು ಎಂದಿಗೂ ತನ್ನ ನಂಬಿಕೆಯನ್ನು ಅಥವಾ ತನ್ನ ಗುರಿಯನ್ನು ಸಾಧಿಸುವ ಭರವಸೆಯನ್ನು ಕಳೆದುಕೊಳ್ಳಲಿಲ್ಲ.

ನೀವು ನಿಮ್ಮ ಇಕಿಗಾಯ್‌ನ್ನು ಕಂಡುಕೊಂಡಿರುವುದಕ್ಕೆ ಪ್ರೇರಣೆಯು ಸ್ಪಷ್ಟವಾದ ಸಾಕ್ಷಿ.

ನಿಮ್ಮ ಜೀವನದಲ್ಲಿ ಯಾವುದಾದರೊಂದು ವಿಚಾರ/ಕೆಲಸ ನಿಮಗೆ ವಿಶೇಷವಾದ ಸಂತೋಷವನ್ನು ಉಂಟುಮಾಡುತ್ತಿದೆಯೆಂದು ನಿಮ್ಮ ಗಮನಕ್ಕೆ ಬಂದರೆ, ಅದನ್ನು ಮಾಡುವಾಗ ಉಪಯುಕ್ತವಾದುದನ್ನು ಮಾಡುತ್ತಿದ್ದೇನೆ ಎಂದು ನಿಮಗೆ ಭಾಸವಾದರೆ ಮತ್ತು ಅದನ್ನು ಮಾಡುತ್ತಿರುವಾಗ ಸಮಯದ ಪರಿವೆಯೇ ನಿಮಗೆ ಆಗದಿದ್ದರೆ, ಆ ಪ್ರೇರಣೆಯ ಜ್ಯೋತಿ ಯಾವಾಗಲೂ ಉರಿಯುತ್ತಿರುವಂತೆ ನೋಡಿಕೊಳ್ಳಿ. ಅದರ ಬೆಳಕಿನಲ್ಲಿ ಆ ಪಥವನ್ನು ಅನುಸರಿಸಿ.

ಮತ್ತೊಂದೆಡೆ, ನಿಮಗೆ ಯಾವುದಾದರೊಂದು ವಿಚಾರ/ಕೆಲಸ ಬೇಸರ ಮೂಡಿಸಿದರೆ ಅಥವಾ ಅದರಲ್ಲಿ ನಿಮಗೆ ಆಸಕ್ತಿ ಇಲ್ಲವೆಂದು ಅನ್ನಿಸಿದರೆ, ಅದನ್ನು ಬದಲಾಯಿಸಲು ಯತ್ನಿಸಿ ಅಥವಾ ನಿಮಗೆ ಆಸಕ್ತಿ ಉಂಟುಮಾಡುವ ಏನನ್ನಾದರೂ ಹುಡುಕಲು ಪ್ರಯತ್ನಿಸಿ.

ಪ್ರೇರಣೆ ಎಂಬುದು ಒಂದು ಕನಸು, ಅದು ನೀವು ತಲುಪಬಯಸುವ ತೀರವು ನಿಮ್ಮ ದೃಷ್ಟಿಯಿಂದ ತಪ್ಪಿಹೋಗದಂತೆ ಮಾಡುತ್ತದೆ. ಇದು ನಿಮ್ಮ ಜೀವನಕ್ಕೆ ದಾರಿತೋರುವ ದಿಗಂತದಲ್ಲಿರುವ ಒಂದು ದೀಪಸ್ತಂಭವಾಗಿದೆ.

Gratitude (ಕೃತಜ್ಞತೆ)

ಸಿದ್ಧಾರ್ಥನ ಜೀವನದಲ್ಲಿ ಆತ ಬುದ್ಧನಾಗುವವರೆಗೂ ಅವನಿಗೆ ಬಹಳಷ್ಟು ಜನರು ಸಹಾಯ ಮಾಡಿದರು, ಜೀವನದ ಅನೇಕ ಸಂಗತಿಗಳನ್ನು ಹೇಳಿಕೊಟ್ಟರು, ಮಾರ್ಗದರ್ಶನ ನೀಡಿದರು. ಅವರು ಅವನಿಗೆ ಏನು ಕೊಟ್ಟಿದ್ದರೋ, ಅದು ಹೆಚ್ಚೋ–ಕಡಿಮೆಯೋ, ಅದಕ್ಕಾಗಿ ಅವನು ಅವರಿಗೆ ಮನಃಪೂರ್ವಕ ಕೃತಜ್ಞತೆಯನ್ನು

ಅರ್ಪಿಸಿದನು ಮತ್ತು ಕೃತಜ್ಞತೆಯ ಮೇಲೆ ಗಮನ ಕೇಂದ್ರೀಕರಿಸಿ ಧ್ಯಾನ ಮಾಡಲು ಕೂಡ ಸಮಯವನ್ನು ಮೀಸಲಿಟ್ಟಿದ್ದನು. ಒಮ್ಮೆ, ದಿನದ ಅಂತ್ಯದಲ್ಲಿ ಅವನು ತನ್ನ ಅನುಯಾಯಿಗಳಿಗೆ ಹೀಗೆ ಹೇಳಿದನು:

"ನಾವು ಧನ್ಯವಾದಗಳನ್ನು ತಿಳಿಸೋಣ, ಏಕೆಂದರೆ ಇಂದು ನಾವು ಹೆಚ್ಚು ಕಲಿಯದಿದ್ದರೂ, ಕನಿಷ್ಠ ಸ್ವಲ್ಪವಾದರೂ ಕಲಿತಿದ್ದೇವೆ, ನಾವು ಸ್ವಲ್ಪವೂ ಕಲಿಯದೆ ಇದ್ದರೂ, ನಾವು ಕನಿಷ್ಟ ಅನಾರೋಗ್ಯಕ್ಕಂತೂ ಒಳಗಾಗಿಲ್ಲ, ನಾವು ಅನಾರೋಗ್ಯಕ್ಕೊಳಗಾಗಿದ್ದರೂ, ಕನಿಷ್ಟ ನಾವು ಮರಣ ಹೊಂದಿಲ್ಲ, ಹಾಗಾಗಿ ನಾವು ಧನ್ಯವಾದಗಳನ್ನು ತಿಳಿಸೋಣ."

ನೀವು ಜನರಿಗೆ ಎಷ್ಟು ಹೆಚ್ಚು ಧನ್ಯವಾದಗಳನ್ನು ತಿಳಿಸುತ್ತೀರೋ ಅಷ್ಟು ನೀವು ಅವರಿಗೆ ಸಂತೋಷವನ್ನು ಉಂಟುಮಾಡುತ್ತೀರಿ, ಮತ್ತು ಅಷ್ಟೇ ಹೆಚ್ಚು ನಿಮಗೆ ಜೀವನದ ಒಳ್ಳೆಯ ಪಕ್ಷವನ್ನು ನೋಡುವುದು ಸುಲಭವಾಗುತ್ತದೆ. ಕೃತಜ್ಞತೆ ನಮಗೆ ಸುಂದರವಾದ ಸಂಗತಿಗಳ ಮೇಲೆ ಗಮನ ಹರಿಸಲು ಸಹಾಯ ಮಾಡುತ್ತದೆ, ಅದರಿಂದ ನಾವು ಮತ್ತಷ್ಟು ಕೃತಜ್ಞರಾಗಿರಲು ಇನ್ನೂ ಹೆಚ್ಚು ಹೆಚ್ಚು ಕಾರಣಗಳನ್ನು ಕಂಡುಕೊಳ್ಳುತ್ತೇವೆ.

ಹೆಕ್ಟರ್ ಮತ್ತು ಫ್ರಾನ್ಸಿಸ್ಕ್ ಇಬ್ಬರೂ ತಾವು ಕೃತಜ್ಞರಾಗಿರುವ ಕೆಲವು ಸಂಗತಿಗಳ ಒಂದು ಚಿಕ್ಕಪಟ್ಟಿಯನ್ನು ತಯಾರಿಸಿದರು:

- ಅವರಿಬ್ಬರು ಭೇಟಿಯಾದದ್ದು – 6,214 ಮೈಲು (10,000 ಕಿಮೀ) ದೂರದಲ್ಲಿದ್ದರೂ ಸ್ನೇಹವೆನ್ನುವ ಉಡುಗೊರೆಯನ್ನು ಇದರಿಂದ ಅವರು ಪಡೆದರು ಮತ್ತು ಪ್ರವಾಸಗಳು ಹಾಗೂ ಪುಸ್ತಕಗಳ ರೂಪದಲ್ಲಿ ಅನೇಕ ಸಾಹಸಗಳನ್ನು ಒಟ್ಟಿಗೆ ಅನುಭವಿಸಿದರು.

- ಐವತ್ತಾರು ಭಾಷೆಗಳಿಗೆ ಅನುವಾದಗೊಂಡಿರುವ ಪುಸ್ತಕವನ್ನು ಹೊಂದಿರುವುದು – ಇದರ ಅರ್ಥ, ಜಗತ್ತಿನಾದ್ಯಂತ ಅನೇಕಾನೇಕ ಜನರು ಅದನ್ನು ಓದಲು ಸಾಧ್ಯವಾಗಿರುವುದು.

- ಓದುಗರು ಈ ಪುಸ್ತಕಕ್ಕೆ ಬೆಂಬಲ ನೀಡಿ, ಇದಕ್ಕೆ ಜೀವಂತಿಕೆ ನೀಡುತ್ತಾರೆ ಎಂಬುದನ್ನು ತಿಳಿದಿರುವುದು, ಮತ್ತು ಅವರು ಈ ಪುಟಗಳಲ್ಲಿ ಏನು ಓದುತ್ತಿದ್ದಾರೋ ಅದು ಅವರಿಗೆ ಜೀವನದ ದಿಕ್ಕು ಕಂಡುಕೊಳ್ಳಲು ಸಹಾಯ ಮಾಡುತ್ತದೆ ಎನ್ನುವುದು.

ಮತ್ತು ನೀವು? ಜೀವನದಲ್ಲಿ ಯಾವ ವಿಷಯಕ್ಕಾಗಿ ನೀವು ಕೃತಜ್ಞರಾಗಿದ್ದೀರಿ? ಅದು ತುಂಬಾ ಚಿಕ್ಕದಾಗಿದ್ದರೂ ಸಹ ಅದು ಪರಿಗಣಿಸಲ್ಪಡುತ್ತದೆ!

Audacity (ದಿಟ್ಟತನ)

ಅರಮನೆಯ ಸುಖಸೌಕರ್ಯಗಳ ಮಾರ್ಗವನ್ನು ಅನಿಶ್ಚಿತ ಮಾರ್ಗಗಳಿಗೆ ಬದಲಾಯಿಸಿಕೊಳ್ಳಲು ಸಿದ್ಧಾರ್ಥನಿಗೆ ದೊಡ್ಡ ಪ್ರಮಾಣದ ಧೈರ್ಯ ಬೇಕಾಗಿತ್ತು. ಆದರೆ ಅದರಿಂದಲೇ ಅವನು ಲಕ್ಷಾಂತರ ಜನರಿಗೆ ಜ್ಞಾನೋದಯವಾಗಲು ಪ್ರೇರೇಪಣೆ ನೀಡುವಂತಹ ಜೀವನ ತತ್ವವನ್ನು ಕಂಡುಹಿಡಿದನು, ಅವನ ಧೈರ್ಯಕ್ಕೆ ಧನ್ಯವಾದಗಳನ್ನು ತಿಳಿಸಲೇಬೇಕು.

ಜನರು ಅನುಭವಿಸುವ ಭಾವನೆಗಳು ಬಹಳಷ್ಟಿವೆ. ಆದರೆ ಅವುಗಳನ್ನು ಸರಳಗೊಳಿಸಿದರೆ ಮುಖ್ಯವಾಗಿ ಭಯ (ತಿರಸ್ಕಾರ) ಮತ್ತು ಪ್ರೀತಿ (ಆಕರ್ಷಣೆ) ಎಂದು ವಿಭಜಿಸಬಹುದು.

ಭಯ ಮತ್ತು ಪ್ರೀತಿ, ವಿಶೇಷವಾಗಿ ಅವು ಬಹಳ ಶಕ್ತಿಶಾಲಿಯಾಗಿರುವಾಗ, ಕೆಲವೊಮ್ಮೆ ನಮ್ಮಿಂದ ವಿಲಕ್ಷಣ ಕೆಲಸಗಳನ್ನು ಮಾಡಿಸುತ್ತವೆ. ಭಾವನೆಗಳು ಪ್ರವಾಹದಂತೆ ಒಳಗೆ ತುಂಬಿಕೊಂಡು ಅವನನ್ನು ಸೋಲಿಸಿ, ಅವನಿಂದ ಅಸಂಬದ್ಧ ಕೆಲಸಗಳನ್ನು ಯಾವಾಗ ಮಾಡಿಸುತ್ತವೆ ಎಂಬುದನ್ನು ಅರಿತುಕೊಳ್ಳುವವನು ಒಬ್ಬ ಶಕ್ತಿಶಾಲಿ ಮನುಷ್ಯ.

ಧೈರ್ಯವಾಗಿರುವುದರ ಅತ್ಯುತ್ತಮ ರೀತಿಯೆಂದರೆ, ಕಠಿಣ ಪ್ರಶ್ನೆಗಳನ್ನು ನಿಮಗೆ ನೀವೇ ಕೇಳಿಕೊಳ್ಳುವುದು ಮತ್ತು ಅವುಗಳಿಗೆ ಧೈರ್ಯದಿಂದ ಉತ್ತರ ಕೊಡುವುದು. ಇಲ್ಲಿ ಅಂತಹ ಕೆಲವು ಉದಾಹರಣೆಗಳಿವೆ:

- ಮಾಡಬೇಕೆಂದು ಉದ್ದೇಶಿಸಿರುವ ಕೆಲಸ ಎಷ್ಟು ಮುಖ್ಯವಾದದ್ದು ಎಂದು ತಿಳಿದಿದ್ದರೂ ಸಹ ನಾನು ಏಕೆ ಅದನ್ನು ಮಾಡುತ್ತಿಲ್ಲ?
- ನಾನು ತುಂಬಾ ಇಷ್ಟಪಡುವ ವ್ಯಕ್ತಿಯೊಂದಿಗೆ ಮಾತನಾಡಲು ಏಕೆ ನಾನು ಧೈರ್ಯ ಮಾಡುತ್ತಿಲ್ಲ?
- ಸಾರ್ವಜನಿಕವಾಗಿ ಮಾತನಾಡಲು ಅಥವಾ ಹಾಡಲು ನನಗೆ ಅಷ್ಟೊಂದು ಕಷ್ಟವಾಗುವುದೇಕೆ?

ಈ ಎಲ್ಲಾ ಪ್ರಶ್ನೆಗಳಿಗೆ ಉತ್ತರ ಭಯ. ಸಾಮಾನ್ಯವಾಗಿ ಇತರರೆದುರು ಹಾಸ್ಯಾಸ್ಪದವಾಗುತ್ತೇವೆ ಎಂಬ ಭಾವನೆಯಿಂದ, ವಿಫಲರಾಗುತ್ತೇವೆ ಎನ್ನುವ ಭಾವನೆಯಿಂದ, ಅಥವಾ ಇತರರು ನಮ್ಮನ್ನು ನಕಾರಾತ್ಮಕವಾಗಿ ನೋಡುತ್ತಾರೆ ಎನ್ನುವ ಭಾವನೆಯಿಂದ ನಾವು ಭಯಪಡುತ್ತಿರುತ್ತೇವೆ.

ಈ ಭಯವನ್ನು ಹೊಡೆದೋಡಿಸಲು ನಾವು ಪ್ರೀತಿಯನ್ನು ಬೆಳೆಸಿಕೊಳ್ಳಬೇಕು, ಒಬ್ಬ ಪರ್ವತಾರೋಹಿ, ಎತ್ತರದ ಶಿಖರಗಳ ಬಗೆಗೆ ಇರುವ ಭಯದಿಂದ ಮುಕ್ತನಾಗುತ್ತಾನೆ, ಏಕೆಂದರೆ ಅವನಿಗೆ ಪರ್ವತಗಳ ಮೇಲೆ ಪ್ರೀತಿ ಇದೆ. ಇದೇ ಪ್ರೀತಿ,

ಅವನ ಭಯವನ್ನು ಅದಕ್ಕೆ ವಿರುದ್ಧವಾದ ಧೈರ್ಯವನ್ನಾಗಿ ಪರಿವರ್ತಿಸುತ್ತದೆ. ಈ ಪ್ರೀತಿಗೆ ನಾವು ಧನ್ಯವಾದವನ್ನು ಹೇಳಲೇಬೇಕು.

ಇತರರು ಮಾಡಲು ಭಯಪಡುವ ಕೆಲಸವನ್ನು ಧೈರ್ಯವಂತರು ಮಾಡಲು ಮುನ್ನುಗ್ಗುತ್ತಾರೆ. ಅವರಿಗೆ ತಮ್ಮನ್ನು ಬದಲಾಯಿಸಿಕೊಳ್ಳುವ ಮತ್ತು ಪ್ರಪಂಚವನ್ನು ಬದಲಾಯಿಸುವ ಶಕ್ತಿ ಇದೆ.

ನೀವೂ ಅವರಂತೆ ಧೈರ್ಯವಂತರಾಗಬೇಕೆ?

Improvisation (ಉತ್ತಮಗೊಳಿಸುವಿಕೆ)

ಏನೂ ಸರಿಯಾಗಿ ನಡೆಯುತ್ತಿಲ್ಲವೇ? ಯಾವಾಗಲೂ ಒಂದೇ ಕೆಲಸವನ್ನು ಮಾಡಿ ನಿಮಗೆ ಬೇಸರವಾಗುತ್ತಿದೆಯೇ? ನಿಮಗೆ ತಿಳಿದಿರುವ ಪ್ರಪಂಚದಾಚೆಗೆ ಹೋಗಲು ಬಯಸುವಿರಾ? ಸಿದ್ಧಾರ್ಥನು ಮಾಡಿದ ರೀತಿ ನೀವೂ ಮಾಡಿ, ಹೊಸ ಮಾರ್ಗಗಳನ್ನು ಕಂಡುಕೊಳ್ಳಲು ಮೊದಲು ಮುನ್ನುಗ್ಗಿರಿ.

ಎಷ್ಟು ಬಾರಿ ಬೇಕಾದರೂ ನೀವು ನಿಮ್ಮ ದಾರಿಯನ್ನು ಬದಲಾಯಿಸಬಹುದು. ಪ್ರತೀ ಬಾರಿಯೂ. ಯಾವಾಗ ನಿಮಗೆ ದಿನಗಳು ನಿಮ್ಮ ಊಹೆಯಂತೆ ಸಾಗುತ್ತಿವೆ ಅಥವಾ ನೀವು ಹೊಸದಾಗಿ ಏನನ್ನೂ ಕಲಿಯುತ್ತಿಲ್ಲ ಎಂದು ಅನ್ನಿಸುತ್ತದೆಯೋ, ಆಗ ಅದನ್ನು ಉತ್ತಮಗೊಳಿಸಿಕೊಳ್ಳಿ!

ನೀವು ಹಿಂದೆ ಏನನ್ನು ಮಾಡಿಲ್ಲವೋ ಅದನ್ನು ಮಾಡಿ, ಅಥವಾ ಹಿಂದೆ ಮಾಡಿದ್ದನ್ನೇ ಸಂಪೂರ್ಣವಾಗಿ ವಿಭಿನ್ನ ರೀತಿಯಲ್ಲಿ ಮಾಡಿ. ನಿಮಗೆ ಗೊತ್ತಿಲ್ಲದೇ ಇರುವುದರ ಕಡೆಗೆ ಮೊದಲ ಹೆಜ್ಜೆ ತೆಗೆದುಕೊಂಡರೆ ನಿಮ್ಮ ಕಾಲ ಕೆಳಗೇ ಹೊಸ ಜಗತ್ತು ತೆರೆದುಕೊಳ್ಳುತ್ತದೆ.

ಅದರಾಚೆಗೆ ನೋಡಲು ಸಾಧ್ಯವಿಲ್ಲದಷ್ಟು ಎತ್ತರದ ಹುಲ್ಲು ಇಕ್ಕೆಲಗಳಲ್ಲೂ ಬೆಳೆದಿರುವಂತಹ ದಾರಿಯಲ್ಲಿ ನೀವು ಸಾಗುತ್ತಿದ್ದರೆ, ಅದನ್ನು ಉತ್ತಮಗೊಳಿಸಿ! ಹುಲ್ಲಿನ ಪೊದೆಗಳಲ್ಲಿ ಮುನ್ನುಗ್ಗಿ ಹೊಸ ದಾರಿಯನ್ನು ಹುಡುಕಿ.

ಬದುಕುವುದು ಎಂದರೆ ಮುಂದೆ ಹೋದಂತೆ ದಾರಿಗಳನ್ನು ಸೃಷ್ಟಿ ಮಾಡಿಕೊಳ್ಳುವುದು ಮತ್ತು ಅವನ್ನು ಅಂತ್ಯಗೊಳಿಸುವುದು. ಒಂದು ಬಲವಾದ ಅನ್ವೇಷಣಾತ್ಮಕ ಮನಸ್ಸು ಬದಲಾಗುತ್ತಿರುವ ದಾರಿಗಳಲ್ಲಿ ಭಯವಿಲ್ಲದೆ ಉತ್ತಮಗೊಳಿಸುತ್ತಾ ಮುಂದುವರೆಯಲು ಸಮರ್ಥವಾಗಿರುತ್ತದೆ.

ಮಹಾ ಮೇಧಾವಿ ಆಲ್ಬರ್ಟ್ ಐನ್‌ಸ್ಟೈನ್‌ಗೆ ಸಂಬಂಧಿಸಿದ ಒಂದು ಹೇಳಿಕೆಯನ್ನು ತೆಗೆದುಕೊಂಡರೆ, 'ನೀವು ಅದೇ ಕೆಲಸವನ್ನು ಪದೇಪದೇ ಮಾಡುತ್ತಿದ್ದರೆ, ಬೇರೆಬೇರೆ ಫಲಿತಾಂಶಗಳನ್ನು ನಿರೀಕ್ಷಿಸಬೇಡಿ' ಎನ್ನುವುದು ಅದರ ತಾತ್ಪರ್ಯ.

7.
ಏಳನೇ ಪರಿಕರ – ಜಗತ್ತಿಗೆ ನಿಮ್ಮನ್ನು ನೀವು ಅನಾವರಣಗೊಳಿಸಿಕೊಳ್ಳುವುದು

"ಜನರ ಕಣ್ಣು ಕುಕ್ಕುವುದೆಂದು ಅವರಿಗೆ ನಿಮ್ಮ ಹೊಳಪನ್ನು
ಕಡಿಮೆ ಮಾಡಲು ಬಿಡಬೇಡಿ,
ಅವರಿಗೆ ಯಾವುದಾದರೂ ಸನ್‌ಗ್ಲಾಸ್ ಹಾಕಿಕೊಳ್ಳಲು ಹೇಳಿ."

– ಲೇಡಿ ಗಾಗಾ – ಗಾಯಕಿ, ಗೀತರಚನೆಗಾರ್ತಿ, ನಟಿ

ಪ್ರಪಂಚದ ಒಬ್ಬ ಅತ್ಯುತ್ತಮ ಫುಟ್ಬಾಲ್ ಆಟಗಾರ ಅಥವಾ ಒಬ್ಬ ಹಾಡುಗಾರ, ತಮ್ಮ ಪ್ರತಿಭೆ ಯಾರಿಗೂ ತಿಳಿಯದಂತೆ, ಒಂದು ಮರಳುಗಾಡಿನ ದ್ವೀಪದಲ್ಲಿ ಬದುಕಿರುವುದನ್ನು ಕಲ್ಪನೆ ಮಾಡಿಕೊಳ್ಳಿ. ಅದೊಂದು ರೀತಿಯ ಅವಮಾನವಲ್ಲವೇ?

ಪ್ರಪಂಚದ ಎದುರು ತಮ್ಮನ್ನು ಅನಾವರಣಗೊಳಿಸಿಕೊಳ್ಳಲು ಧೈರ್ಯ ತೋರದವರಿಗೆ ಹೀಗೆಯೇ ಆಗುತ್ತದೆ. ಸುಂದರವಾದ ವರ್ಣಚಿತ್ರಗಳನ್ನು ತಮ್ಮ ನೆಲಮಾಳಿಗೆಯಲ್ಲಿ ಸಂಗ್ರಹಿಸುವ ವರ್ಣಚಿತ್ರಕಾರರು ಇದ್ದಾರೆ, ಅವು ಎಂದಿಗೂ ಹೊಗಳಿಕೆ ಪಡೆಯುವುದಿಲ್ಲ. ಯಾರೂ ಓದಿರದ ಹಲವಾರು ಕಾದಂಬರಿಗಳನ್ನು ಬರೆದಿರುವ ಲೇಖಕರು, ನೋಡದೇ ಇರುವ ಚಿತ್ರಗಳ ಛಾಯಾಗ್ರಾಹಕರೂ ಇದ್ದಾರೆ, ಅವರು ಮೆಚ್ಚುಗೆ ಪಡೆಯದೆ ಉಳಿಯುತ್ತಾರೆ.

ನೀವು ಮಾಡುವುದನ್ನು ಜಗತ್ತಿಗೆ ತೋರಿಸಲು ಹೆದರುವ ವ್ಯಕ್ತಿಯಾಗಬೇಡಿ!

'ಅವರು ಏನು ಹೇಳುತ್ತಾರೆ' ಎಂಬುದನ್ನು ಮರೆತು ಬಿಡಿ

ತಾವು ನಿಜವಾಗಿಯೂ ಏನು ಎಂಬುದನ್ನು ತೋರಿಸಿಕೊಂಡರೆ ಇತರರು ಅದಕ್ಕೆ ಏನು ಹೇಳಬಹುದು ಎಂಬ ಚಿಂತೆಯಿಂದ ಬಹಳಷ್ಟು ಸಾರಿ ಜನರು ಮಾಡಬೇಕಾದುದನ್ನು ಮಾಡುವುದಿಲ್ಲ.

"ನಾನು ಎಲ್ಲರೆದುರು ಹಾಸ್ಯಾಸ್ಪದ ವ್ಯಕ್ತಿ ಆಗಿಬಿಟ್ಟರೆ? ಆ ಕೆಲಸ ಮಾಡಲು ಬೇಕಾದ ಸಾಮರ್ಥ್ಯ ನನಗಿಲ್ಲದಿದ್ದರೆ? ನಾನು ಸಾಕಷ್ಟು ಉತ್ತಮನಾಗಿರದಿದ್ದರೆ?" ಎಂದು ಒಬ್ಬ ವ್ಯಕ್ತಿ ಯೋಚಿಸಬಹುದು.

ಈ ಎಲ್ಲ ಪ್ರಶ್ನೆಗಳು ಆ ವ್ಯಕ್ತಿಯಲ್ಲಿ ಮೊಳಕೆಯೊಡೆಯುವುದು ಅವರೊಳಗಿನ ಒಂದು ಸಣ್ಣ ಧ್ವನಿಯಿಂದ. ಆ ಧ್ವನಿಯನ್ನು ನಾವು ಎಂದಿಗೂ ಕೇಳಬಾರದು, ಏಕೆಂದರೆ ಅದರಿಂದ ಯಾವುದೇ ಪ್ರಯೋಜನವಿಲ್ಲ. ಕೆಲಸ ಮಾಡದಿರುವುದಕ್ಕೆ ಆ ಧ್ವನಿ ಒಂದು ಸುಲಭದ ನೆಪ ಮಾತ್ರ.

ವೀನಸ್ ಮತ್ತು ಸೆರೆನಾ ವಿಲಿಯಮ್ಸ್ ತಮ್ಮ ಮೊದಲ ಪಂದ್ಯದಲ್ಲೇ ಉತ್ತಮವಾಗಿ ಆಡಿದರು ಎಂದು ನೀವು ಭಾವಿಸಿದ್ದೀರಾ?

ಚಂದ್ರನ ಮೇಲೆ ಇಳಿಯುವ ಮೊದಲು ಅನೇಕ ಅಭ್ಯಾಸದ ಪ್ರದರ್ಶನಗಳು ಸಂಪೂರ್ಣ ವಿಫಲವಾಗಿದ್ದವು ಎಂಬುದು ಸತ್ಯವಲ್ಲವೇ?

ಯಾವ ಯಶಸ್ವಿ ವ್ಯಕ್ತಿಯೇ ಆಗಲಿ, ಅವರು ಇನ್ನೂ ಅತ್ಯುತ್ತಮವಿಲ್ಲದಿದ್ದ ಸಮಯದಲ್ಲಿ ತಮ್ಮನ್ನು ತಾವು ಜಗತ್ತಿಗೆ ತೆರೆದುಕೊಳ್ಳುವ ಆರಂಭಿಕ ಭಯವನ್ನು ಎದುರಿಸಿರುತ್ತಾರೆ. ತಮ್ಮ ಆಟದಲ್ಲಿ ಶ್ರೇಷ್ಠ ಮಟ್ಟದಲ್ಲಿರುವ ಯಾರನ್ನಾದರೂ ನೋಡಿದಾಗ, ಪ್ರಾರಂಭದಲ್ಲಿ, ಆಟದ ಬಗ್ಗೆ ಏನೂ ತಿಳಿಯದಿದ್ದ ಸಮಯದಲ್ಲಿ ಅವರು ಹೇಗಿದ್ದರು ಎನ್ನುವುದನ್ನು ನಾವು ಗಮನಕ್ಕೆ ತೆಗೆದುಕೊಳ್ಳುವುದೇ ಇಲ್ಲ. ಅವರ ಯಶಸ್ಸಿಗೆ ಭದ್ರ ಬುನಾದಿ ಹಾಕಿದ ಸತತ ಅಭ್ಯಾಸಕ್ಕಾಗಿ ಅವರು ವ್ಯಯಿಸಿದ ಗಂಟೆಗಳು, ದಿನಗಳು ಮತ್ತು ವರ್ಷಗಳ ಸಮಯವನ್ನು ನಾವು ನೋಡುವುದೇ ಇಲ್ಲ.

ಅದೃಶ್ಯ ಏಣಿ

ಆರ್ನಾಲ್ಡ್ ಶ್ವಾರ್ಜನೇಗರ್ ಯುವಕನಾಗಿದ್ದಾಗ ಮೊದಲ ಬಾರಿಗೆ ತನ್ನ ಸ್ವಂತ ಸ್ಥಳ, ಆಸ್ಟ್ರಿಯಾದಲ್ಲಿ ವ್ಯಾಯಾಮ ಮಾಡಿದ್ದನ್ನು ಅಥವಾ ಭಾರ ಎತ್ತಿದ್ದನ್ನು ನೆನಪಿಸಿಕೊಳ್ಳಿ. ಅವನು ಅದನ್ನು ಬಹು ಪ್ರಯಾಸದಿಂದ ಮಾಡಿದ್ದ! ಇದು ನಮಗೆ ಗೊತ್ತಿರದ ಅರ್ನಾಲ್ಡ್. ನಮಗೆ ಗೊತ್ತಿರುವುದು ಅಂತರರಾಷ್ಟ್ರೀಯ ಪ್ರಸಿದ್ಧ ಬಾಡಿ ಬಿಲ್ಡರ್ ಹಾಗೂ ತನ್ನ ಇಪ್ಪತ್ತನೇ ವಯಸ್ಸಿನಲ್ಲಿ ಮಿಸ್ಟರ್ ಯುನಿವರ್ಸ್ ಎಂದು ಆಯ್ಕೆಯಾದ ಅರ್ನಾಲ್ಡ್. 'ಕೋನನ್ ದಿ ಬಾರ್ಬೇರಿಯನ್'ನಿಂದ ಹಿಡಿದು ಟರ್ಮಿನೇಟರ್ ಸರಣಿಯವರೆಗೆ, ಅವನ ನಟನಾಕ್ಷೇತ್ರದ ಬಗ್ಗೆ ಹೆಚ್ಚಿನ ಮಾಹಿತಿ ನಮಗಿದೆ. ನಂತರ ಅವನು ಕ್ಯಾಲಿಫೋರ್ನಿಯಾದ ಗವರ್ನರ್ ಆಗಲು ನಟನಾಕ್ಷೇತ್ರವನ್ನು ತ್ಯಜಿಸಿದನು ಎನ್ನುವುದು ಸಹ ನಮಗೆ ಗೊತ್ತು.

ಸಾಮಾನ್ಯವಾಗಿ ನಾವು ಸಾಮಾಜಿಕ ಜಾಲತಾಣಗಳಲ್ಲಿ ಹೇಗೆ ಜನರ ವೈಫಲ್ಯಗಳನ್ನು ನೋಡದೆ ಬರೀ ಅವರ ಯಶಸ್ಸುಗಳನ್ನು ಮಾತ್ರ ನೋಡುತ್ತೇವೆಯೋ ಹಾಗೆ ಆರ್ನಾಲ್ಡ್‌ನ ಯಶಸ್ಸು ಮಾತ್ರ ನಮಗೆ ಗೊತ್ತು, ಆದರೆ ಅವನಿಗೆ ಹಂತಹಂತವಾಗಿ ಹೆಸರು ಮತ್ತು

ಕೀರ್ತಿಯನ್ನು ತಂದುಕೊಟ್ಟ ದೀರ್ಘವಾದ ಅವನ ಪ್ರಯಾಸದ ಏಣಿ ನಮಗೆ ತಿಳಿದಿಲ್ಲ.

ಅರ್ನಾಲ್ಡ್ ಶ್ವಾರ್ಜನೆಗರ್‌ನ ಯಶಸ್ಸಿಗೆ ಮುಖ್ಯ ಕಾರಣ, ಆತ ಅತ್ಯಂತ ಕಿರಿಯ ವಯಸ್ಸಿನಲ್ಲೇ ಸ್ಪರ್ಧೆಗಳಲ್ಲಿ ಭಾಗವಹಿಸಿ ತನ್ನನ್ನು ತಾನು ಜಗತ್ತಿಗೆ ತೆರೆದುಕೊಂಡಿದ್ದು. ಪ್ರಾರಂಭಿಕ ಸ್ಪರ್ಧೆಗಳಲ್ಲಿ ಅವನು ಗೆಲ್ಲಲಿಲ್ಲ, ಆದರೆ ಮುಂದುವರೆದಂತೆ ಅವನಿಗೆ ಹೆಚ್ಚು ಕಲಿಯಲು, ಆತ್ಮವಿಶ್ವಾಸವನ್ನು ಗಳಿಸಿಕೊಳ್ಳಲು ಅವು ಸಹಾಯ ಮಾಡಿದವು. ಅವನು ಎಂದೂ ಹಿಂದೆ ಸರಿಯಲಿಲ್ಲ. ಎಲ್ಲರಿಗಿಂತ ಹೆಚ್ಚು ತರಬೇತಿ ಪಡೆದುಕೊಂಡು ನಂತರದಲ್ಲಿ ವಿಶ್ವದ ಅತ್ಯಂತ ಶಕ್ತಿಶಾಲಿ ವ್ಯಕ್ತಿಯಾದನು.

ಆನಂತರ ಅವನು ತನ್ನನ್ನು ಜಗತ್ತಿಗೆ ಇನ್ನಷ್ಟು ಪರಿಚಯಿಸಿಕೊಳ್ಳಲು ನಿರ್ಧರಿಸಿ, ನಟನಾಗಿ ತನ್ನ ವೃತ್ತಿಯನ್ನು ಪ್ರಾರಂಭಿಸುವ ಸಲುವಾಗಿ ಅಮೆರಿಕಾಗೆ ವಲಸೆ ಹೋದನು. ಮೊದಮೊದಲು, ಅವನು ಸಾಧಾರಣ ನಟನೆಗಾಗಿ ಬಹಳಷ್ಟು ಟೀಕೆಗೆ ಒಳಗಾಗಿದ್ದ, ಆದರೆ ಸಮಯ ಕಳೆದಂತೆ ಅವನು ತನ್ನದೇ ಆದ ವಿಭಿನ್ನ ಶೈಲಿಯನ್ನು ಬೆಳೆಸಿಕೊಳ್ಳುವ ಮೂಲಕ ಲಕ್ಷಾಂತರ ಜನರು ಆರಾಧಿಸುವ ಜನಪ್ರಿಯ ತಾರೆಯಾಗಿ ಬೆಳೆದನು. ಅವನ ಮಾತುಗಳಲ್ಲೇ ಹೇಳುವುದಾದರೆ:

"ನಾವು ಎದುರಿಸುತ್ತಿರುವುದು ತುಂಬಾ ಕಠಿಣ, ಅಸಾಧ್ಯ ಎಂದು ತೋರಬಹುದು. ಆದರೆ ನಾವು ಯಾವಾಗಲೂ ನಮಗೆ ತಿಳಿದಿರುವುದಕ್ಕಿಂತ ಹೆಚ್ಚು ಬಲಶಾಲಿಯಾಗಿರುತ್ತೇವೆ ಎನ್ನುವುದನ್ನು ಕಲಿತಿದ್ದೇನೆ."

ಜಸ್ಟಿನ್ ಬೀಬರ್ ಎಂಬ ತಾರೆ

ಯಶಸ್ಸಿನ ಕಥೆಗಳಲ್ಲಿ ಜಸ್ಟಿನ್ ಬೀಬರ್‌ನ ಕಥೆ ಕೂಡ ಒಂದು. ಅವನು ಚಿಕ್ಕ ಹುಡುಗನಾಗಿದ್ದಾಗ ಅವನಿಗೆ ಹಾಡುವುದು ಹೇಗೆಂದು ಗೊತ್ತಿರಲಿಲ್ಲ. ಅದನ್ನು ಮೊದಲಿನಿಂದ ಕಲಿಯಬೇಕಾಗಿತ್ತು. ಅವನು ಶೃತಿ ತಪ್ಪಿ ಹಾಡುತ್ತಿದ್ದುದರಿಂದ ಕೇಳುಗರ ಪ್ರತಿಕ್ರಿಯೆಯಿಂದ ಬಹಳ ಲಜ್ಜಿತನಾಗುತ್ತಿದ್ದ. ಹಾಗಿದ್ದರೂ ಕೂಡ ಅವನು ಪಿಯಾನೋ, ಡ್ರಮ್ಸ್, ಗಿಟಾರ್ ಮತ್ತು ಟ್ರಂಪೆಟ್ ನುಡಿಸಲು ಕಲಿತ.

ಅವನು ಹನ್ನೆರಡು ವರ್ಷದವನಿದ್ದಾಗ, ತಾನು ವಾಸವಾಗಿದ್ದ ಕೆನಡಾದ ಒಂದು ಊರಿನ ಸ್ಥಳೀಯ ಸ್ಪರ್ಧೆಯಲ್ಲಿ ಮೊದಲ ಬಾರಿ ಸಾರ್ವಜನಿಕರ ಮುಂದೆ ಹಾಡಲು ಧೈರ್ಯ ಮಾಡಿದ. ಅವನು ಗೆಲ್ಲಲಿಲ್ಲ, ಬದಲಾಗಿ ಎರಡನೇ ಸ್ಥಾನ ಗಳಿಸಿದ. ಜಸ್ಟಿನ್‌ನ ತಾಯಿ ತನ್ನ ಮಗ ಸ್ಪರ್ಧೆಯಲ್ಲಿ ಹಾಡುತ್ತಿರುವುದನ್ನು ಒಂದು ವಿಡಿಯೋ ಮಾಡಿ ಯೂಟ್ಯೂಬ್‌ನಲ್ಲಿ ಹಾಕಿದ್ದು ಆ ದಿನದ ಅತೀ ಮುಖ್ಯವಾದ ವಿಷಯವಾಗಿತ್ತು.

ಆ ವೀಡಿಯೊ ಲಕ್ಷಾಂತರ ಹಿಟ್‌ಗಳನ್ನು ಪಡೆದು ಅಂತರ್ಜಾಲದ ರೆಕಾರ್ಡ್ ಮುರಿಯಿತು. ಇದಾಗಿ ಒಂದು ದಶಕದ ನಂತರ, ಜಸ್ಟಿನ್ ವಿಶ್ವದ ಅತ್ಯಂತ ಮೆಚ್ಚುಗೆ ಪಡೆದ ಪ್ರಮುಖ ಪಾಪ್ ಕಲಾವಿದರಲ್ಲಿ ಒಬ್ಬನಾದ.

ಯುವ ನಾಯಕರು

ಜಗತ್ತಿನಾದ್ಯಾಂತ ಹೆಣ್ಣು ಮತ್ತು ಗಂಡು ಮಕ್ಕಳು ತಾವು ಅತ್ಯಂತ ಕಠಿಣ ಪರಿಸ್ಥಿತಿಗಳಲ್ಲಿದ್ದಾಗ ವಾಸ್ತವವಾಗಿ ತಾವು ಏನು ಎಂಬುದನ್ನು ತೋರಿಸಿದ್ದಾರೆ, ಜೊತೆಗೆ ಪ್ರತ್ಯೇಕ ವ್ಯಕ್ತಿಗಳಲ್ಲಿಯೂ ಜಗತ್ತನ್ನು ಬದಲಿಸಬಲ್ಲ ಶಕ್ತಿ ಇರುತ್ತದೆ ಎಂಬುದನ್ನು ಸಹ ತೋರಿಸಿದ್ದಾರೆ.

ಕೇವಲ ಹದಿನೈದು ವರ್ಷ ವಯಸ್ಸಿನಲ್ಲಿ ಭಯೋತ್ಪಾದಕ ದಾಳಿಗೆ ಒಳಗಾದ ಪಾಕಿಸ್ತಾನಿ ಹೋರಾಟಗಾರ್ತಿ, ಬ್ಲಾಗರ್ ಮತ್ತು ವಿಶ್ವವಿದ್ಯಾಲಯದ ವಿದ್ಯಾರ್ಥಿ ಮಲಾಲಾ ಯೂಸಫ್ಜಾಯಿ, "ಒಬ್ಬ ವ್ಯಕ್ತಿ ಎಲ್ಲವನ್ನೂ ನಾಶಪಡಿಸಬಹುದಾದರೆ, ಒಬ್ಬ ಹುಡುಗಿ ಪ್ರಪಂಚವನ್ನು ಬದಲಾಯಿಸಲು ಏಕೆ ಸಾಧ್ಯವಿಲ್ಲ? (...) ಒಂದು ಮಗು, ಒಬ್ಬ ಗುರು/ಶಿಕ್ಷಕ, ಒಂದು ಪುಸ್ತಕ, ಒಂದು ಲೇಖನಿ ಪ್ರಪಂಚವನ್ನು ಬದಲಾಯಿಸಬಹುದು" ಎಂದು ಒಮ್ಮೆ ಹೇಳಿದ್ದಳು.

ತನ್ನ ದೃಷ್ಟಿಕೋನದಿಂದ ಇಡೀ ಜಗತ್ತನ್ನು ಪ್ರೇರೇಪಿಸುತ್ತಿರುವ ಯುವತಿ ಗ್ರೇಟಾ ಥನ್‌ಬರ್ಗ್ ದೈನಂದಿನ ಹೀರೋಗಳಿಗೆ ಮತ್ತೊಂದು ಉದಾಹರಣೆ.

"ನಾವು ಏನನ್ನಾದರೂ ಮಾಡಲು ನಿರ್ಧರಿಸಿದ ತಕ್ಷಣ, ನಾವು ಯಾವುದೇ ಕೆಲಸವನ್ನು ಮಾಡಬಹುದು. ತುರ್ತುಪರಿಸ್ಥಿತಿಯಲ್ಲಿದ್ದೇವೆ ಎಂಬಂತೆ ವರ್ತಿಸಲು ಪ್ರಾರಂಭಿಸಿದ ಕ್ಷಣದಿಂದಲೇ ನಾವು ಹವಾಮಾನ ಮತ್ತು ಪರಿಸರ ದುರಂತವನ್ನು ತಡೆಗಟ್ಟಬಹುದು ಎಂದು ನನಗೆ ಖಾತ್ರಿಯಿದೆ. ಅತಿಯಾಗಿ ಹೊಂದಿಕೊಳ್ಳುವುದು ಮಾನವನ ಗುಣ: ನಾವು ಇದನ್ನು ಈಗಲೂ ಸರಿಪಡಿಸಬಹುದು. ಆದರೆ ಅದನ್ನು ಮಾಡುವಂತಹ ಅವಕಾಶ ಬಹಳ ಕಾಲ ಇರುವುದಿಲ್ಲ. ನಾವು ಇಂದಿನಿಂದಲೇ ಪ್ರಾರಂಭಿಸಬೇಕು. ಮುಂದಕ್ಕೆ ಹಾಕಲು ಯಾವ ಕಾರಣವೂ ಇಲ್ಲ." ಎನ್ನುವುದು ಗ್ರೇಟಾ ಥನ್‌ಬರ್ಗ್ ಮಾತುಗಳು.

ಮಲಾಲಾ ಮತ್ತು ಗ್ರೇಟಾ ಇಬ್ಬರೂ ತಮ್ಮನ್ನು ಜಗತ್ತಿಗೆ ಪ್ರಕಟಪಡಿಸಿಕೊಳ್ಳಲು ಭಯಪಡಲಿಲ್ಲ. ಅವರು ಮಾಡುವುದನ್ನು ನಮಗೆ ತೋರಿಸಲು ಭಯಪಡಲಿಲ್ಲ ಮತ್ತು ಅವರು ಅತ್ಯಂತ ಮಹತ್ವಪೂರ್ಣ ಕೆಲಸವನ್ನೇ ಮಾಡುತ್ತಿದ್ದಾರೆ!

ಸ್ನೇಹಿತರೊಂದಿಗೆ ತರಬೇತಿ ತೆಗೆದುಕೊಂಡು ಅರ್ನಾಲ್ಡ್ ಆಸ್ಟ್ರಿಯಾದಲ್ಲೇ ಉಳಿದಿದ್ದರೆ, ಅವನು ಬರಿಯ ಹಳ್ಳಿಯ ದೇಹಧಾಡ್ಯ ಪಟುವಿಗಿಂತ ಹೆಚ್ಚೇನೂ ಆಗುತ್ತಿರಲಿಲ್ಲ.

ಜಸ್ಟಿನ್ ಬೀಬರ್ ತನ್ನ ಮಲಗುವ ಕೋಣೆಯಲ್ಲಿ ಒಬ್ಬಂಟಿಯಾಗಿ ಪಿಯಾನೋ ನುಡಿಸುತ್ತಾ ಕುಳಿತಿದ್ದರೆ, ಸ್ಥಳೀಯ ಸಂಗೀತ ಸ್ಪರ್ಧೆಗೆ ಹೋಗದೇ ಇದ್ದಿದ್ದರೆ, ಅವನ ತಾಯಿ ಹಾಡುತ್ತಿರುವ ಮಗನ ವೀಡಿಯೊವನ್ನು ಯೂಟ್ಯೂಬ್‌ಗೆ ಹಾಕದೆ ಇದ್ದಿದ್ದರೆ ಅವನ ಬಗ್ಗೆ ನಮಗೆ ಎಂದಿಗೂ ತಿಳಿಯುತ್ತಿರಲಿಲ್ಲ ಮತ್ತು ಅವನ ನಿಜವಾದ

ಸಾಮರ್ಥ್ಯವು ಸಾಕಾರಗೊಳ್ಳುತ್ತಿರಲಿಲ್ಲ.

ಮಲಾಲಾ ಮತ್ತು ಗ್ರೇಟಾ ತಮ್ಮನ್ನು ಅನಾವರಣಗೊಳಿಸಿಕೊಂಡು ಸಾರ್ವಜನಿಕ ವ್ಯಕ್ತಿಗಳಾಗದೇ ಇದ್ದಿದ್ದರೆ, ಇಂದಿನ ಜಗತ್ತು ಬಹುಶಃ ಹದಗೆಟ್ಟಿರುತ್ತಿತ್ತು.

ತಪ್ಪಾಗಿ ಮಾಡು!

'ನಾನು ಸಾಕಷ್ಟು ಉತ್ತಮವಾಗಿದ್ದೇನೆಯೇ?' ಎಂದು ಅನುಮಾನಿಸುತ್ತಾ ನೀವು ಮಾಡುವುದನ್ನು ಜಗತ್ತಿಗೆ ತೋರಿಸಲು ನಿಧಾನಿಸಿ ನಿಮ್ಮ ಸಮಯವನ್ನು ವ್ಯರ್ಥ ಮಾಡಬೇಡಿ. ಅದನ್ನು ನಿಖರವಾಗಿ ಮಾಡುವ ಅಗತ್ಯವಿಲ್ಲ, ನೀವು ಕಲಿಕೆಯ ಹಾದಿಯಲ್ಲಿದ್ದೀರಿ. ತಪ್ಪಾಗಿಯೇ ಮಾಡಿ!

'ಇದೇನು? ನಿಜವಾಗಿ ಹೀಗೆ ಹೇಳುತ್ತಿದ್ದೀರಾ?' ಎಂದು ನೀವು ಯೋಚಿಸುತ್ತಿರಬಹುದು. ಅದಕ್ಕೆ ಉತ್ತರ 'ಹೌದು!' ಏನನ್ನಾದರೂ ಅಪೂರ್ಣವಾಗಿ ಮಾಡುವುದಕ್ಕೆ ನಾವು ಅವಕಾಶ ಮಾಡಿಕೊಳ್ಳಬೇಕು. ಏಕೆಂದರೆ ಸಮಯ ಕಳೆದಂತೆ ನೀವು ಅದರಲ್ಲಿ ನಿಪುಣರಾಗುತ್ತೀರಿ.

ಒಟ್ಟಿನಲ್ಲಿ ಹೇಳಬೇಕೆಂದರೆ, ನೀವು ಯಾವುದರಲ್ಲಾದರೂ ಅತ್ಯುತ್ತಮ ಎನ್ನಿಸಿಕೊಳ್ಳಲು ಬಯಸಿದರೆ, ಮೊದಲು ನಿಮಗೆ ಹೇಗೆ ಬರುತ್ತದೋ, ಅದು ಕೆಟ್ಟದಾಗಿದ್ದರೂ ಸರಿ, ಹಾಗೆ ಮಾಡಲು ನಿಮಗೆ ನೀವು ಅವಕಾಶ ಕೊಡಬೇಕು. ಅದನ್ನು ಸಾರ್ವಜನಿಕವಾಗಿ ವ್ಯಕ್ತಪಡಿಸಲು ನಿಮಗೆ ಇಷ್ಟವಿಲ್ಲದಿದ್ದರೆ, ಅದನ್ನು ಸ್ನೇಹಿತರೊಂದಿಗೆ ಅಥವಾ ಆ ವಿಷಯದಲ್ಲಿ ಪರಿಣಿತನಾಗಿರುವ ನಿಮ್ಮ ಪರಿಚಯದ ವ್ಯಕ್ತಿಯೊಂದಿಗೆ ಹಂಚಿಕೊಳ್ಳಬಹುದು, ಅವರು ನಿಮಗೆ ಮಾರ್ಗಸೂಚಿಗಳನ್ನು ನೀಡಿ ಅದನ್ನು ಇನ್ನಷ್ಟು ಉತ್ತಮವಾಗಿ ಮಾಡಲು ಸಹಾಯ ಮಾಡಬಹುದು.

ಮೊದಲ ಬಾರಿಗೆ ಸಾರ್ವಜನಿಕವಾಗಿ ಏನಾದರೂ ಮಾಡಿದಾಗ ನಿಮಗೆ ಮುಜುಗರವಾಗದಿದ್ದರೆ, ಅದನ್ನು ಮಾಡಲು ಬಹುಶಃ ನೀವು ತುಂಬಾ ಸಮಯ ತೆಗೆದುಕೊಂಡಿದ್ದೀರಿ ಎಂದರ್ಥ.

ಜಗತ್ತಿಗೆ ನಿಮ್ಮನ್ನು ತೆರೆದುಕೊಳ್ಳಲು ಇರುವ ಮಾರ್ಗಗಳು

ತಪ್ಪು ಮಾಡಲು ನಿಮಗೆ ನೀವು ಅವಕಾಶ ನೀಡಿ, ನಿಮ್ಮ ತಪ್ಪುಗಳಿಂದ ಕಲಿಯುವುದರ ಜೊತೆಗೆ, ಜನರಿಗೆ ನಿಮ್ಮ ಕೆಲಸವನ್ನು ಸಣ್ಣ ಪ್ರಮಾಣದಲ್ಲಿ ತೋರಿಸಲು ಪ್ರಾರಂಭಿಸಬೇಕು, ನಂತರ ಕ್ರಮೇಣ ಅದನ್ನು ಹೆಚ್ಚಿಸುತ್ತಾ ಹೋಗಬೇಕು.

ಇತ್ತೀಚಿನ ದಿನಗಳಲ್ಲಿ ನಿಮ್ಮ ಕೆಲಸವನ್ನು ಜನರಿಗೆ ತೋರಿಸುವುದು ಹಿಂದಿಗಿಂತಲೂ ಸುಲಭವಾಗಿದೆ. ನೀವು ಸರಳವಾದ ಒಂದು ಬ್ಲಾಗ್ ಅಥವಾ ಯೂಟ್ಯೂಬ್ ಚಾನೆಲ್

ಪ್ರಾರಂಭಿಸಬಹುದು, ಆರಂಭದಿಂದಲೇ ಸಾವಿರಾರು ಅನುಯಾಯಿಗಳನ್ನು ಹೊಂದುವ ನಿರೀಕ್ಷೆ ಇಟ್ಟುಕೊಳ್ಳಬೇಡಿ. ಕೇವಲ ಹತ್ತು ಮಂದಿ ಪ್ರೇಕ್ಷಕರಿದ್ದರೂ ಸಹ ಸಾಧ್ಯವಾದಷ್ಟೂ ನಿಮ್ಮ ಕೌಶಲ್ಯವನ್ನು ಉತ್ತಮವಾಗಿ ಪ್ರದರ್ಶಿಸುವುದರ ಮೇಲೆ ಗಮನಹರಿಸಿ. ಬಹಳಷ್ಟು ಪಾಪ್ ತಾರೆಯರ ಮೊದಲ ಗಾಯನ ಕಾರ್ಯಕ್ರಮಗಳಲ್ಲೂ ಹೆಚ್ಚಿನ ಜನ ಇರಲಿಲ್ಲ!

ನೀವು ಡಿಜಿಟಲ್ ಜಗತ್ತಿಗೆ ಮಾತ್ರ ಸೀಮಿತವಾಗಿರಬೇಡಿ. ಜನರನ್ನು ಭೇಟಿ ಮಾಡಲು ಹೊರಗೆ ಹೋಗಿ, ಸ್ಪರ್ಧೆಗಳಲ್ಲಿ ಭಾಗವಹಿಸಿ, ಉಪನ್ಯಾಸಗಳು ಮತ್ತು ವಸ್ತುಪ್ರದರ್ಶನಗಳಿಗೆ ಹಾಜರಾಗಿ, ಇತರರು ಏನು ಮಾಡುತ್ತಿದ್ದಾರೆ ಎಂಬುದನ್ನು ತಿಳಿದುಕೊಳ್ಳಿ.

ಹೇಗೆ ಪ್ರಾರಂಭಿಸಬೇಕು ಎನ್ನುವುದಕ್ಕೆ ಕೆಲವು ಆಲೋಚನೆಗಳು ಇಲ್ಲಿವೆ:

- ನೀವು ವಿಜ್ಞಾನಿಯಾಗಲು ಬಯಸಿದರೆ, ನಿಮ್ಮ ಆಯ್ಕೆಯ ವಿಷಯವನ್ನು ಅಧ್ಯಯನ ಮಾಡುವುದರ ಜೊತೆಗೆ ವೈಜ್ಞಾನಿಕ ಲೇಖನಗಳನ್ನು ಓದುವ ಅಭ್ಯಾಸವನ್ನು ಮಾಡಿಕೊಳ್ಳಿ, ಸಮಯ ಬಂದಾಗ, ನೀವು ಸಹ ಲೇಖನಗಳನ್ನು ಬರೆಯಲು ಸಿದ್ಧರಾಗಿರುತ್ತೀರಿ.

- ನೀವು ಪತ್ರಕರ್ತರಾಗಲು ಇಚ್ಛಿಸಿದರೆ, ನಿಮ್ಮ ಬ್ಲಾಗ್ ಮತ್ತು ಸ್ಥಳೀಯ ಜರ್ನಲ್‌ಗಳು ಅಥವಾ ಪತ್ರಿಕೆಗಳಲ್ಲಿ ಬರಹಗಳನ್ನು ಪ್ರಕಟಿಸಲು ಪ್ರಾರಂಭಿಸಿ.

- ನೀವು ಯೂಟ್ಯೂಬರ್ ಆಗಲು ಬಯಸಿದರೆ, ನಿಮ್ಮ ಚಾನಲ್ ಪ್ರಾರಂಭಿಸಿ ಮತ್ತು ನಿಮ್ಮ ವಿಡಿಯೋಗಳನ್ನು ಅಪ್‌ಲೋಡ್ ಮಾಡಲು ವೇಳಾಪಟ್ಟಿ ತಯಾರುಮಾಡಿಕೊಳ್ಳಿ.

- ನೀವು ಗಾಯಕರಾಗಲು ಇಚ್ಛಿಸಿದರೆ, ಮನೆಯಲ್ಲಿ ಅಭ್ಯಾಸ ಮಾಡಿ ಮತ್ತು ಸ್ಥಳೀಯ ಸ್ಪರ್ಧೆಗಳಲ್ಲಿ ಭಾಗವಹಿಸುವುದನ್ನು ರೂಢಿಸಿಕೊಂಡು ನಿಮ್ಮ ಸಭಾಕಂಪನದ(ಸ್ಟೇಜ್ ಫಿಯರ್, ವೇದಿಕೆಯ ಬೀತಿ) ಭಯವನ್ನು ಹೋಗಲಾಡಿಸಿಕೊಳ್ಳಿ. ಸ್ಥಳೀಯ ಸಂಗೀತ ತಂಡಕ್ಕೆ ಸೇರಿಕೊಳ್ಳಿ.

- ನೀವು ಲೇಖಕರಾಗಲು ಇಷ್ಟ ಪಟ್ಟರೆ, ಸಾಮಾಜಿಕ ಜಾಲತಾಣಗಳಲ್ಲಿ ಸಣ್ಣ ಸಣ್ಣ ಲೇಖನಗಳನ್ನು ಪ್ರಕಟಿಸಲು ಪ್ರಾರಂಭಿಸಿ. ಬರವಣಿಗೆಯ ವರ್ಕ್‌ಶಾಪ್‌ಗಳಿಗೆ ಹೋಗಿ ಬರವಣಿಗೆಯ ಕೌಶಲ್ಯವನ್ನು ಕಲಿತುಕೊಳ್ಳಿ ಮತ್ತು ಸಮಾನ ಅಭಿರುಚಿ ಇರುವ ಇತರ ವ್ಯಕ್ತಿಗಳನ್ನು ಭೇಟಿಯಾಗಿರಿ. ಬರವಣಿಗೆಯ ಸ್ಪರ್ಧೆಗಳಲ್ಲಿ ಭಾಗವಹಿಸಿ.

- ನೀವು ಬಾಣಸಿಗ (ಶೆಫ್) ಆಗಲು ಇಚ್ಛಿಸಿದರೆ, ನಿಮ್ಮ ಪೋಷಕರೊಂದಿಗೆ ಕೆಲವು ಆಹಾರಗಳನ್ನು ತಯಾರಿಸಿ ಮತ್ತು ಅದರ ರುಚಿ ನೋಡಲು ನಿಮ್ಮ ಸ್ನೇಹಿತರಿಗೆ ಹೇಳಿ.

ಟೀಕೆಗಳನ್ನು ಕಡೆಗಣಿಸಿ

ನಿಮ್ಮನ್ನು ನೀವು ಜಗತ್ತಿಗೆ ತೋರ್ಪಡಿಸಿಕೊಂಡಾಗ ನಿಮ್ಮ ಬಗ್ಗೆ ಜನರು ಟೀಕೆ ಮಾಡುವುದು ಸಹಜ. ಕೆಲವು ಪ್ರತಿಕ್ರಿಯೆಗಳು ನಿಮಗೆ ಅಷ್ಟೊಂದು ಒಳ್ಳೆಯ ಭಾವನೆ ಕೊಡದೇ ಇರಬಹುದು, ಮೊದಲಿಗೆ ನಿಮಗೆ ನೋವುಂಟಾಗಬಹುದು, ಆದರೆ ನಕಾರಾತ್ಮಕ ಟೀಕೆಗಳಿಂದ ಕೂಡಾ ನೀವು ಕಲಿಯಬಹುದು. ಒಂದು ನಕಾರಾತ್ಮಕ ಟೀಕೆಯ ಜೊತೆಗೆ ನಿಮಗೆ ಹತ್ತಾರು ಸಕಾರಾತ್ಮಕ ಪ್ರತಿಕ್ರಿಯೆಗಳು ಸಹ ಸಿಗಬಹುದು! ನಕಾರಾತ್ಮಕ ಟೀಕೆಗಳನ್ನು ಕಡೆಗಣಿಸಿ ಸಕಾರಾತ್ಮಕ ಪ್ರತಿಕ್ರಿಯೆಗಳು ಮೇಲೆ ಗಮನಹರಿಸಿ, ಅವು ನಿಮ್ಮ ಇಕಿಗಾಯ್ ಎನ್ನುವ ದೀಪಕ್ಕೆ ಎಣ್ಣೆಯಾಗುತ್ತವೆ.

ಇಕಿಗಾಯ್‌ನ ಅಭ್ಯಾಸ

1.
ಮತ್ತೆ ಈಗ ಮುಂದೇನು?

"ನಿಮಗೆ ಯಶಸ್ಸು ಬೇಕಿದ್ದರೆ, ಅದಕ್ಕೆ ಗುರಿ ಇಡಬೇಡಿ;
ನೀವು ಪ್ರೀತಿಸುವ ಮತ್ತು ನಂಬುವ ಕಾರ್ಯವನ್ನು ಸುಮ್ಮನೆ ಮಾಡುತ್ತಿರಿ,
ಮತ್ತು ಯಶಸ್ಸು ಸ್ವಾಭಾವಿಕವಾಗಿ ಬರುತ್ತದೆ."

– ಡೇವಿಡ್ ಫ್ರೋಸ್ಟ್ – ಬ್ರಿಟಿಷ್ ಟಿವಿ ಕಾರ್ಯಕ್ರಮ ನಿರ್ವಾಹಕ,
ಪತ್ರಿಕೋದ್ಯಮಿ, ಲೇಖಕ

ಒಮ್ಮೆ ನಿಮಗೆ ಏನು ಇಷ್ಟ ಎಂದು ಗೊತ್ತಾದಮೇಲೆ ಮುಂದೇನು ಮಾಡಬೇಕು? ಪ್ರಾರಂಭದಲ್ಲಿ 'ಕೆಲಸ' ಎಂಬ ಪದ ಬಹುಶಃ ನಿಮಗೆ ಅಷ್ಟು ಆಪ್ಯಾಯಮಾನವೆನಿಸದು. ಏಕೆಂದರೆ ನಾವು ಸಾಮಾನ್ಯವಾಗಿ ಆ ಪದವನ್ನು ನಮಗೆ ಇಷ್ಟವಿಲ್ಲದ ವಿಷಯಗಳಿಗೆ ತಳುಕು ಹಾಕುತ್ತೇವೆ. ಈ ಕೆಳಗಿನ ಸಂದರ್ಭಗಳಲ್ಲಿ, ಕೆಲಸ ಸಿಟ್ಟು ತರಿಸುವ ವಿಷಯವಾಗುತ್ತದೆ:

- ವಾರಾಂತ್ಯದಲ್ಲಿ ನೀವು ಇಷ್ಟಪಡದ ಅಥವಾ ಅರ್ಥಮಾಡಿಕೊಳ್ಳಲು ಕಠಿಣವಾಗಿರುವ ವಿಷಯದ ಹೋಂವರ್ಕ್ ಮಾಡಬೇಕಾಗಿದೆ.
- ಪರೀಕ್ಷೆಯ ಹಿಂದಿನ ರಾತ್ರಿ ಓದಲೇಬೇಕು ಆದರೆ ನಿಮಗೆ ಚಲನಚಿತ್ರ ನೋಡಲು ಅಥವಾ ಸ್ನೇಹಿತರೊಂದಿಗೆ ಸಮಯ ಕಳೆಯಲು ಇಷ್ಟ.

ಆದರೆ, ಪ್ರತಿದಿನ ನೀವು ನಿಮಗೆ ಇಷ್ಟವಾದ ವಿಷಯದ ಮೇಲೆಯೇ ಕೆಲಸ ಮಾಡುವುದಾದರೆ ಆಗ ಏನಾಗುತ್ತದೆ?

ಪ್ರತಿ ಅಭ್ಯಾಸವನ್ನೂ ಆನಂದಿಸುವ ಮತ್ತು ಆಯಾಸಗೊಂಡರೂ ಸಂತೋಷದಿಂದ ಮನೆಗೆ ಹೋಗುವ ಫುಟ್‌ಬಾಲ್ ಆಟಗಾರನನ್ನು ಊಹಿಸಿಕೊಳ್ಳಿ. ಅಥವಾ, ಚಿತ್ರ ಬಿಡಿಸುವುದರಲ್ಲಿ ಸಂಪೂರ್ಣ ತೊಡಗಿಸಿಕೊಂಡು ಸಮಯದ ಪರಿವೆಯೇ ಇಲ್ಲದೆ ಕ್ಯಾನ್‌ವಾಸ್ ಎದುರಿನಲ್ಲಿ ಗಂಟೆಗಟ್ಟಲೆ ಕುಳಿತ ಚಿತ್ರಕಾರನನ್ನು ಕಲ್ಪಿಸಿಕೊಳ್ಳಿ.

ಅದು ಕೆಲಸವಲ್ಲವೇ? ಹೌದು, ಆದರೆ ಅದು ಕೇವಲ ಕೆಲಸವಲ್ಲ. ಅದು ಆಸಕ್ತಿ(ಪ್ಯಾಷನ್) ಮತ್ತು ಇಕಿಗಾಯ್ ಕೂಡ. ಇದು ಯಾವುದೇ ಪ್ರಯತ್ನವನ್ನು ರೋಚಕ ಮೋಜನ್ನಾಗಿ ಚಮತ್ಕಾರಿಕ ರೀತಿಯಲ್ಲಿ ಪರಿವರ್ತಿಸುತ್ತದೆ, ವಿಶ್ವದ ಅತ್ಯುತ್ತಮ ಥೀಮ್ ಪಾರ್ಕ್‌ನಲ್ಲಿ ಇದ್ದಂತೆ.

ಪ್ರಾಚೀನ ಚೀನಾದ ಮಹಾನ್ ಚಿಂತಕನಾದ ಕನ್‌ಫ್ಯೂಷಿಯಸ್ "ನೀನು ಪ್ರೀತಿಸುವ ಕೆಲಸವನ್ನು ಆರಿಸಿಕೋ, ಆಗ ನೀನು ಜೀವನದಲ್ಲಿ ಒಂದು ದಿನವೂ ಕೆಲಸ ಮಾಡಬೇಕಾಗಿಲ್ಲ" ಎಂದು ಹೇಳಿದ್ದಾನೆ.

ನೀವು ಹರಿವಿನಲ್ಲಿದ್ದರೆ ಅದು ಒಳ್ಳೆಯ ಸೂಚನೆ

(ಹರಿವು: ತಡೆಯಿಲ್ಲದೇ ಮುಂದುವರಿದಂತೆ ಭಾಸವಾಗುವುದು)

ಕಾಡಿನ ತೆರವು ಜಾಗದಲ್ಲಿ ಭೇಟಿಯಾದ ನವೋಮಿ ನಿಮಗೆ ನೆನಪಿದ್ದಾಳೆಯೇ? ಅವಳು ಅನೇಕ ದಾರಿಗಳನ್ನು ನೋಡಿ ಯಾವುದನ್ನು ಆಯ್ಕೆ ಮಾಡಬೇಕೆಂದು ತಿಳಿಯದೆ ಗೊಂದಲಕ್ಕೊಳಗಾಗಿದ್ದಳು. ನೀವೇನು ಇಷ್ಟ ಪಡುತ್ತೀರಿ ಎಂದು ತಿಳಿಯದೇ ಇದ್ದಾಗ ನಿಮಗೂ ಅದೇ ರೀತಿ ಆಗಬಹುದು ಅಥವಾ ಒಂದೇ ಸಮಯದಲ್ಲಿ ಅನೇಕ ವಿಷಯಗಳನ್ನು ಇಷ್ಟಪಟ್ಟಾಗಲೂ ಆಗಬಹುದು. ಆದರೆ ಅದು ಕೆಟ್ಟದ್ದಲ್ಲ.

ಒಂದು ಹವ್ಯಾಸ ಅಥವಾ ಮನರಂಜನಾ ಚಟುವಟಿಕೆ ನಿಮ್ಮ ಇಕಿಗಾಯ್ ಆಗಿರಬಹುದು ಎಂದು ಹೇಗೆ ಹೇಳುತ್ತೀರಿ?

ಅದನ್ನು ಕಂಡುಹಿಡಿಯಲು ಒಂದು ಪರೀಕ್ಷೆ ಇದೆ. ನೀವು ಮಾಡುತ್ತಿರುವ ಕೆಲಸದಲ್ಲಿ ತಡೆಯಿಲ್ಲದೇ ಹರಿವು ಮೂಡಿದರೆ, ಬಹುಶಃ ನಿಮ್ಮ ಕೆಲಸ (ಒಳ್ಳೆಯ ಅರ್ಥದಲ್ಲಿ) ನೀವು ಹುಡುಕಿಕೊಂಡಿದ್ದೀರಿ.

'ಹರಿವು' ಎಂದರೇನು? ನೀವು ನಿಮಗೆ ಇಷ್ಟವಾಗಿರುವ ಕೆಲಸವನ್ನು ಮಾಡುತ್ತಿರುವಾಗ ಮನಸ್ಸು ಅನುಭವಿಸುವ ಒಂದು ಭಾವನೆ, ಆ ಕೆಲಸ ನಿಜವಾಗಿ ನಿಮ್ಮ ಇಕಿಗಾಯ್ ಆಗಿರಬಹುದು. ಇದು, ಮನೋವಿಜ್ಞಾನಿ ಮತ್ತು ಸಂಶೋಧಕ ಮಿಹಾಯಿ ಚಿಕ್ಸೆಂಟ್ಮಿಹಾಯಿ (Mihály Csíkszentmihályi) ಅವರ ಒಂದು ಸಿದ್ಧಾಂತವಾಗಿದೆ.

ನೀವು ಹರಿವಿನಲ್ಲಿರುವಾಗ ನಿಮಗೆ ಈ ರೀತಿ ಭಾಸವಾಗುತ್ತದೆ:

- **ಕಾಲ ಹಾರಿಹೋದಂತೆ ಭಾಸವಾಗುತ್ತದೆ.** ನೀವು ಯಾವುದಾದರೂ ಕೆಲಸ ಪ್ರಾರಂಭಿಸುತ್ತೀರಿ, ನಿಮಗೇ ತಿಳಿಯದಂತೆ ರಾತ್ರಿ ಊಟದ ಸಮಯವಾಗಿರುತ್ತದೆ.

- ನೀವು ತುಂಬಾ ಗಮನವಿಟ್ಟು ಕೆಲಸ ಮಾಡುತ್ತಿರುತ್ತೀರಿ ಮತ್ತು ಯಾವುದೂ ನಿಮ್ಮ ಗಮನವನ್ನು ವಿಚಲಿತಗೊಳಿಸುವುದಿಲ್ಲ. ಉದಾಹರಣೆಗೆ, ನೀವು ಬಹಳ ಇಷ್ಟಪಡುವ ವಿಡಿಯೋ ಆಟದಲ್ಲಿ ಮಗ್ನರಾಗಿರುವಾಗ ಅಥವಾ ರೋಚಕ ಚಲನಚಿತ್ರ ನೋಡುತ್ತಿರುವಾಗ ಮಧ್ಯದಲ್ಲಿ ನೀವು ಬೇರೆ ಏನನ್ನೂ ಮಾಡುವುದಿಲ್ಲ.

- ನಿಮ್ಮ ಕೆಲಸ ನಿಮಗೆ ತುಂಬಾ ಸುಲಭವೂ ಅಲ್ಲ, ತುಂಬಾ ಕಷ್ಟವೂ ಅಲ್ಲ. ತುಂಬಾ ಸುಲಭವಾದ ಕೆಲಸಗಳು ಬೇಸರ ಉಂಟುಮಾಡುತ್ತವೆ. ತುಂಬಾ ಕಷ್ಟವಾದ ಕೆಲಸಗಳು ಜನರನ್ನು ನಿಷ್ಕ್ರಿಯಗೊಳಿಸುತ್ತವೆ. ನಾವು ಮಾಡುವ ಕೆಲಸ ಒಂದು ರೀತಿಯ ಸವಾಲನ್ನು ನೀಡಿದರೂ, ನಾವು ಅದನ್ನು ಮಾಡಲು ಸಮರ್ಥರಾಗಿದ್ದಾಗ, ನಾವು ಹರಿವನ್ನು ಅನುಭವಿಸುತ್ತೇವೆ.

- ನೀವು ಆಯಾಸಗೊಳ್ಳುವುದು ಬಹಳ ಅಪರೂಪ. ನೀವು ಏನಾದರೂ ಇಷ್ಟಪಟ್ಟರೆ ಮತ್ತು ಅದು ನಿಮಗೆ ಹರಿವನ್ನು ನೀಡುತ್ತಿದ್ದರೆ, ಅದಕ್ಕೆ ಹೆಚ್ಚು ಶ್ರಮದ ಅವಶ್ಯಕತೆ ಇರುವುದಿಲ್ಲ. ಉದಾಹರಣೆಗೆ, ಫುಟ್‌ಬಾಲ್ ಆಟದ ಹುಚ್ಚು ನಿಮಗಿದ್ದರೆ, ಆಟ ಮುಗಿದ ನಂತರ ನಿಮಗೆ ಆಯಾಸವಾಗಬಹುದು, ಆದರೆ ಆಟ ಆಡುತ್ತಿರುವಾಗ ನಿಮಗೆ ಆ ದಣಿವು ಗಮನಕ್ಕೇ ಬರುವುದಿಲ್ಲ.

ನೀವು ಎಷ್ಟು ದೂರ ಹೋಗಲು ಬಯಸುತ್ತೀರಿ ಎಂಬುದನ್ನು ಆಯ್ಕೆಮಾಡಿ

ನೀವು ಏನನ್ನಾದರೂ ಮಾಡುವಾಗ ಮೇಲೆ ತಿಳಿಸಿದ ಎಲ್ಲವನ್ನೂ ಗಮನಿಸಿದರೆ, ನೀವು ನಿಮ್ಮ ಆಸಕ್ತಿ ಅಥವಾ ನಿಮ್ಮ ಇಕಿಗಾಯ್‌ನ್ನು ಈಗಾಗಲೇ ಕಂಡುಕೊಂಡಿದ್ದೀರಿ ಎಂದರ್ಥ. ಹಾಗಾದರೆ ಮುಂದೇನು? ಅದು, ನೀವು ಅದರೊಂದಿಗೆ ಏನು ಮಾಡಲು ಇಚ್ಛಿಸುವಿರಿ ಎಂಬುದರ ಮೇಲೆ ಅವಲಂಬಿತವಾಗಿದೆ. ಅದನ್ನು ಕಂಡುಹಿಡಿಯಲು, ಈ ಕೆಳಗಿನ ಪ್ರಶ್ನೆಯನ್ನು ಕೇಳಿಕೊಳ್ಳಿರಿ:

1 ರಿಂದ 10 ರವರೆಗೆ, ನಾನು ಇದನ್ನು ಎಷ್ಟು ಇಷ್ಟಪಡುತ್ತೇನೆ?

ನೀವು ನೀಡುವ ಉತ್ತರವನ್ನು ಅವಲಂಬಿಸಿ, ಅದು ನಿಮಗೆ ಎಷ್ಟು ಮುಖ್ಯ ಎಂಬುದನ್ನು ನೀವು ನೋಡುತ್ತೀರಿ.

- 0 ರಿಂದ 4: ಇದು ಒಂದು ಇಚ್ಛೆ. ಇದನ್ನು ಗಟ್ಟಿಯಾಗಿ ಇಷ್ಟಪಡುತ್ತೀರಾ ಅಥವಾ ಇದು ಕೇವಲ ಚಿಕ್ಕ ಆಸಕ್ತಿಯೆ? ನೀವು 5 ಅಂಕವನ್ನು ಕೂಡ ಕೊಡದೆ ಇರುವುದರಿಂದ ಇದು ಕೇವಲ ಮನರಂಜನೆ ಇರಬಹುದು.

- 5 ರಿಂದ 7: ಇದು ಒಂದು ಹವ್ಯಾಸ. ಇದು ಒಂದು ಕಾಲಕ್ಷೇಪ, ಬಿಡುವಿನ ಸಮಯದಲ್ಲಿ ಮಾಡುವುದಕ್ಕೆ ಚೆನ್ನಾಗಿರುತ್ತದೆ. ನೀವು ಆ ಕೆಲಸವನ್ನು ಮಾಡದೆ ಸಮಯ ಕಳೆದರೂ, ನಿಮಗೆ ಮುಖ್ಯವಾದುದನ್ನು ಕಳೆದುಕೊಂಡೆ ಎಂದು ಅನ್ನಿಸುವುದಿಲ್ಲ.

- 8 ರಿಂದ 9: ಇದು ಒಂದು ಆಸಕ್ತಿ. ಈಗ ನಿಜವಾಗಿಯೂ ನೀವು ಇಷ್ಟಪಡುವುದರ ಬಗ್ಗೆ ಮಾತನಾಡುತ್ತಿದ್ದೇವೆ. ಇದು ನಿಮ್ಮ ಹರಿವಿಗೆ ಕಾರಣವಾಗುತ್ತದೆ. ನಿಮ್ಮ ಜೀವನದಲ್ಲಿ ಇದು ಮುಖ್ಯವಾದುದು ಮತ್ತು ನೀವು ಇದನ್ನು ಆನಂದಿಸುವುದರಿಂದ ಇದಕ್ಕಾಗಿ ಸಮಯವನ್ನು ಮೀಸಲು ಇಡಬೇಕು.

- 10: ಇದು ಒಂದು ಅವಶ್ಯಕತೆ. ಇದರ ವಿನಃ ಬೇರೆ ಏನನ್ನೂ ಯೋಚಿಸುವುದು ಕಷ್ಟವಾಗುತ್ತದೆ, ಕನಿಷ್ಠಪಕ್ಷ ನಿಮ್ಮ ಬಿಡುವಿನ ವೇಳೆಯಲ್ಲಿ. ಈಗ ಇದು ನೀವು ಜೀವಿಸಲು ಕಾರಣ – ಅದು ನಿಮ್ಮ ಆಸಕ್ತಿ. ಅದಕ್ಕಾಗಿ ನೀವು ಏನನ್ನಾದರೂ ಮಾಡಲು ಸಿದ್ಧರಾಗಿರುತ್ತೀರಿ.

ನೀವು 8 ರಿಂದ 10 ರವರೆಗೆ ಅಂಕಗಳನ್ನು ಪಡೆದಿದ್ದರೆ, ನೀವು ಮುಖ್ಯವಾದ ವಿಷಯದ ಮೇಲೆ ಕೆಲಸ ಮಾಡುತ್ತಿದ್ದೀರಿ. ನಿಮ್ಮ ಜೀವನಕ್ಕೆ ಅರ್ಥ ನೀಡುವ ಏನನ್ನೋ ಕಂಡುಕೊಂಡಿದ್ದೀರಿ. ಮಾತ್ರವಲ್ಲ, ಅದು ನಿಮಗೆ ಬಹಳಷ್ಟು ಸಂತೋಷದ ಕ್ಷಣಗಳನ್ನು ತಂದುಕೊಡುತ್ತದೆ. ನಿಮಗೆ ಹಾರ್ದಿಕ ಅಭಿನಂದನೆಗಳು!

ನೀವು ಮಾಡುತ್ತಿರುವುದು ನಿಮಗೆ ಎಷ್ಟು ಇಷ್ಟವಾಗುತ್ತದೆ ಎಂದರೆ ಅದೇ ನಿಮ್ಮ ವೃತ್ತಿಯಾಗಲಿ ಎಂದು ಬಯಸುತ್ತೀರಿ. ಅದು ಎಂದಿಗೂ ನಿಮಗೆ 'ಕೆಲಸ' ಎಂದು ಅನ್ನಿಸುವುದೇ ಇಲ್ಲ. ಹಾಗಾಗಲು ನೀವು ಆ ಕೆಲಸದಲ್ಲಿ ನಿಪುಣರಾಗುವ ತನಕ ನಿರಂತರವಾಗಿ ಅಭ್ಯಾಸ ಮಾಡಬೇಕು.

ನೀವು ಪ್ರೀತಿಸುವ ಕೆಲಸದಲ್ಲಿ ನಿಪುಣರಾಗುವುದು ಹೇಗೆ ಎಂಬುದನ್ನು ಕಂಡುಕೊಳ್ಳಲು ಮುಂದೆ ಓದಿ.

2.
ನಿಮ್ಮ ಪ್ರತಿಭೆಯನ್ನು ಹೊರತೆಗೆಯುವುದು ಹೇಗೆ

"ಯಶಸ್ಸು (success) ಎನ್ನುವ ಪದ ಕೆಲಸ (work) ಎನ್ನುವ
ಪದಕ್ಕಿಂತ ಮೊದಲು ಬರುವುದು ಕೇವಲ
ಶಬ್ದಕೋಶ (dictionary) ದಲ್ಲಿ ಮಾತ್ರ."

– ವಿನ್ಸ್ ಲಂಬಾರ್ಡಿ, ಮಾಜಿ NFL ಕೋಚ್

"ದೊಡ್ಡ ರಹಸ್ಯ ಏನೂ ಇಲ್ಲ ಎನ್ನುವುದೇ
ಜೀವನದ ದೊಡ್ಡ ರಹಸ್ಯ.
ನಿಮ್ಮ ಗುರಿ ಏನಾದರೂ ಇರಲಿ,
ನೀವು ಕೆಲಸ ಮಾಡಲು ಸಿದ್ಧರಿದ್ದರೆ,
ಅದನ್ನು ತಲುಪಬಹುದು."

– ಓಪ್ರಾ ವಿಂಫ್ರೇ

ಈ ಕೆಳಗೆ ಕೊಟ್ಟಿರುವ ಪ್ರಖ್ಯಾತ ವ್ಯಕ್ತಿಗಳ ಬಗ್ಗೆ ನೀವು ಕೇಳಿರುತ್ತೀರಿ:

- **ಲೇಡಿ ಗಾಗಾ.** ಅವಳ ಧ್ವನಿ ಮುದ್ರಣಗಳು 27 ಮಿಲಿಯನ್ ಕಾಪಿಗಳಿಗಿಂತ ಹೆಚ್ಚು ಮಾರಾಟವಾಗಿ, ಅವಳ ಕಾರ್ಯಕ್ರಮಗಳ ಎಲ್ಲಾ ಟಿಕೆಟ್‌ಗಳು ಮುಂಚಿತವಾಗಿಯೇ ಮಾರಾಟವಾಗಿರುತ್ತವೆ, ಅವಳು ಬ್ರ್ಯಾಡ್ಲಿ ಕೂಪರ್‌ನೊಂದಿಗೆ ನಟಿಸಿದ 'ಎ ಸ್ಟಾರ್ ಇಸ್ ಬಾರ್ನ್' ಚಲನಚಿತ್ರವು 436 ಮಿಲಿಯನ್ ಡಾಲರ್ ಗಳಿಗೂ ಹೆಚ್ಚು ಹಣ ಗಳಿಸಿತ್ತು.

- **ಸಿಮೋನ್ ಬೈಲ್ಸ್.** ಅತ್ಯುತ್ತಮ ಸಾರ್ವಕಾಲಿಕ ಮಹಿಳಾ ಜಿಮ್ನಾಸ್ಟ್ ಎಂದು ಕರೆಯಲ್ಪಡುವ ಸಿಮೋನ್, ಹತ್ತು ವರ್ಷ ವಯಸ್ಸಿನಲ್ಲಿ ಎಲೈಟ್ ಜಿಮ್ನಾಸ್ಟಿಕ್ಸ್ ಸ್ಪರ್ಧೆಗಳಲ್ಲಿ ಪಾಲ್ಗೊಳ್ಳಲು ಆರಂಭಿಸಿದಳು. ಅಲ್ಲಿಂದ ಪ್ರಾರಂಭಿಸಿ, 2016ರಲ್ಲಿ

ಬ್ರೆಜಿಲ್‌ನ ರಿಯೋ ಡಿ ಜನ್ನೈರೋದಲ್ಲಿ ನಡೆದ ಒಲಿಂಪಿಕ್ಸ್‌ನಲ್ಲಿ ಐದು ಪದಕಗಳನ್ನು ಒಳಗೊಂಡಂತೆ ಬೇರೆ ಎಲ್ಲಾ ಅಮೆರಿಕನ್ ಕ್ರೀಡಾಪಟುವಿಗಿಂತಲೂ ಹೆಚ್ಚಿನ ಪದಕಗಳನ್ನು ಅವಳು ಈ ಕ್ರೀಡೆಯಲ್ಲಿ ಗೆದ್ದಿದ್ದಾಳೆ.

- **ಎಲಾನ್ ಮಸ್ಕ್**. ಟೆಸ್ಲಾ ಎಲೆಕ್ಟ್ರಿಕ್ ಕಾರು ಉತ್ಪಾದನಾ ಕಂಪನಿಯ ಸ್ಥಾಪಕರು. ಬಹಳಷ್ಟು ಸಂಸ್ಥೆಗಳಲ್ಲಿ ಅವರ 'ಸ್ಪೇಸ್‌ಎಕ್ಸ್' ಎಂಬ ಸಂಸ್ಥೆ ಪ್ರಪಂಚದ ಅತಿ ದೊಡ್ಡ ಖಾಸಗಿ ಬಾಹ್ಯಾಕಾಶ ಅನ್ವೇಷಣಾ ಕಂಪನಿಯಾಗಿದ್ದು, ಒಂದು ಮಿಲಿಯನ್ ಜನರ ವಸಾಹತನ್ನು ಮಂಗಳ ಗ್ರಹದಲ್ಲಿ ಸ್ಥಾಪಿಸುವ ಮಹತ್ವಾಕಾಂಕ್ಷಿಯ ಗುರಿಯನ್ನು ಹೊಂದಿದೆ.

ಅನ್ಯರಿಗೆ ಅಸಾಧ್ಯವೆನಿಸಬಹುದಾದ ಸಾಧನೆಗಳನ್ನು ಮಾಡಿದ ಮಹಾನ್ ವ್ಯಕ್ತಿಗಳ ಪಟ್ಟಿ ಬಹಳ ಉದ್ದವಾಗಿರಬಹುದು. ಈ ಎಲ್ಲ ವ್ಯಕ್ತಿಗಳಲ್ಲೂ ಸಮಾನವಾದ ಒಂದು ಅಂಶ ಎಂದರೆ, ಅವರೆಲ್ಲರೂ ತಮ್ಮ ಜೀವನದ ಪ್ರೇರಣಾ ಶಕ್ತಿ ಹಾಗೂ ಆಸಕ್ತಿಯಾದ ತಮ್ಮ ಇಕಿಗಾಯ್‌ಗಾಗಿ ಸಾವಿರಾರು ಗಂಟೆಗಳ ಸಮಯವನ್ನು ನೀಡಿದ್ದಾರೆ. ಇದು ಅವರು ಮಾಡುವ ಕೆಲಸದಲ್ಲಿ ಅವರು ಅತ್ಯುತ್ತಮರಾಗಲು, ಹೊಸತನವನ್ನು ಕಂಡುಕೊಳ್ಳಲು ಅನುವು ಮಾಡಿಕೊಟ್ಟಿದೆ ಮತ್ತು ಹಲವಾರು ಸಂದರ್ಭಗಳಲ್ಲಿ ಉತ್ತಮ ಜೀವನೋಪಾಯವನ್ನು ನೀಡಿದೆ.

ಪ್ರತಿಯೊಬ್ಬರೂ ತಮ್ಮ ಕ್ಷೇತ್ರದಲ್ಲಿ ನಿಸ್ಸೀಮರಾಗಿದ್ದಾರೆ. ಆದರೆ ಅವರ ಹಾಗೆ ಯಶಸ್ವಿಯಾಗಲು ಎಷ್ಟು ಗಂಟೆಗಳ ಶ್ರಮದ ಅಗತ್ಯವಿದೆ?

10,000 ಗಂಟೆಗಳ ನಿಯಮ

ಕೆನಡಾದ ಪತ್ರಕರ್ತ ಮಾಲ್ಕಮ್ ಗ್ಲಾಡ್‌ವೆಲ್ ಈ ಪ್ರಶ್ನೆಯನ್ನು ಅಧ್ಯಯನ ಮಾಡಲು ತಮ್ಮ ಸಮಯವನ್ನು ಮೀಸಲಿಟ್ಟರು. ಲೆಕ್ಕಚಾರ ಹಾಕಿದ ನಂತರ, ಯಾವುದಾದರೂ ವಿಷಯದಲ್ಲಿ ನಿಪುಣರಾಗಬೇಕೆಂದರೆ ಕನಿಷ್ಟ 10,000 ಗಂಟೆಗಳ ಕಾಲ ಅದರಲ್ಲಿ ತೊಡಗಿಸಿಕೊಳ್ಳಬೇಕು ಎಂಬ ತೀರ್ಮಾನಕ್ಕೆ ಬಂದರು.

ಅವರ 'ಔಟ್ ಲಯರ್ಸ್' ಎಂಬ ಪುಸ್ತಕದಲ್ಲಿ ಅವರು ಹಲವು ವರ್ಷಗಳ ಅಂತರದಲ್ಲಿ ಜನಿಸಿದ ಎರಡು ವಿಭಿನ್ನ ವ್ಯಕ್ತಿಗಳ ಉದಾಹರಣೆ ನೀಡುತ್ತಾರೆ– ಒಬ್ಬರು, ಆಸ್ಟ್ರಿಯಾದ ಸಂಗೀತಗಾರ ವೋಲ್ಫ್‌ಗಾಂಗ್ ಅಮಾಡಿಯಸ್ ಮೋಜಾರ್ಟ್ ಮತ್ತು ಇನ್ನೊಬ್ಬರು ಮೈಕ್ರೋಸಾಫ್ಟ್‌ನ ಸಹಸ್ಥಾಪಕ ಬಿಲ್ ಗೇಟ್ಸ್.

ಈ ಅಧ್ಯಯನವನ್ನು ಓದಿದ ಅನೇಕರು, ಮೋಜಾರ್ಟ್ ಕೂಡ ಲಾಂಗ್ ಲಾಂಗ್ ನಂತೆ ಸಂಗೀತದ ಬಾಲಪ್ರತಿಭೆ ಎಂದು ಗಮನಿಸಿದರು. ಅದಕ್ಕೆ ಗ್ಲಾಡ್‌ವೆಲ್ ಅವರು "ಹೌದು, ಅವರು ಏಳು ವರ್ಷದ ಪ್ರಾಯದಲ್ಲೇ ಸಂಗೀತ ಸಂಯೋಜನೆ ಪ್ರಾರಂಭಿಸಿದ ಪ್ರತಿಭಾವಂತನಾಗಿದ್ದರು, ಆದರೆ ಶ್ರೇಷ್ಠ ಕೃತಿಗಳೆಂದು ಪರಿಗಣಿಸಲಾದ ಸಿಂಫನಿಗಳನ್ನು

ಇಪ್ಪತ್ತೊಂದರ ವಯಸ್ಸಿನ ನಂತರ ರಚಿಸಿದರು. ಆ ವೇಳೆಗಾಗಲೇ ಅವರು 10,000 ಗಂಟೆಗಳ ಕಾಲ ವಾದ್ಯವನ್ನು ನುಡಿಸಿದ್ದರು ಮತ್ತು ಸಂಗೀತ ಸಂಯೋಜನೆ ಮಾಡಿದ್ದರು" ಎಂದು ಉತ್ತರಿಸಿದರು.

ಬಿಲ್ ಗೇಟ್ಸ್ ಬಗ್ಗೆ ಹೇಳುವುದಾದರೆ, ಅವರು ತಮ್ಮ ಬಾಲ್ಯದಲ್ಲೇ ಅಂದರೆ 1960 ಮತ್ತು 70ರ ದಶಕಗಳಲ್ಲಿ ಬಹಳ ಅಪರೂಪವಾಗಿದ್ದ ಕಂಪ್ಯೂಟರ್‌ಗಳನ್ನು ತಮ್ಮ ಶಾಲೆಯಲ್ಲಿಯೇ ಹೊಂದಿರುವ ಅದೃಷ್ಟವನ್ನು ಪಡೆದಿದ್ದರು.

ಇದರಿಂದ ಅವರು ತಮ್ಮ ರಜಾ ದಿನಗಳೂ ಸೇರಿದಂತೆ ಸಾಕಷ್ಟು ಸಮಯ ಅಭ್ಯಾಸ ಮಾಡಲು ಸಾಧ್ಯವಾಯಿತು. ಇದರರ್ಥ, ಅವರು ಹಾರ್ವರ್ಡ್ ವಿಶ್ವವಿದ್ಯಾಲಯಕ್ಕೆ ಸೇರುವ ಹೊತ್ತಿಗೆ ಆಗಲೇ ಐದು ವರ್ಷಗಳಿಂದ ಪ್ರೋಗ್ರಾಮಿಂಗ್ ಮಾಡುತ್ತಿದ್ದರು.

ಉತ್ಸಾಹಭರಿತನಾಗಿ 10,000 ಗಂಟೆಗಳ ಸಾಧನೆ ಮಾಡಿದ ನಂತರ, ಅವರಿಗೆ ವಿಶ್ವದ ಅತ್ಯಂತ ಯಶಸ್ವೀ ಸಾಫ್ಟ್‌ವೇರ್ ಕಂಪನಿಯನ್ನು ರಚಿಸಲು ಸಾಧ್ಯವಾಯಿತು.

ನಿನಗೆ ಸಾಧ್ಯವಾದಷ್ಟು ಅತ್ಯುತ್ತಮವಾಗಿ ಮಾಡು! (GANBARIMASU!)

10,000 ಗಂಟೆಗಳ ನಿಯಮ ತಮ್ಮ ದೃಢನಿಷ್ಠೆಗೆ ಪ್ರಸಿದ್ಧರಾಗಿರುವ ಜಪಾನೀಯರನ್ನು ಎದೆಗುಂದಿಸುವುದಿಲ್ಲ. ಬದುಕಿನಲ್ಲಿ ಪರಿಪೂರ್ಣತೆ ಎನ್ನುವುದು ಕೇವಲ ಕನಸು ಕಂಡು ಯೋಜನೆಗಳನ್ನು ಕೈಗೆತ್ತಿಕೊಳ್ಳುವುದು ಮಾತ್ರವಲ್ಲ ಎಂದು ಅವರಿಗೆ ಗೊತ್ತು. ನಿಮ್ಮ ಕನಸುಗಳು ನನಸಾಗಿಸುವವರೆಗೆ ಅವುಗಳ ಬೆನ್ನತ್ತಿ ಹೋಗಬೇಕು. ಎರಡನೇ ವಿಶ್ವ ಯುದ್ಧದ ವಿನಾಶದ ನಂತರ ಯಾವ ರೀತಿ ಜಪಾನ್ ಜಗತ್ತಿನ ಮೂರನೇ ಅತಿದೊಡ್ಡ ಆರ್ಥಿಕತೆಯಾಗಿ ಪರಿವರ್ತನೆಗೊಂಡಿತು ಎಂಬುದನ್ನು ಇದು ವಿವರಿಸುತ್ತದೆ.

ಜಪಾನ್‌ನಲ್ಲಿ, ಈ ಸಾಮರ್ಥ್ಯವನ್ನು 'ಗನ್‌ಬರಿಮಸು' ಎಂದು ಹೇಳುತ್ತಾರೆ, ಹೆಚ್ಚಿನ ಮಾಂಗಾ ಮತ್ತು ಅನಿಮೆ ಹೀರೋಗಳು ಈ ಗುಣವನ್ನು ಹೊಂದಿದ್ದಾರೆ. ಧೈರ್ಯ ಕಳೆದುಕೊಳ್ಳದೆ ಅವರ ಗುರಿಗಳಿಗಾಗಿ ಹೋರಾಡುತ್ತಾರೆ. ಅವರು ಅತ್ಯುತ್ತಮರಾಗುವ ತನಕ ಜ್ಞಾನ ಮತ್ತು ಕೌಶಲ್ಯಗಳನ್ನು ಹೆಚ್ಚಿಸಿಕೊಳ್ಳಲು ತಮಗರಿವಿಲ್ಲದೆಯೇ 10,000 ಗಂಟೆಗಳ ನಿಯಮವನ್ನು ಅನುಸರಿಸುತ್ತಾರೆ.

ಇದರ ಹಲವಾರು ಉದಾಹರಣೆಗಳಲ್ಲಿ ಜಪಾನಿನ ಮಾಂಗಾ ಮತ್ತು ಅನಿಮೆ ಸರಣಿ– 'ನಾರುಟೋ' ಕೂಡ ಒಂದು. ಈ ಯುವ ನಿಂಜಾ ತನ್ನ ಗ್ರಾಮದ ಮುಖ್ಯಸ್ಥ (ಹೊಕಾಗೆ) ನಾಗುವ ಪ್ರಯತ್ನದಲ್ಲಿ ತಾಳ್ಮೆಯಿಂದ ಅಭ್ಯಾಸ ಮಾಡುತ್ತಾನೆ. ಜಪಾನಿನ ಪ್ರಸಿದ್ಧ ಗಾದೆ, 'ನೀವು ಕಲ್ಲನ್ನು ಬಿಸಿ ಮಾಡಲು ಬಯಸಿದರೆ, ಅದರ ಮೇಲೆ 100 ವರ್ಷ ಕುಳಿತಿರಿ' ಎಂಬುದನ್ನು ಇದು ಅನುಸರಿಸುತ್ತದೆ.

ಜಪಾನಿನಲ್ಲಿ ಯಾರಾದರೂ ಪರೀಕ್ಷೆಗೆ ಅಥವಾ ಕರಾಟೆ ಸ್ಪರ್ಧೆಗೆ ಹೋಗುವಾಗ, ಜನರು ಅವರಿಗೆ "ಗನ್‌ಬರಿಮಸು!" ಎಂದು ಹೇಳುತ್ತಾರೆ, "ನಿನಗೆ ಸಾಧ್ಯವಾದಷ್ಟು ಅತ್ಯುತ್ತಮವಾಗಿ ಮಾಡು!" ಎಂದು ಇದರ ಅರ್ಥ.

ಪ್ರಯತ್ನಕ್ಕೆ ಪ್ರೇರೇಪಣೆ ನೀಡುವ 'ಗನ್‌ಬರಿಮಸು!' ಎನ್ನುವ ಈ ಮಾತು ಸಾಮಾನ್ಯವಾಗಿ ಹೇಳುವ 'ಒಳ್ಳೆಯದಾಗಲಿ(ಗುಡ್ ಲಕ್)!' ಎಂಬ ಮಾತಿಗಿಂತ ಹೆಚ್ಚು ಉಪಯುಕ್ತವಾಗಿದೆ. ಏಕೆಂದರೆ ಅದೃಷ್ಟವು ನಿಮ್ಮ ನಿಯಂತ್ರಣದಲ್ಲಿರುವುದಿಲ್ಲ. ಅದು ನೀವು ಕೂಲಂಕಷವಾಗಿ ಓದಿರುವ ಒಂದೇ ಒಂದು ವಿಷಯ ಮಾತ್ರ ಪರೀಕ್ಷೆಯಲ್ಲಿ ಬರುವ ಆಕಸ್ಮಿಕದಂತೆ.

ಮತ್ತೊಂದು ಕಡೆ, ಕಷ್ಟ ಪಡುವುದು ಮತ್ತು ಸಾಧ್ಯವಾದಷ್ಟು ಉತ್ತಮವಾಗಿ ಕೆಲಸ ಮಾಡುವುದು ನಿಮ್ಮ ನಿಯಂತ್ರಣದಲ್ಲಿದೆ. ಹೀರೋಗಳು ಇದೇ ಮಾರ್ಗವನ್ನು ಆರಿಸಿಕೊಳ್ಳುತ್ತಾರೆ. ಗನ್‌ಬರಿಮಸು ಮಾರ್ಗವನ್ನು ಅನುಸರಿಸುವವರಲ್ಲಿ ಒಬ್ಬರಾಗಲು ನೀವು ಸಿದ್ಧರಿದ್ದೀರಾ?

ನಿಪುಣನಾಗಲು ನಿಮ್ಮ 10,000 ಗಂಟೆಗಳ ಯೋಜನೆ

ನಿಮ್ಮ ಉತ್ತರ ಹೌದು ಎಂದಾದರೆ, ಮೊದಲು ನೀವು ನಿಪುಣರಾಗಲು ಎಷ್ಟು ಸಮಯ ಬೇಕಾಗುತ್ತದೆ ಎಂಬುದನ್ನು ಲೆಕ್ಕ ಹಾಕಿ. ಕೆಳಗಿನ ಉದಾಹರಣೆ ನಿಮಗೆ ಪ್ರತಿಯೊಂದು ಹೆಚ್ಚುವರಿ ಗಂಟೆಯ ಅಭ್ಯಾಸದಿಂದ ನೀವು ಏನನ್ನು ಸಾಧಿಸಬಹುದು ಎಂಬುದನ್ನು ತೋರಿಸುತ್ತದೆ.

ನಿಮ್ಮ ಗುರಿ ಜಪಾನೀ ಭಾಷೆಯನ್ನು ಕಲಿಯುವುದು ಎಂದು ಊಹಿಸಿಕೊಳ್ಳಿ. ನೀವು ಇವುಗಳನ್ನು ಸಾಧಸಬಹುದು:

- ಒಂದು ಗಂಟೆಯಲ್ಲಿ: ನೀವು 'ನಮಸ್ಕಾರ', 'ಶುಭ ರಾತ್ರಿ', 'ಧನ್ಯವಾದಗಳು', 'ದಯವಿಟ್ಟು', ಮುಂತಾದ ಕೆಲವು ಮೂಲ ಪದಗಳನ್ನು ಕಲಿಯುತ್ತೀರಿ, ನೀವು ಜಪಾನ್‌ಗೆ ಭೇಟಿ ನೀಡಿದರೆ ಇವು ಬಹಳ ಉಪಯುಕ್ತವಾಗುತ್ತವೆ.
- ಹತ್ತು ಗಂಟೆಗಳಲ್ಲಿ: ನೀವು ಒಂದು ಚಿಕ್ಕ ಸಂವಾದ ನಡೆಸಬಹುದು, ಏಕೆಂದರೆ ನಿಮ್ಮನ್ನು ಪರಿಚಯಿಸಿಕೊಳ್ಳುವುದು, ನಿಮಗೆ ಬೇಕಾದುದನ್ನು ಮನವಿ ಮಾಡಿಕೊಳ್ಳುವುದು ಮತ್ತು ಕೆಲವು ಮುಖ್ಯವಾದ ಪ್ರಶ್ನೆಗಳನ್ನು ಕೇಳುವುದು ಮುಂತಾದವನ್ನು ಕಲಿತಿರುತ್ತೀರಿ.
- ನೂರು ಗಂಟೆಗಳಲ್ಲಿ: ನೀವು ಮೂಲ ಜಪಾನಿ ಭಾಷೆಯ ಒಂದು ಹಂತವನ್ನು ತಲುಪುತ್ತೀರಿ, ಭಾಷೆ ನಿಮಗೆ ಅಪರಿಚಿತ ಎನ್ನಿಸುವುದಿಲ್ಲ. ನೀವು ಮುಖ್ಯವಾಗಿ ಬರೆಯುವ ಅಕ್ಷರಗಳನ್ನು ಅಥವಾ ಕಂಜಿಗಳನ್ನು ಸಹ ಕಲಿತಿರುತ್ತೀರಿ.

- **ಒಂದು ಸಾವಿರ ಗಂಟೆಗಳಲ್ಲಿ:** ಭಾಷೆಯ ಮೇಲಿನ ನಿಮ್ಮ ಹಿಡಿತ ಬಲವಾಗಿರುತ್ತದೆ. ನೀವು ಯಾವುದರ ಬಗ್ಗೆಯಾದರೂ, ಯಾರೊಂದಿಗೆ ಬೇಕಾದರೂ, ಎಲ್ಲಿಯಾದರೂ ಮಾತನಾಡುವ ಸಾಮರ್ಥ್ಯ ಹೊಂದಿರುತ್ತೀರಿ.

- **ಹತ್ತು ಸಾವಿರ ಗಂಟೆಗಳಲ್ಲಿ:** ನೀವು ವಿಷಯದಲ್ಲಿ ನಿಜವಾಗಿಯೂ ತಜ್ಞರಾಗಿರುತ್ತೀರಿ. ನೀವು ಶಿಕ್ಷಕರಾಗಬಹುದು, ಪುಸ್ತಕಗಳನ್ನು ಅನುವಾದಿಸಬಹುದು, ಅಥವಾ ಜಪಾನೀ ಭಾಷೆಯ ಬಗ್ಗೆ ಉಪನ್ಯಾಸಗಳನ್ನು ನೀಡಬಹುದು.

ನೀವು ಪ್ರೀತಿಸುವ ಫುಟ್‌ಬಾಲ್, ವೀಡಿಯೋ ಗೇಮ್ ಪ್ರೋಗ್ರಾಮಿಂಗ್, ನೃತ್ಯ ಮತ್ತು ಇತರ ಯಾವುದೇ ವಿಷಯವನ್ನು ಕಲಿಯಲು ಇದೇ ರೀತಿಯ ಲೆಕ್ಕಾಚಾರವನ್ನು ಅನ್ವಯಿಸಿಕೊಳ್ಳಬಹುದು.

ನೀವು ತುಂಬಾ ಇಷ್ಟಪಡುವಂತಹ ವಿಷಯದಲ್ಲಿ ಮೊಜಾರ್ಟ್(ನಿಪುಣ ಪಾಶ್ಚಾತ್ಯ ಸಂಗೀತ ಸಂಯೋಜಕ)ನಂತೆ ಆಗುವುದಕ್ಕಾಗಿ 10,000 ಗಂಟೆಗಳನ್ನು ತಲುಪಲು ಎಷ್ಟು ಸಮಯ ತೆಗೆದುಕೊಳ್ಳುತ್ತದೆ?

ನೀವು ಏನನ್ನು ಕಲಿಯಲು ಬಯಸುತ್ತೀರೋ ಅದಕ್ಕೆ ಪ್ರತಿದಿನವೂ ನೀವು ಎಷ್ಟು ಗಂಟೆಗಳನ್ನು ಮೀಸಲಿಡುತ್ತೀರಿ ಎನ್ನುವುದರ ಮೇಲೆ ಅದು ಅವಲಂಬಿತವಾಗಿರುತ್ತದೆ. ತಮ್ಮ ಪುಸ್ತಕ 'ದಿ ಇಕಿಗಾಯ್ ಜರ್ನಿ'(ಇಕಿಗಾಯ್ ಪಯಣ)ಯಲ್ಲಿ, ಹೆಕ್ಟರ್ ಮತ್ತು ಫ್ರಾನ್ಸಿಸ್ಕ್ ಈ ಕೆಳಗಿನ ಲೆಕ್ಕಾಚಾರಗಳನ್ನು ಮಾಡಿದ್ದಾರೆ:

- ದಿನಕ್ಕೆ 8 ಗಂಟೆ X ವಾರದಲ್ಲಿ 5 ದಿನಗಳು = 5 ವರ್ಷಗಳು
- ದಿನಕ್ಕೆ 4 ಗಂಟೆ X ವಾರದಲ್ಲಿ 5 ದಿನಗಳು = 10 ವರ್ಷಗಳು
- ದಿನಕ್ಕೆ 2 ಗಂಟೆ X ವಾರದಲ್ಲಿ 5 ದಿನಗಳು = 20 ವರ್ಷಗಳು
- ದಿನಕ್ಕೆ 1 ಗಂಟೆ X ವಾರದಲ್ಲಿ 5 ದಿನಗಳು = 40 ವರ್ಷಗಳು

ನೀವು ಶಾಲೆಗೆ ಹೋಗುತ್ತಿದ್ದರೆ, ನಿಮ್ಮ ಇಕಿಗಾಯ್‌ಗಾಗಿ ಪ್ರತಿ ದಿನ ಎಂಟು ಗಂಟೆಗಳನ್ನು ಮೀಸಲಿಡಲು ಸಾಧ್ಯವಾಗುವುದಿಲ್ಲ. ಆದರೆ ನಿಮಗೆ ಪ್ರತಿ ದಿನ ಒಂದೆರಡು ಗಂಟೆಗಳು ಸಿಕ್ಕರೆ, ನಿಮ್ಮ ಜೀವನದ ಅರ್ಧ ವಯಸ್ಸಿಗೆ ನೀವು ಮಾಡುತ್ತಿದ್ದ ಕೆಲಸದಲ್ಲಿ ನಿಜವಾಗಿಯೂ ನಿಪುಣರಾಗಿರುತ್ತೀರಿ.

ಇದರಲ್ಲಿ ಒಳ್ಳೆಯ ವಿಷಯ ಏನೆಂದರೆ, ನಿಮ್ಮ ದಾರಿಯಲ್ಲಿ ನೀವು ಸಂತೋಷ ಅನುಭವಿಸುತ್ತೀರಿ. ನೀವು ಆರಿಸಿಕೊಂಡಿದ್ದು ನಿಮ್ಮ ಹೃದಯಕ್ಕೆ ಬೆಚ್ಚಗಿನ ಭಾವವನ್ನು ಕೊಟ್ಟರೆ, ಅಭ್ಯಾಸದ ಪ್ರಾರಂಭದ ಸಮಯದಿಂದಲೇ ನೀವು ಸಂತೋಷಭರಿತರಾಗಿರುತ್ತೀರಿ. ಅದೇ ಸ್ವತಃ ಒಂದು ಮಹತ್ವವಾದ ಯಶಸ್ಸಲ್ಲವೆ?

೩.
ಅನಲಾಗ್* ಸಂತೋಷ

"ಪ್ರತ್ಯಕ್ಷ(ಲೈವ್) ಸಂಗೀತಕ್ಕಿಂತ ಉತ್ತಮವಾದದ್ದು ಬೇರೇನೂ ಇಲ್ಲ.
ಅದು ಸಹಜಸ್ಥಿತಿಯಲ್ಲಿರುವ ಶಕ್ತಿ,
ಮತ್ತು ಸಹಜ ಶಕ್ತಿಯೇ ಆತ್ಮಕ್ಕೆ ಆಹಾರ ಒದಗಿಸುತ್ತದೆ."

– ಧಾನಿ ಜೋನ್ಸ್,
ಮಾಜಿ ಎನ್.ಎಫ್.ಎಲ್. ಲೈನ್‌ಬ್ಯಾಕರ್, ಉದ್ಯಮಿ

ಎರಡು ಶತಮಾನಗಳು ಕಳೆದರೂ ಕೂಡ, ಹಾನ್ಸ್ ಕ್ರಿಸ್ಟಿಯನ್ ಆಂಡರ್ಸನ್ ರಚಿಸಿದ ಮರೆಯಲಾಗದಂತಹ ಕಥೆಗಳನ್ನು ನಾವು ಇಂದಿಗೂ ಓದುತ್ತಿದ್ದೇವೆ, ಉದಾಹರಣೆಗೆ 'ದಿ ಲಿಟ್ಟಲ್ ಮರ್‌ಮೇಯ್ಡ್'. 1843ರಲ್ಲಿ ಅವರು 'ದಿ ನೈಟಿಂಗೇಲ್' ಎಂಬ ಅತೀ ಸುಂದರವಾದ ಕತೆಯನ್ನು ಕೇವಲ ಒಂದೇ ಒಂದು ದಿನದಲ್ಲಿ ಬರೆದಿದ್ದರು.

ಅವರಿಗೆ ಈ ಕಥೆ ಹೊಳೆದದ್ದು ಟಿವೋಲಿ ಎಂಬ ಮನರಂಜನಾ ಉದ್ಯಾನವನದಲ್ಲಿ ತಿರುಗಾಡುತ್ತಿದ್ದಾಗ. ಅದು ಆ ವರ್ಷದ ಬೇಸಿಗೆಯಲ್ಲಿಯೇ ಪ್ರಾರಂಭವಾಗಿತ್ತು ಹಾಗು ಕೋಪನ್‌ಹೇಗನ್ ನಗರದ ಮಧ್ಯದಲ್ಲಿ ಸ್ಥಿತವಾಗಿತ್ತು. ಆ ಮನರಂಜನಾ ಉದ್ಯಾನವನವನ್ನು ಚೈನೀಸ್ ಗಾರ್ಡನ್ ಶೈಲಿಯಲ್ಲಿ ವಿನ್ಯಾಸಗೊಳಿಸಲಾಗಿದ್ದು, ಅದು ಈ ಸುಂದರವಾದ ಕಥೆಯ ಹಿನ್ನೆಲೆಗೆ ಪ್ರೇರಣೆಯಾಗಿದ್ದಿರಬಹುದು.

ಈ ಕಥೆಯ ಮುಖ್ಯ ಪಾತ್ರ ಚೀನಾದ ಒಬ್ಬ ಚಕ್ರವರ್ತಿಯದ್ದು. ಅವನ ರಾಜ್ಯಕ್ಕೆ ಬಂದ ಯಾತ್ರಿಕರು ಬರೆದಂತಹ ಪುಸ್ತಕಗಳಲ್ಲಿ, ಚಕ್ರವರ್ತಿಯ ಸ್ವಂತ ತೋಟದಲ್ಲಿ ಇದ್ದ ಒಂದು ವಿಶೇಷ ನೈಟಿಂಗೇಲ್ ಹಕ್ಕಿಯ ಗಾನಕ್ಕಿಂತ ದೈವಿಕವಾದದ್ದು ಮತ್ತೇನೂ ಇಲ್ಲ ಎಂದು ದಾಖಲಿಸಿದ್ದರು. ಅದನ್ನು ಚಕ್ರವರ್ತಿಯು ಓದಿದ್ದ.

---

*ಅನಲಾಗ್ ಎಂಬುದು ನಿರಂತರ ರೂಪದಲ್ಲಿ ಪ್ರತಿನಿಧಿಸಲಾದ ಸಂಕೇತಗಳು ಅಥವಾ ಡೇಟಾ ಅನ್ನು ಸೂಚಿಸುತ್ತದೆ. ಇದು ಡಿಜಿಟಲ್‌ಗೆ ವಿರುದ್ಧವಾದದ್ದು. ಡಿಜಿಟಲ್ ವಿಭಜಿತ ಅಥವಾ ಬೈನರಿ ಆಗಿರುತ್ತದೆ)

"ಪುಸ್ತಕಗಳು ಹೇಳುವಂತೆ, ನೈಟಿಂಗೇಲ್ ನನ್ನ ಸಾಮ್ರಾಜ್ಯದಲ್ಲೇ ಅತ್ಯುತ್ತಮವಾದದ್ದು. ಇದುವರೆಗೆ ನನಗೆ ಇದರ ಬಗ್ಗೆ ಏಕೆ ತಿಳಿಸಲಿಲ್ಲ?" ಎಂದು ಚಕ್ರವರ್ತಿ ತನ್ನ ಮುಖ್ಯ ಸೇವಕನಿಗೆ ಕೇಳುತ್ತಾನೆ.

ಅದೇ ರಾತ್ರಿ ಅರಮನೆಯ ಸಭಾಂಗಣದಲ್ಲಿ ಹಾಡಿಸುವ ಸಲುವಾಗಿ ಆ ಪಕ್ಷಿಯನ್ನು ತರಲು ಆದೇಶಿಸುತ್ತಾನೆ.

ಆ ಪಕ್ಷಿಯನ್ನು ಹುಡುಕಿ, ಅದೇ ರಾತ್ರಿ ಅರಮನೆಯಲ್ಲಿನ ಮಹೋತ್ಸವಕ್ಕೆ ಆಹ್ವಾನಿಸಲಾಗುತ್ತದೆ, ಅಲ್ಲಿ ಅದು ಪ್ರದರ್ಶನ ನೀಡಲು ಒಂದು ಬಂಗಾರದ ಪೀಠ ಸಿದ್ಧವಾಗಿರುತ್ತದೆ.

ಚಕ್ರವರ್ತಿಯು ಪ್ರದರ್ಶನ ಪ್ರಾರಂಭಿಸಲು ಸಂಜ್ಞೆ ಮಾಡುತ್ತಾನೆ. ಆ ಪಕ್ಷಿ ಹಾಡಿದಾಗ ಚಕ್ರವರ್ತಿಯ ಸಹಿತ ಅಲ್ಲಿ ಸೇರಿದ್ದ ಎಲ್ಲರೂ ಭಾವುಕರಾಗಿ ಕಣ್ಣೀರು ಹಾಕುತ್ತಾರೆ. ಪಕ್ಷಿಯ ಗಾಯನ ಎಷ್ಟು ಅಮೋಘವಾಗಿತ್ತೆಂದರೆ ಪಕ್ಷಿಯನ್ನು ಕೊನೆಯವರೆಗೂ ಅರಮನೆಯಲ್ಲಿಯೇ ಇರಿಸಿಕೊಳ್ಳಬೇಕು ಎಂದು ನಿರ್ಧರಿಸಲಾಗುತ್ತದೆ. ದಿನದಲ್ಲಿ ಎರಡು ಬಾರಿ ಮತ್ತು ರಾತ್ರಿ ಒಂದು ಬಾರಿ ಅದರ ಐಷಾರಾಮಿ ಗೂಡನ್ನು ಬಿಟ್ಟು ಹೊರಹೋಗಲು ಅದಕ್ಕೆ ಅವಕಾಶವಿರುತ್ತದೆ. ಜೊತೆಗೆ ಹನ್ನೆರಡು ಜನ ಸೇವಕರು ಅದರ ಸೇವೆಗೆ ನಿಯೋಜಿತರಾಗುತ್ತಾರೆ.

ಇದು ಚಕ್ರವರ್ತಿಗೆ ಅಪಾರ ಸಂತೋಷ ತರುತ್ತದೆ. ಹೀಗಿರುವಾಗ ಒಂದು ದಿನ ಅವನಿಗೆ ಅಚ್ಚರಿಯ ಉಡುಗೊರೆಯೊಂದು ಸಿಗುತ್ತದೆ, ಅದು ಒಂದು ಯಾಂತ್ರಿಕ ನೈಟಿಂಗೇಲ್, ಜೀವಂತ ಹಕ್ಕಿಯಂತೆಯೇ ಇದ್ದರೂ, ವಜ್ರ, ಮಾಣಿಕ್ಯ ಮತ್ತು ಇಂದ್ರನೀಲ ಮಣಿಗಳಿಂದ ಅಲಂಕಾರಗೊಂಡಿರುತ್ತದೆ. ಚಕ್ರವರ್ತಿ ಅದಕ್ಕೆ ಕೀ ಕೊಟ್ಟು ತಿರುಗಿಸಿದಾಗ, ಅದು ನಿಜವಾದ ಹಕ್ಕಿಯಂತೆಯೇ ಹಾಡುತ್ತಾ ಅದರ ಬಾಲವನ್ನು ಮೇಲೆ, ಕೆಳಗೆ ಕುಣಿಸುತ್ತಿರುತ್ತದೆ.

ಚಕ್ರವರ್ತಿ ತನ್ನ ಹೊಸ ಆಟಿಕೆಯಿಂದ ಎಷ್ಟು ಸಂತೋಷಗೊಂಡಿದ್ದನೆಂದರೆ, ಅವನು ನಿಜವಾದ ನೈಟಿಂಗೇಲ್ ಹಕ್ಕಿಗೆ ಹೊರಗೆ ಹೋಗಲು ಅವಕಾಶ ಕೊಡುತ್ತಾನೆ.

ಆದರೆ ಒಂದು ದಿನ ಯಾಂತ್ರಿಕ ನೈಟಿಂಗೇಲ್ ಕೆಟ್ಟುಹೋಗುತ್ತದೆ, ಅದನ್ನು ಸರಿಪಡಿಸುವುದು ಅರಮನೆಯಲ್ಲಿ ಯಾರಿಗೂ ತಿಳಿದಿರುವುದಿಲ್ಲ.

ಹಕ್ಕಿಯ ಹಾಡುವಿಕೆಯಿಂದ ವಂಚಿತನಾದ ಚಕ್ರವರ್ತಿಯು ಮಹಾ ಅನಾರೋಗ್ಯಕ್ಕೆ ಒಳಗಾಗುತ್ತಾನೆ, ಚಕ್ರವರ್ತಿ ಯಾವ ಸ್ಥಿತಿಗೆ ತಲುಪುತ್ತಾನೆಂದರೆ, ಅವನು ತನ್ನ ಹಾಸಿಗೆಯಿಂದ ಎದ್ದು ನಿಂತುಕೊಳ್ಳಲು ಕೂಡ ಅಸಮರ್ಥನಾಗುತ್ತಾನೆ. ಸತತವಾದ ದುಃಖದಿಂದ ಕಳೆಗುಂದಿದವನಾಗುತ್ತಾನೆ. ಅವನ ರಾಜ್ಯದಲ್ಲಿಯ ಪ್ರಜೆಗಳೆಲ್ಲರೂ ವಯಸ್ಸಾದ ಸಾರ್ವಭೌಮ ಶೀಘ್ರದಲ್ಲೇ ಕೊನೆಯುಸಿರೆಳೆಯುತ್ತಾನೆ ಎಂದೇ ಭಾವಿಸುತ್ತಾರೆ.

ಈ ದುಃಖಕರ ಸುದ್ದಿಯನ್ನು ಕೇಳಿ ಆ ನೈಟಿಂಗೇಲ್ ಪಕ್ಷಿಯು ಚಕ್ರವರ್ತಿಯನ್ನು ಭೇಟಿಯಾಗಲು ಹಾರಿಬರುತ್ತದೆ. ಅವನ ಕೋಣೆಯ ಕಿಟಕಿಯ ಹತ್ತಿರ ಕುಳಿತು ಮತ್ತೊಮ್ಮೆ ಅವನಿಗೆ ತನ್ನ ಅದ್ಭುತ ಗಾಯನವನ್ನು ಉಣಬಡಿಸುತ್ತದೆ.

ರಾಜನು ಮತ್ತೆ ತನ್ನ ಹೃದಯ ತುಂಬ ಸಂತೋಷವನ್ನು ಅನುಭವಿಸುತ್ತಾನೆ. ಅವನು ತೃಪ್ತಿಯಾಗಿ ನಿದ್ರೆಮಾಡುತ್ತಾನೆ, ತನ್ನ ಹಸಿವನ್ನು ಮರಳಿ ಪಡೆಯುತ್ತಾನೆ, ಹಕ್ಕಿಯು ಹತ್ತಿರದ ಮರದ ಕೊಂಬೆಯ ಮೇಲೆ ಕುಳಿತು ಹಾಡುತ್ತಾ ಹೋದಂತೆ ಅವನ ದೇಹದಲ್ಲಿ ಶಕ್ತಿ ತುಂಬಿಕೊಳ್ಳತೊಡಗುತ್ತದೆ.

ಯಾಂತ್ರಿಕ ಆಟಿಕೆಗೆ ಪ್ರಾಮುಖ್ಯತೆ ಕೊಟ್ಟು ನಿಜವಾದ ಹಕ್ಕಿಯನ್ನು ಹೊರಗೆ ಹಾರಿಬಿಟ್ಟ ತನ್ನ ನಡವಳಿಕೆಗೆ ರಾಜನು ನಾಚಿಕೆಪಟ್ಟು, ಹಕ್ಕಿಗೆ ತನಗೆ ಬೇಕಾದಾಗ ಬಂದು ಹಾಡುವ ಸ್ವಾತಂತ್ರ್ಯವನ್ನು ಕೊಟ್ಟು ಎಂದೆಂದಿಗೂ ತನ್ನೊಂದಿಗೆ ಇರಲು ಪ್ರಾರ್ಥಿಸಿಕೊಳ್ಳುತ್ತಾನೆ.

ಪರದೆಗಳು ನಮ್ಮ ಪಂಜರ

ಆಂಡರ್ಸನ್ ಈ ಕಥೆಯನ್ನು ಬರೆದು ಇನ್ನೂರು ವರ್ಷಗಳೇ ಕಳೆದಿದ್ದರೂ ಇದು ನೀಡುವ ಸಂದೇಶ ಇಂದಿಗೂ ಪ್ರಸ್ತುತವಾಗಿದೆ.

ನಾವು ಜೀವನವನ್ನು ಅದರ ನೈಜ್ಯ ಸ್ಥಿತಿಯಲ್ಲಿ ಆನಂದಿಸುವ ಬದಲು, ಅದನ್ನು ಪರದೆಗಳ ಮೇಲೆ ಕಾಣುವ ಸುಳ್ಳು ವಾಸ್ತವದಲ್ಲಿ ಬದಲಾಯಿಸಿಕೊಂಡಿದ್ದೇವೆ. ಇದರ ಪರಿಣಾಮಗಳು ಹೀಗಿವೆ:

- ಆಕಾಶ, ಮರಗಳು ಮತ್ತು ಬದಲಾಯಿಸುತ್ತಿರುವ ಋತುಗಳನ್ನು ನೋಡುತ್ತಾ ರಸ್ತೆಯಲ್ಲಿ ನಡೆಯುವ ಬದಲಿಗೆ, ಜನರು ತಮ್ಮ ಮೊಬೈಲ್‌ಫೋನ್‌ಗೆ ಅಂಟಿಕೊಂಡಿದ್ದಾರೆ, ಕೆಲವೊಮ್ಮೆ ಅವರಂತೆಯೇ ರೋಬೋಟ್ ರೀತಿ ನಡೆದಾಡುವ ಇತರ ಜನರಿಗೆ ಡಿಕ್ಕಿ ಹೊಡೆಯುತ್ತಾರೆ.
- ನಾವು ಪ್ರೀತಿಸುವವರೊಂದಿಗೆ ಮುಖತಃ ಕಣ್ಣಲ್ಲಿ ಕಣ್ಣಿಟ್ಟು ಮಾತಾಡುವ ಬದಲು, ನಾವು ಸಾಮಾಜಿಕ ಜಾಲತಾಣಗಳಲ್ಲಿ ಮಾತನಾಡುತ್ತೇವೆ. ಅಲ್ಲಿ ನಮಗೆ ಸಾವಿರಾರು ಸ್ನೇಹಿತರಿರಬಹುದು, ಆದರೆ ಅವರ ಯಾರೂ ನಿಜವಾದ ಅಪ್ಪುಗೆಯನ್ನು ನೀಡಲು ಸಾಧ್ಯವಿಲ್ಲ.
- ನಾವು ಜಗತ್ತಿನ ಎಲ್ಲಾ ಅದ್ಭುತಗಳನ್ನೂ ನೇರವಾಗಿ ನೋಡಿ ಅನುಭವಿಸುವ ಬದಲಿಗೆ, ಆ ಕಥೆಯ ರಾಜನಂತೆ ನಮ್ಮ ಸುತ್ತಲಿರುವ ಅಸಲಿ ಅದ್ಭುತಗಳಿಗೆ ಕುರುಡರಾಗಿ ಈ ಮೊದಲೇ ಚಿತ್ರಿಸಿದ ಅವುಗಳ ವೀಡಿಯೊಗಳನ್ನು ಸ್ಮಾರ್ಟ್‌ಫೋನ್ ಅಥವಾ ಟ್ಯಾಬ್ಲೆಟ್‌ನ ಮೂಲಕ ನೋಡುವುದಕ್ಕೆ ಆದ್ಯತೆ ನೀಡುತ್ತೇವೆ.

ಈ ಮುಂದುವರೆದ ತಂತ್ರಜ್ಞಾನ ನಮಗೆ ಅಪಾರ ಲಾಭಗಳನ್ನು ತಂದಿದೆ ಎನ್ನುವುದರಲ್ಲಿ ಯಾವುದೇ ಅನುಮಾನವಿಲ್ಲ. ಆದರೆ ಅವುಗಳನ್ನು ಬೇಕಾದಾಗ ಮಾತ್ರ ಉಪಯೋಗಿಸುವುದಕ್ಕೆ ಬದಲಾಗಿ ಅವುಗಳಿಗೆ ಸಂಪೂರ್ಣ ದಾಸರಾಗಿಬಿಟ್ಟರೆ, ಅವು ನಮ್ಮನ್ನು ಈ ಜಗತ್ತಿನಿಂದ ಬೇರ್ಪಡಿಸಿ ಬಿಡುವ ಒಂದು ಪಂಜರವಾಗಿ ಬಿಡುತ್ತದೆ.

ಡಿಜಿಟಲ್ ನಿಯಂತ್ರಣ (ಡಿಜಿಟಲ್ ಡಯಟ್)

ಇಡೀ ದಿನ ಪರದೆಯತ್ತ ಕಣ್ಣುಗಳನ್ನು ನೆಟ್ಟು ಸ್ಮಾರ್ಟ್‌ಫೋನ್‌ನಲ್ಲಿ ಆಟವಾಡುತ್ತಾ ಅಥವಾ ವಿಡಿಯೋ ಗೇಮ್ ಕನ್‌ಸೋಲ್‌ಗಳ ಮುಂದೆ ಕಳೆಯುವುದು ನಮ್ಮ ಮೆದುಳನ್ನು ಮರಗಟ್ಟಿಸಿ ನಮ್ಮನ್ನು ಆಯಾಸಗೊಳಿಸುತ್ತದೆ. ಆ ಯಾಂತ್ರಿಕ ನೈಟಿಂಗೇಲ್‌ನಂತೆ ಸುಳ್ಳು ಜಗತ್ತಿನ ಸಮ್ಮೋಹನಕ್ಕೆ ಒಳಗಾಗಿ ನಾವು ಪ್ರಯತ್ನ ಮಾಡುವುದನ್ನೇ ನಿಲ್ಲಿಸಿಬಿಡುತ್ತೇವೆ. ಇಲ್ಲಿ 'ಗನ್‌ಬರಿಮಸು' ಇಲ್ಲವೇ ಇಲ್ಲ. ಆ ಕತೆಯಲ್ಲಿನ ರಾಜನಂತೆ, ನಾವು ಕೂಡಾ ನಮ್ಮ ಜೀವನದ ತುಡಿತವನ್ನೇ ಕಳೆದುಕೊಳ್ಳಬಹುದು.

ನಿಮ್ಮ ಇಕಿಗಾಯ್‌ಗಾಗಿ ಬದುಕಲು ಮತ್ತು ನಿಮ್ಮ ಆಸಕ್ತಿಯ ವಿಷಯದಲ್ಲಿ ನಿಪುಣರಾಗಲು ನೀವು ಹೊಸ ಆಲೋಚನೆಗಳನ್ನು ತಲೆಗೆ ತುಂಬಿಕೊಳ್ಳಬೇಕು ಮತ್ತು ನಿಮ್ಮ ದೃಷ್ಟಿಕೋನವನ್ನು ವಿಸ್ತರಿಸಿಕೊಳ್ಳಬೇಕು. ಅದಕ್ಕಾಗಿ ನೀವು ಹೊರಗಿನ ಜಗತ್ತಿಗೆ ಕಾಲಿಡಬೇಕು.

ತಂತ್ರಜ್ಞಾನವನ್ನು ನೀವು ಬಿಟ್ಟುಬಿಡಬೇಕೆಂದು ಇದರ ಅರ್ಥವಲ್ಲ. ತಂತ್ರಜ್ಞಾನಕ್ಕೆ ನಾವು ಸೇವೆ ಮಾಡುವ ಬದಲು ಅದು ನಮ್ಮ ಸೇವೆ ಮಾಡುವಂತೆ ಅದರ ಬಳಕೆಗೆ ಮಿತಿಗಳನ್ನು ನಿಗದಿಪಡಿಸಿಕೊಳ್ಳಬೇಕು.

ಆ ಸಮತೋಲನವನ್ನು ಸಾಧಿಸಲು, ಬಹಳಷ್ಟು ಜನರು ಈಗ 'ಡಿಜಿಟಲ್ ಡಯಟ್' ಅಭ್ಯಾಸ ಮಾಡುತ್ತಿದ್ದಾರೆ. ಅಂದರೆ, ಅವರು ಮತ್ತೆ ತಮ್ಮ ಜೀವನವನ್ನು ಆನಂದಿಸಲು ಸ್ಕ್ರೀನ್ ನೋಡುವ ಸಮಯಕ್ಕೆ ಮಿತಿಗಳನ್ನು ಹಾಕಿಕೊಳ್ಳಲು ಪ್ರಯತ್ನಿಸುತ್ತಿದ್ದಾರೆ.

ಅಮೇರಿಕಾದ ಭಾಷಣಕಾರ ಮತ್ತು ಲೇಖಕ ಬ್ರೆಂಡನ್ ಬರ್ಚಾರ್ಡ್ ಸ್ಕ್ರೀನ್ ಸಮಯವನ್ನು ಮಿತಗೊಳಿಸಿಕೊಳ್ಳಲು ಈ ಕೆಳಗಿನ ವಿಧಾನಗಳನ್ನು ಸೂಚಿಸಿದ್ದಾರೆ:

- ನೀವು ನಿದ್ರೆಯಿಂದ ಎದ್ದಮೇಲೆ ಮೊದಲ ಒಂದು ಘಂಟೆ ಸಮಯದಲ್ಲಿ ನಿಮ್ಮ ಇಮೇಲ್ ಪರಿಶೀಲಿಸಬೇಡಿ.
- ನೀವು ಹಾಸಿಗೆಗೆ ಹೋಗುವ ಮುನ್ನ 90 ನಿಮಿಷಗಳು ಯಾವುದೇ ಸಾಧನದ ಪರದೆಯನ್ನು ನೋಡಬೇಡಿ.
- ನಿಮ್ಮ ಮೊಬೈಲ್ ಫೋನನ್ನು ಜೊತೆಯಲ್ಲಿ ತೆಗೆದುಕೊಂಡು ಹೋಗದೆ

ಪ್ರತಿದಿನವೂ 30 ರಿಂದ 45 ನಿಮಿಷಗಳ ಕಾಲ ನಡೆಯಿರಿ.

- ಪ್ರತಿ ತಿಂಗಳಲ್ಲಿ ಕೆಲವು ದಿನಗಳು ಡಿಜಿಟಲ್ ಡಯಟ್ ಮಾಡಿರಿ. ಆ ದಿನಗಳಂದು ಡಿಜಿಟಲ್ ಸಾಧನಗಳು ಅಸ್ತಿತ್ವದಲ್ಲೇ ಇಲ್ಲ ಎಂಬಂತೆ ಬದುಕಿ.
- ಊಟ ಮಾಡುವಾಗ ಅಥವಾ ಮತ್ತೊಬ್ಬರೊಂದಿಗೆ ಮಾತನಾಡುತ್ತಿರುವಾಗ ನಿಮ್ಮ ಫೋನನ್ನು ನೋಡಬೇಡಿ.

ಸಾದೃಶ್ಯತೆಯ(ಅನಲಾಗ್) ಸಾಹಸಗಳು

ಹತ್ತೊಂಬತ್ತನೇ ಶತಮಾನದ ಮತ್ತೊಬ್ಬ ಮಹಾನ್ ಕಥೆಗಾರ ಆಸ್ಕರ್ ವೈಲ್ಡ್ ಹೇಳಿದಂತೆ,

"ಜೀವಿಸುವುದು ಜಗತ್ತಿನಲ್ಲಿಯೇ ಅತ್ಯಂತ ಅಪರೂಪವಾದ ವಿಷಯ. ಬಹುತೇಕ ಜನರು ಅಸ್ತಿತ್ವದಲ್ಲಿರುತ್ತಾರೆ, ಅಷ್ಟೇ."

ನೀವು ದಿನವಿಡೀ ಯಂತ್ರಗಳ ಮಧ್ಯೆ ಸಿಕ್ಕಿಕೊಂಡಿದ್ದಾಗ, ಆಟೋಪೈಲಟ್ ಮೇಲೆ ಇದ್ದಾಗ, ನೀವು ಈ ಲೋಕದಲ್ಲಿದ್ದರೂ ಇಲ್ಲದ ಹಾಗೆ, ಜೀವನದ ಅತ್ಯುತ್ತಮ ಭಾಗವನ್ನು ಕಳೆದುಕೊಳ್ಳುತ್ತಿದ್ದೀರಿ. ಮತ್ತು ಕಲಾವಿದರು, ಅನ್ವೇಷಕರು ಮತ್ತು ವಿಶಿಷ್ಟ ವ್ಯಕ್ತಿಗಳಿಗೆ ತಮ್ಮನ್ನು ಶಕ್ತಿ ಹಾಗೂ ಹೊಸ ಕಲ್ಪನೆಗಳಿಂದ ತುಂಬಿಸಿಕೊಳ್ಳಲು ಬಾಹ್ಯ ಜಗತ್ತು ನೀಡುವ ಪ್ರೇರಣೆಯ ಅಗತ್ಯವಿರುತ್ತದೆ.

ಛಾಯಾಗ್ರಹಣವು ಡಿಜಿಟಲ್ ಅಥವಾ ಆನಲಾಗ್ (ಕ್ಯಾಮೆರಾದಲ್ಲಿ ಫಿಲ್ಮ್ ರೋಲ್ ಬಳಸಿ, ಅದರ ಪ್ರತಿಗಳನ್ನು ಅಭಿವೃದ್ಧಿಪಡಿಸುವ ಫೋಟೋಗ್ರಾಫಿ) ಅಗಿರುವಂತೆ ನಿಮಗೆ ಪ್ರೇರಣೆಯನ್ನು ನೀಡಲು ಇಲ್ಲಿ ಇನ್ನೂ ಕೆಲವು ಸಾದೃಶ್ಯತೆಯ/ಅನಲಾಗ್ ಸಾಹಸಗಳನ್ನು ಪಟ್ಟಿಮಾಡಲಾಗಿದೆ:

- **ನಿಮ್ಮ ನೋಟ್ ಪುಸ್ತಕದಲ್ಲಿ ಬರೆದುಕೊಳ್ಳಿ:** ಒಂದು ದಿನಚರಿ ಪುಸ್ತಕದಲ್ಲಿ ನಿಮ್ಮ ಎಲ್ಲಾ ಯೋಜನೆಗಳನ್ನು ಬರೆದುಕೊಳ್ಳಿ. ನೀವು ನಿಮ್ಮ ಆಲೋಚನೆಗಳನ್ನು ಅಥವಾ ನಿಮ್ಮ ಸ್ನೇಹಿತರ ಎದುರಿಗೆ ಜೋರಾಗಿ ಓದಿ ಹೇಳುವಂತಹ ಕಥೆಯನ್ನು ಸಹ ಬರೆದುಕೊಳ್ಳಬಹುದು.
- **ನಕ್ಷೆಯೊಂದಿಗೆ ಪ್ರವಾಸಕ್ಕೆ ಹೊರಡಿ:** ಆನ್‌ಲೈನ್ ಅಪ್ಲಿಕೇಶನ್‌ಗಳ ಬದಲು ಸಾಂಪ್ರದಾಯಿಕ ನಕ್ಷೆಯನ್ನು ಬಳಸಿಕೊಂಡು ತಂದೆ ತಾಯಿಯ ಜೊತೆ ಅಥವಾ ಪೋಷಕರ ಜೊತೆ ಎಲ್ಲಿಯಾದರೂ ಹೋಗಿ, ಅದು ಗ್ರಾಮೀಣ ಪ್ರದೇಶವಾಗಿರಲಿ ಅಥವಾ ನಗರ ಪ್ರದೇಶವಾಗಿರಲಿ, ನಿಮಗೆ ಅಪರೂಪವಾದ ಜಾಗಗಳನ್ನು ಅನ್ವೇಷಿಸುವ ಮಹಾನ್ ಅನ್ವೇಷಕರಂತೆ ಭಾಸವಾಗುತ್ತದೆ.

- ಮುದ್ರಿತ ಪುಸ್ತಕಗಳನ್ನು ಓದಿ: ನೀವು ಎಲ್ಲಿಗಾದರೂ ಪ್ರಯಾಣಿಸುವಾಗ ಅಥವಾ ಹಾಸಿಗೆಗೆ ಹೋಗುವ ಮೊದಲು, ನಿಮ್ಮನ್ನು ಪುಟ ತಿರುಗಿಸುವಂತೆ ಮಾಡುವ ಕಥೆಗಿಂತ ಬೇರೆ ಯಾವ ಪ್ರೇರಣೆಯೂ ಇಲ್ಲ ಎನ್ನುವ ರೀತಿ ನಿಮ್ಮ ಪಂಚೇಂದ್ರಿಯಗಳನ್ನು ಕೇಂದ್ರೀಕರಿಸಿ ಓದಿ. ಆ ರೀತಿಯ ಓದುವಿಕೆ ಎಷ್ಟು ಅದ್ಭುತವಾದ ಶಾಂತಿ ನೀಡುವ ಶಕ್ತಿಯನ್ನು ಹೊಂದಿದೆ ಎಂದು ನೀವು ಕಂಡುಕೊಳ್ಳುತ್ತೀರಿ.

- ಸ್ನೇಹಿತರೊಂದಿಗೆ ಅನಲಾಗ್ ಕಾರ್ಯಕ್ರಮಗಳನ್ನು ಆಯೋಜಿಸಿ: ಆನ್‌ಲೈನ್‌ನಲ್ಲಿ ಬೆರೆಯುವುದು ಸರಿ, ಆದರೆ ಇತ್ತೀಚಿನ ದಿನಗಳಲ್ಲಿ ಮುಖಾಮುಖಿ ಭೇಟಿಯಾಗುವುದು ನಿಜವಾದ ಸಂತೋಷ ಕೊಡುತ್ತವೆ. ನಿಮ್ಮ ಮಿತ್ರರನ್ನು ಬೋರ್ಡ್ ಗೇಮ್ ಟೂರ್ನಮೆಂಟ್‌ಗಾಗಿ ಮನೆಗೆ ಆಹ್ವಾನಿಸಿ ಅಥವಾ ಉದ್ಯಾನವನದಲ್ಲಿ ಭೇಟಿಯಾಗಿರಿ. ವೈಯುಕ್ತಿಕವಾಗಿ ಸ್ನೇಹವನ್ನು ಸಂಭ್ರಮಿಸಲು ಯಾವುದೇ ನೆಪವಾದರೂ ಆದೀತು.

ನಿಮ್ಮ ಇಕಿಗಾಯ್‌ನ ದಾರಿಯಲ್ಲಿ ಸ್ವಲ್ಪ ಡಿಜಿಟಲ್ ಡಯಟಿಂಗ್ ಮಾಡಿ ಮತ್ತು ಹೊರಗಿನ ಜೀವನಕ್ಕೆ ಬಾಗಿಲುಗಳನ್ನು ತೆರೆಯಿರಿ. ವಿಸ್ಮಯಕಾರೀ ಪ್ರಪಂಚವು ನಿಮಗಾಗಿ ಕಾಯುತ್ತಿದೆ!

4.
ಚಿಕ್ಕ ಮಿಡತೆಯೇ, ಸ್ವಾಗತ!

"ಭಯವೇ ಶತ್ರು, ನಂಬಿಕೆಯೇ ಕವಚ."

–ಮಾಸ್ಟರ್ ಪೋ (ಕುಂಗ್ ಫು)

ಡ್ರಾಗನ್ ಬಾಲ್ ಮಾಂಗಾ ಮತ್ತು ಅನಿಮೆ ಸರಣಿಗಳ ಬಗ್ಗೆ ಮಧುರ ನೆನಪುಗಳನ್ನು ಹೊಂದಿರುವವರು ಸನ್ ಗೋಕು ಬಗ್ಗೆ ತಿಳಿದಿರುತ್ತಾರೆ. ಅವನು ಪರ್ವತಗಳಲ್ಲಿ ತನ್ನ ತಾತನ ಜೊತೆ ಬೆಳೆದವನು ಮತ್ತು ತನ್ನ ತಾತ ಇಲ್ಲದಾಗ ಬದುಕಲು ಬೇಕಾದ ಎಲ್ಲವನ್ನೂ ಅವನಿಗೆ ಕಲಿಸಲಾಗಿತ್ತು. ಅವನ ತಾತ ಅವನಿಗೆ ತಂದೆಯಂತೆ ಇದ್ದನು ಮತ್ತು ಅತ್ಯುತ್ತಮ ಉದ್ದೇಶಗಳೊಂದಿಗೆ ತರಬೇತಿ ನೀಡಿದ ಗುರುವೂ ಆಗಿದ್ದನು.

ಸನ್ ಗೋಕು ಬೇಟೆಯಾಡುವುದು, ಮೀನು ಹಿಡಿಯುವುದು, ಅಡುಗೆ ಮಾಡುವುದು ಹಾಗೂ ಚಳಿಗಾಲಕ್ಕಾಗಿ ಸೌದೆ ಸಂಗ್ರಹಿಸುವುದನ್ನು ಕಲಿತಿದ್ದನು, ಆದರೆ ತನ್ನ ನಿಜವಾದ ಸಾಮರ್ಥ್ಯವನ್ನು ಅವನು ಕಂಡುಕೊಂಡಿರಲಿಲ್ಲ.

ಅವನ ತಾತನ ಮರಣಾನಂತರ, ಸನ್ ಗೋಕು ಮೊದಲ ಬಾರಿಗೆ ಪರ್ವತದಲ್ಲಿದ್ದ ತನ್ನ ಮನೆಯನ್ನು ತೊರೆದು, ತನ್ನ ಸ್ನೇಹಿತೆ ಬಲ್ಮಾಳೊಂದಿಗೆ ಜಗತ್ತನ್ನು ಅನ್ವೇಷಿಸಲು ಹೊರಟನು. ಅಮೆಯ ಆತ್ಮಸ್ವರೂಪನಾದ, ಮಾರ್ಷಲ್ ಆರ್ಟ್ಸ್ ಮಾಸ್ಟರ್, ಮುಟೆನ್ ರೋಶಿಯನ್ನು ಈ ಯಾತ್ರೆಯಲ್ಲಿ ಅವನು ಭೇಟಿಯಾದನು. ಅವನು ಸನ್ ಗೋಕುವಿನ ಮಾರ್ಗದರ್ಶಿ ಆದನು.

ಮುಟೆನ್ ರೋಶಿಯ ಮಾರ್ಗದರ್ಶನದಲ್ಲಿ ಟೆನ್ ಕೈಚಿ ಮಾರ್ಷಲ್ ಆರ್ಟ್ಸ್ ಸ್ಪರ್ಧೆಯಲ್ಲಿ ಹಲವಾರು ಸೆಣಸಾಟಗಳಲ್ಲಿ ಭಾಗವಹಿಸಿ, ಕಠಿಣ ತರಬೇತಿಗಳನ್ನು ಪಡೆದುಕೊಂಡ ನಂತರ ಸನ್ ಗೋಕು ತನ್ನ ಗುರುವಿಗಿಂತಲೂ ಶ್ರೇಷ್ಠನಾಗಿ ಬೆಳೆದ. "ಒಬ್ಬ ಶಿಷ್ಯನು ತನ್ನ ಗುರುವಿಗಿಂತ ಮುಂದೆ ಹೋಗದಿದ್ದರೆ, ಅದು ನಿಜಕ್ಕೂ ಶಿಷ್ಯನ

ದೌರ್ಬಲ್ಯದ ಲಕ್ಷಣ!" ಎಂದು ಲಿಯೋನಾರ್ಡೋ ಡಾ ವಿನ್ಸಿ ಅವರು ಹೇಳಿದ್ದರು, ಅವರ ಮಾತನ್ನು ಅವನು ನಿಜವೆಂದು ಸಾಬೀತು ಪಡಿಸಿದ.

ಆದರೆ ಶಿಷ್ಯನ ದಾರಿ ಇಲ್ಲಿಗೆ ಕೊನೆಗೊಳ್ಳುವುದಿಲ್ಲ. ಬದಲಾಗಿ ಇದು ವಿಭಿನ್ನ ಸಾಧ್ಯತೆಗಳಿಗೆ ಅವನ ಹೃದಯವನ್ನು ತೆರೆಯಬಲ್ಲಂತಹ ಮತ್ತಷ್ಟು ಗುರುಗಳನ್ನು ಅವನು ಹುಡುಕಬೇಕಾದ ಸಮಯ.

ಗುರುಗಳು(ಮಾಸ್ಟರ್) ಮತ್ತು ಮಾರ್ಗದರ್ಶಕರು(ಮೆಂಟರ್)

ಗುರುಗಳು ಮತ್ತು ಮಾರ್ಗದರ್ಶಕರು ಇವರಿಬ್ಬರ ನಡುವೆ ಇರುವ ವ್ಯತ್ಯಾಸವೇನು?

ಗುರುಗಳಿಗೆ ವಿದ್ಯಾರ್ಥಿಗಿಂತ ಹೆಚ್ಚು ಜ್ಞಾನವಿರುತ್ತದೆ. ಆದರೆ ಮಾರ್ಗದರ್ಶಿಗೆ ಮುನ್ನೋಟವೂ ಇರುತ್ತದೆ, ಏಕೆಂದರೆ ಅವರು ನೀವು ಹೋಗಲು ಇಚ್ಛಿಸುವ ಸ್ಥಳಗಳನ್ನು ನೋಡಿರುತ್ತಾರೆ.

ನೀವು ಸಾಕರ್ ಆಟಗಾರರಾಗಲು ಬಯಸಿದರೆ, ಲೀಗ್‌ನಲ್ಲಿ ಆಡಿದ ಯಾರಾದರೂ ಒಬ್ಬರು ನಿಮಗೆ ಕೇವಲ ಆಟದ ವಿಧಾನ ಮತ್ತು ತಂತ್ರಗಾರಿಕೆಯನ್ನು ಮಾತ್ರ ಕಲಿಸುವುದಿಲ್ಲ, ಅವರು ತೆಗೆದುಕೊಂಡ ದಾರಿಗಳು ಮತ್ತು ಶಾರ್ಟ್‌ಕಟ್‌ಗಳನ್ನು ಕೂಡ ಹೇಳಿ, ಅವರು ಎದುರಿಸಿದ ಅಪಾಯಗಳ ಬಗ್ಗೆ ಎಚ್ಚರಿಕೆ ಕೂಡಾ ನೀಡುತ್ತಾರೆ.

ಜಗತ್ತಿನಲ್ಲಿ ನೀವು ನಿಮಗೆ ಅತ್ಯಂತ ಇಷ್ಟವಾದದ್ದನ್ನು ಕಂಡುಕೊಂಡಾಗ, ಬಹುಶಃ ಆ ದಾರಿಯಲ್ಲಿ ನೀವೊಬ್ಬರೇ ಸ್ವಲ್ಪ ದೂರ ಮಾತ್ರ ಹೋಗಬಲ್ಲಿರಿ, ಆದರೆ ಒಬ್ಬ ಗುರು ಅಥವಾ ಒಬ್ಬ ಮಾರ್ಗದರ್ಶಿಯ ಅವಶ್ಯಕತೆಯಿರುವ ಸಮಯ ಬಂದೇ ಬರುತ್ತದೆ. ಮಾರ್ಗದರ್ಶಿಯು ನೀವು ಅನುಸರಿಸುತ್ತಿರುವ ದಾರಿಯನ್ನು ತಿಳಿದುಕೊಂಡಿರಬಹುದು ಮತ್ತು ನಿಮಗೆ ಕೆಲವು ರಹಸ್ಯಗಳನ್ನು ತೋರಿಸಬಹುದು.

ನಿಮ್ಮ ಕುಟುಂಬದ ಒಬ್ಬ ಸದಸ್ಯ, ಒಬ್ಬ ಸ್ನೇಹಿತ, ಅಥವಾ ನೀವು ಮಾಡುವ ಕೆಲಸದಲ್ಲಿ ಪರಿಣತಿಯುಳ್ಳವರು ಇವರಲ್ಲಿ ಯಾರಾದರೂ ನಿಮ್ಮ ಜೀವನದ ಮುಟೆನ್ ರೋಶಿ ಆಗಬಹುದು.

ಒಬ್ಬ ಮಾರ್ಗದರ್ಶಿಗೆ ಇರಬೇಕಾದ ಗುಣಗಳು:

- ಒಳ್ಳೆಯ ಪ್ರಶ್ನೆಗಳನ್ನು ಕೇಳುವುದು ಹೇಗೆಂದು ಅವರಿಗೆ ಗೊತ್ತಿರುತ್ತದೆ.
- ಅವರು ಉತ್ತರಗಳನ್ನು ಗಮನವಿಟ್ಟು ಕೇಳುತ್ತಾರೆ.
- ಅವರು ನಿಮ್ಮನ್ನು ಶಕ್ತಿಶಾಲಿಯಾಗಿಸಲು ಪ್ರಯತ್ನಿಸುತ್ತಾರೆ; ನಿಮಗೆ ಇಷ್ಟವಾದ ಕೆಲಸವನ್ನು ಮಾಡಲು ನೀವು ಸಮರ್ಥರು ಎಂಬ ಆತ್ಮವಿಶ್ವಾಸವನ್ನು ನೀಡುತ್ತಾರೆ.

- ಅವರು ನಿರ್ದಿಷ್ಟವಾಗಿ ಏನು ಮಾಡಬೇಕು ಎಂಬುದನ್ನು ಹೇಳದೆ ನಿಮಗೆ ಮಾರ್ಗದರ್ಶನ ನೀಡುತ್ತಾರೆ.
- ಇದು ಇರಬಹುದು ಎಂದು ನಿಮಗೆ ಊಹಿಸಲೂ ಸಾಧ್ಯವಾಗದ ದಾರಿಗಳನ್ನು ಕಂಡುಹಿಡಿಯಲು ಅವರು ಸಹಾಯ ಮಾಡುತ್ತಾರೆ.

ನೀವು ಹುಡುಕಿಕೊಂಡ ವ್ಯಕ್ತಿಗೆ ಮೇಲೆ ತಿಳಿಸಿದ ಬಹುತೇಕ ಗುಣಗಳು ಇದ್ದರೆ, ಅವರು ಬಹುಶಃ ಉತ್ತಮ ಮಾರ್ಗದರ್ಶಿ ಆಗಬಹುದು.

ಒಬ್ಬ ಮಹಾನ್ ಚಿಕ್ಕ ಮಾಸ್ಟರ್ (A Great Little Master)

ಹಲವಾರು ಪೀಳಿಗೆಯ ಮಾರ್ಗವನ್ನು ಬೆಳಗಿಸಿದ ದೊಡ್ಡ ಪರದೆಯ ಒಬ್ಬ ಮಹಾನ್ ಚಿಕ್ಕ ಮಾಸ್ಟರ್ ಇದ್ದಾರೆ. ಅವರು ಓಬಿ–ವಾನ್ ಕೆನೋಬಿಗಿಂತ ಕಡಿಮೆಯಿಲ್ಲದ ಗುರು. ಅವರು ಯಾರು ಎಂದು ನೀವು ಊಹಿಸಬಲ್ಲಿರಾ? ಅವರು ಲ್ಯೂಕ್ ಸ್ಕೈವಾಕರ್‌ನ ಜೆಡಾಯ್ ಮಾರ್ಗದರ್ಶಿ ಯೋಡಾ ಅಲ್ಲದೆ ಬೇರಾರೂ ಅಲ್ಲ. ಅವರೊಬ್ಬ ಸಣ್ಣ ದೇಹದ ಮಹಾ ಜ್ಞಾನಿಯಾದ ಗುರು.

ಇವು ಸವಾಲುಗಳನ್ನು ಎದುರಿಸಲು ಲ್ಯೂಕ್ ಸ್ಕೈವಾಕರ್‌ಗೆ ಯೋಡಾ ಅವರು ನೀಡಿದ ಸಲಹೆಗಳು. ನಿಮ್ಮ ದಾರಿಯನ್ನು ಹುಡುಕಲು ಆ ಸಲಹೆಗಳು ನಿಮಗೂ ಕೂಡ ಸಹಾಯಕವಾಗಬಹುದು:

- ಭಯವೆಂಬುದು ಕತ್ತಲೆಯ ಕಡೆಗೆ ಹೋಗುವ ದಾರಿಯಾಗಿದೆ. ಭಯವು ಕೋಪಕ್ಕೆ ಕಾರಣವಾಗುತ್ತದೆ. ಕೋಪವು ದ್ವೇಷಕ್ಕೆ ದಾರಿ ಮಾಡಿಕೊಡುತ್ತದೆ. ದ್ವೇಷವು ಕಷ್ಟಕ್ಕೆ ಎಡೆಮಾಡಿಕೊಡುತ್ತದೆ.
- ಯುದ್ಧಗಳು ನಿಮ್ಮನ್ನು ಮಹಾನ್ ವ್ಯಕ್ತಿಯನ್ನಾಗಿ ಮಾಡುವುದಿಲ್ಲ. ಗೆಲ್ಲಲು ಬೇರೆ ಮಾರ್ಗಗಳು ನಿಮ್ಮೊಳಗೇ ಇವೆ.
- ಮಾಡು, ಇಲ್ಲವೇ ಮಾಡಬೇಡ. "ಮಾಡಲು ಪ್ರಯತ್ನಿಸುತ್ತಿದ್ದೇನೆ" ಎಂಬ ಮನಸ್ಥಿತಿಯೊಂದಿಗೆ ಸವಾಲನ್ನು ಎದುರಿಸಿದರೆ, ನೀವು ಈಗಾಗಲೇ ಸೋತಿದ್ದೀರಿ.

ಈ ಕ್ಷಣದಲ್ಲಿ ಯೋಡಾ ನಿಮ್ಮನ್ನು ನೋಡಿದರೆ ಏನು ಹೇಳುತ್ತಿದ್ದರು?

"ಈ ಪುಸ್ತಕವನ್ನು ಕೊನೆಯವರೆಗೆ ಓದು ಮತ್ತು ಇಕಿಗಾಯ್‌ನ್ನು ನಿನ್ನ ಜೀವನದಲ್ಲಿ ಅಳವಡಿಸಿಕೊಳ್ಳಲು ಆರಂಭಿಸು..." ಎಂದು ಖಂಡಿತವಾಗಿ ಹೇಳುತ್ತಿದ್ದರು.

ಯಾವಾಗಲಾದರೂ, ನಿಮಗೆ ಮಾಡಬೇಕಾದ ಕೆಲಸ ಮಾಡಲು ಮನಸ್ಸಿಲ್ಲದಂತೆ ಅನ್ನಿಸಿದರೆ, ನಿಮಗೆ ಪ್ರೇರಣೆ ನೀಡಲು ಯೋಡಾ ಅಥವಾ ಮುಟೆನ್ ರೋಶಿಯನ್ನು ನಿಮ್ಮ ಮನಸ್ಸಿನಲ್ಲಿ ಕಲ್ಪಿಸಿಕೊಂಡು ಅವರು ನಿಮ್ಮ ಧ್ಯೇಯವನ್ನು ನಿಮಗೆ ನೆನಪಿಸುತ್ತಿದ್ದಾರೆ ಎಂದು ಭಾವಿಸಿಕೊಳ್ಳಿ.

5.
ನೀವು ಸೂಪರ್ ಹೀರೋ ಆಗಲು ಬಯಸುವಿರಾ?

"ನನಗೆ ಕಾಮಿಕ್ ಪುಸ್ತಕಗಳಾದರೆ
ದೊಡ್ಡವರಿಗೆ ಅವು ಕಟ್ಟುಕಥೆಗಳು"

– ಸ್ಟಾನ್ ಲೀ,
ಮಾರ್ವೆಲ್ ಕಾಮಿಕ್ಸ್‌ನ ಸಹ ಸೃಷ್ಟಿಕರ್ತ

ಕೆಲವೊಮ್ಮೆ ನೀವು ಎಂತಹ ಕಠಿಣ ಸವಾಲನ್ನು ಎದುರಿಸುತ್ತೀರೆಂದರೆ ಅದಕ್ಕಾಗಿ ನಿಮಗೆ ಸಹಾಯ ಮಾಡುವ ಗುರು ಅಥವಾ ಮಾರ್ಗದರ್ಶಿಯನ್ನು ಹುಡುಕುವುದು ಕಷ್ಟವಾಗಬಹುದು ಅಥವಾ ನೀವಿನ್ನೂ ಸರಿಯಾದ ಮಾರ್ಗದರ್ಶಕನನ್ನು ಕಂಡುಕೊಂಡಿಲ್ಲ, ಆದರೆ ಕೆಳಗೆ ತಿಳಿಸಿದ ರೀತಿಯ ಸವಾಲುಗಳನ್ನು ನೀವು ಎದುರಿಸುತ್ತಿರಬಹುದು:

- ಒಂದು ಕ್ರೀಡೆಯ ಪ್ರಾರಂಭಿಕ ತಂಡದಲ್ಲಿ ಸ್ಥಾನವನ್ನು ಪಡೆಯಲು ಪ್ರಯತ್ನಿಸುವುದು.
- ನೀವು ಕಲಿಯಲು ತುಂಬಾ ಕಷ್ಟಪಡುತ್ತಿರುವ ವಿಷಯದ ಪರೀಕ್ಷೆಯಲ್ಲಿ ಉತ್ತೀರ್ಣರಾಗುವುದು.
- ನೀವು ತುಂಬಾ ಇಷ್ಟಪಡುವ ಒಬ್ಬ ಸಹಪಾಠಿಯ ಸ್ನೇಹಿತನಾಗುವುದು.

ಅವಸರದಲ್ಲಿ ಏನು ಮಾಡಬೇಕೆಂದು ತಿಳಿಯದೆ ಇದ್ದಾಗ ನೀವು ಯಾರತ್ತ ತಿರುಗಬೇಕು?

ಇಂತಹ ಸಮಯದಲ್ಲಿ ನಿಮಗೆ ಶಕ್ತಿ ನೀಡಬಲ್ಲ ಕೆಲವು ಅನಿರೀಕ್ಷಿತ ಗುರುಗಳಿದ್ದಾರೆ. ಅವರು ನಿಮಗೆ ಅನೇಕ ಸಂತೋಷಭರಿತ ಸಂಜೆಗಳನ್ನು ನೀಡಿದ ಸೂಪರ್ ಹೀರೋಗಳಾಗಿದ್ದಾರೆ. ಸ್ವಯಂ ಅತ್ಯುತ್ತಮರಾಗಿರುವುದು ಹೇಗೆ ಎಂದು ನೀವು ಅವರಿಂದ ಕಲಿತುಕೊಳ್ಳಬಹುದು.

ಸೂಪರ್‌ಹೀರೋ ಆಗಲು ಹತ್ತು ವಿಶಿಷ್ಟ ಸಾಮರ್ಥ್ಯಗಳು

ಮಾರ್ವೆಲ್ ಕಾಮಿಕ್‌ನಲ್ಲಿ ಬರುವ ಸೂಪರ್‌ಹೀರೋ ತರಹ ಆಗಲು ಬೇಕಾಗಿರುವ ಅತ್ಯಂತ ಮುಖ್ಯವಾದ ಗುಣಗಳು ಯಾವುವು? ಅವುಗಳನ್ನು ಮುಂದೆ ನೀಡಲಾಗಿದೆ. ಸ್ವಲ್ಪ ಗಮನಿಸಿದರೆ, ಅವೆಲ್ಲಾ ನಿಮಗೆ ಎಟುಕುವಷ್ಟು ಹತ್ತಿರದಲ್ಲಿಯೇ ಇವೆ ಎಂಬುದು ಒಳ್ಳೆಯ ವಿಚಾರ. ನೀವು ಮನಸ್ಸು ಮಾಡಿದರೆ ಅವೆಲ್ಲವನ್ನೂ ಅಭಿವೃದ್ಧಿ ಪಡಿಸಿಕೊಳ್ಳಬಹುದು.

1. ಜವಾಬ್ದಾರಿ

ಅದ್ಭುತವಾದ ಸ್ಪೈಡರ್-ಮ್ಯಾನ್ ಪೀಟರ್ ಪಾರ್ಕರ್‌ಗೆ, ಅಂಕಲ್ ಬೆನ್ "ಅಸಾಧಾರಣ ಶಕ್ತಿಯೊಂದಿಗೆ ಅತೀ ಹೆಚ್ಚಿನ ಜವಾಬ್ದಾರಿ ಕೂಡ ಬರುತ್ತದೆ" ಎಂದು ಹೇಳುತ್ತಾರೆ. ಆದ್ದರಿಂದ, ನೀವು ಅಳವಡಿಸಿಕೊಳ್ಳಬೇಕಾಗಿರುವ ಮೊದಲ ಗುಣವೆಂದರೆ, ನಿಮ್ಮ ಜೀವನಕ್ಕೆ ಮತ್ತು ನೀವು ಮಾಡುವ ಪ್ರತಿಯೊಂದು ಕೆಲಸಗಳ ಪರಿಣಾಮಗಳನ್ನು ಅರಿತುಕೊಂಡು ನೀವೇ ಸ್ವತಃ ಅದಕ್ಕೆ ಜವಾಬ್ದಾರರಾಗಿರುವುದು. ಅಂದರೆ ಬೇರೆಯವರಿಗೆ ಅಥವಾ ನಿಮಗೆ ನೀವೇ ನೋವು ಉಂಟುಮಾಡಿಕೊಳ್ಳಬಾರದು.

2. ಧೃಡ ನಿಶ್ಚಯ

ಈ ಪುಸ್ತಕದಲ್ಲಿ ಆಗಲೇ ಚರ್ಚೆ ಮಾಡಿರುವ ಮತ್ತೊಂದು ಮಹಾನ್ ಸೂಪರ್‌ಪವರ್ ಎಂದರೆ ಅದು 'ಗನ್‌ಬರಿಮಸು', ಅದನ್ನು ಅಭ್ಯಾಸ ಮಾಡುವುದು ಯೋಗ್ಯವಾಗಿದೆ. ಎಂತಹ ಕಠಿಣ ಪರಿಸ್ಥಿತಿಯೇ ಇರಲಿ, ಎಷ್ಟೇ ಶತ್ರುಗಳು ಎದಿರು ಬರಲಿ, ಸೂಪರ್ ಹೀರೋಗಳು ಎಂದಿಗೂ ಬಿಟ್ಟುಕೊಡುವುದಿಲ್ಲ, ಹಾಗೆಯೇ ನೀವು ಕೂಡಾ ಸಾವಿರ ಬಾರಿ ವಿಫಲವಾದರೂ ಹೋರಾಟ ಮುಂದುವರೆಸುತ್ತಲೇ ಇರಬೇಕು.

3. ಗೌರವ

ಸೂಪರ್‌ಹೀರೋವನ್ನು ಸೂಪರ್‌ವಿಲನ್‌ನಿಂದ ವಿಭಿನ್ನವಾಗಿಸುವುದು ಅವರ ಗೌರವ ಅಥವಾ ಸಿದ್ಧಾಂತಗಳು. ಅವರು ತಮ್ಮ ಮಾತಿಗೆ ಬದ್ಧವಾಗಿರುತ್ತಾರೆ ಮತ್ತು ಯಾವಾಗಲೂ ಸರಿಯಾದುದನ್ನೇ ಮಾಡಲು ದಾರಿಗಳನ್ನು ಹುಡುಕುತ್ತಾರೆ. ಗೌರವವು ನೀವು ಪರಿಗಣಿಸುತ್ತಿರುವ ಸಾಹಸದಲ್ಲಿ ಪೂರ್ವಾಪೇಕ್ಷಿತವಾಗಿರಬೇಕು.

4. ಏಕತೆ

ನೀವು ಒಬ್ಬರೇ ಮಾಡಲಾರದ ಹಲವು ಸಾಹಸಗಳು ಇರುತ್ತವೆ, ಉದಾಹರಣೆಗೆ, ಬಾಸ್ಕೆಟ್‌ಬಾಲ್ ಆಟ ಅಥವಾ ಒಂದು ಗುಂಪಿನಲ್ಲಿ ಮಾಡುವ ಪ್ರಾಜೆಕ್ಟ್, ಎಲ್ಲಾ ಪ್ರಮುಖ ಯೋಜನೆಗಳಿಗೆ ಇತರರ ಸಹಾಯದ ಅವಶ್ಯಕತೆ ಇದೆ ಎಂದು ದೊಡ್ಡವರಾಗುತ್ತಿದ್ದಂತೆ ನಿಮಗೆ ಮದಟ್ಟಾಗುತ್ತದೆ. ಆದ್ದರಿಂದಲೇ, ಸೂಪರ್‌ಹೀರೋಗಳು ಯಾವಾಗ ಬಲಗಳನ್ನು ಒಗ್ಗೂಡಿಸಿಕೊಂಡು ಒಟ್ಟಿಗೆ ಕೆಲಸ ಮಾಡಬೇಕು ಎಂಬುದನ್ನು ಅರಿತುಕೊಂಡಿರುತ್ತಾರೆ. (ಉದಾಹರಣೆಗೆ – ಅವೆಂಜರ್ಸ್ ರೀತಿ).

5. ಮಾಹಿತಿ

ಸುಮ್ಮನೆ ಕೇವಲ ಶಕ್ತಿ ಉಪಯೋಗಿಸುವುದರಿಂದ ಬಹಳಷ್ಟು ವಿಷಯಗಳು ಪರಿಹಾರವಾಗುವುದಿಲ್ಲ. ಬದಲಾಗಿ, ದೊಡ್ಡ ಅಪಾಯವನ್ನು ಎದುರಿಸುವಾಗ ಪರಿಸ್ಥಿತಿಯನ್ನು ನೀವು ಆಳವಾಗಿ ಅಧ್ಯಯನ ಮಾಡಿ ಅದಕ್ಕೆ ಸಂಬಂಧಿಸಿದ ಎಲ್ಲಾ ಮಾಹಿತಿ ತಿಳಿದುಕೊಂಡಿರುವುದು ಮುಖ್ಯವಾಗುತ್ತದೆ. ಜ್ಞಾನವು ಒಂದು ಅಗಾಧ ಶಕ್ತಿಯಾಗಿದ್ದು, ನೀವು ಏನು ಮಾಡಬೇಕೆಂದಿರುವಿರೋ ಅದರಲ್ಲಿ ನಿಮಗೆ ಅನುಕೂಲ ಮಾಡಿಕೊಡುತ್ತದೆ.

6. ನಿಖರತೆ

ನಿಮಗೆ ಬರೀ ಧೈರ್ಯ ಮತ್ತು ಶಕ್ತಿ ಇದ್ದರೆ ಸಾಲದು, ಅವನ್ನು ನಿಖರವಾಗಿ ಯಾವ ದಿಕ್ಕಿನಲ್ಲಿ ಉಪಯೋಗಿಸಬೇಕೆಂದು ಕೂಡ ನಿಮಗೆ ತಿಳಿದಿರಬೇಕು. ಉದಾಹರಣೆಗೆ, ಮಾರ್ವೆಲ್ ಕಾಮಿಕ್ಸ್‌ನಲ್ಲಿ, ಸೂಪರ್‌ಹೀರೋ ಹಾಕ್‌ಐ ಯಾವ ಕಡೆ ನೋಡುತ್ತಾನೋ ಅಲ್ಲಿಗೆ ಬಾಣ ಹೋಗುತ್ತದೆ. ನಿಮ್ಮ ಯೋಜನೆಗಳನ್ನು ನೀವು ಯಾವುದೋ ಒಂದು ರೀತಿಯಲ್ಲಿ ನಿರ್ವಹಿಸಲು ಪ್ರಯತ್ನಿಸಿದರೆ, ನೀವು ವಿಫಲರಾಗುತ್ತೀರಿ. ಕೆಲಸ ಮಾಡಲು ಅವಸರವಾಗಿ ಮುನ್ನುಗ್ಗುವ ಬದಲು ನೀವು ಏನು ಸಾಧಿಸಬೇಕು ಎಂಬುದನ್ನು ಖಚಿತಪಡಿಸಿಕೊಳ್ಳಿ. ನೀವು ಸಾಧಿಸಬೇಕಾದುದಕ್ಕೆ ಸರಿಯಾಗಿ ಗುರಿ ಇಡಿ, ಆಗ ನೀವು ಸರಿಯಾಗಿ ಲಕ್ಷ್ಯಕ್ಕೆ ಹೊಡೆಯುತ್ತೀರಿ!

7. ಸಾಮರ್ಥ್ಯ

ಜಿಮ್‌ಗೆ ಹೋಗಿ ನಿಮ್ಮ ದೈಹಿಕ ಶಕ್ತಿಯನ್ನು ಹೆಚ್ಚಿಸಿಕೊಳ್ಳುವುದು ಒಳ್ಳೆಯದು, ಆದರೆ ನಿಮ್ಮ ಸಾಹಸಗಳನ್ನು ಮುಂದುವರೆಸಲು ನಿಜವಾದ ಸೂಪರ್‌ಪವರ್ ಆದ ಆಧ್ಯಾತ್ಮಿಕ ಶಕ್ತಿಯ ಅವಶ್ಯಕತೆ ಕೂಡ ಇದೆ. ಅದನ್ನು ಎಲ್ಲಿ ಅಭ್ಯಾಸ ಮಾಡಬಹುದು? ನಿಸ್ಸಂದೇಹವಾಗಿ, ನಿಮ್ಮ ಮನಸ್ಸಿನಲ್ಲಿ, ನೀವು ಇಕಿಗಾಯ್ ಬಗ್ಗೆ ಕಲಿಯುತ್ತಿರುವ ಎಲ್ಲವನ್ನೂ ಅಭ್ಯಾಸ ಮಾಡುವುದರಿಂದ. ನಿಮ್ಮ ಮನಸ್ಸನ್ನು ನಿಯಂತ್ರಿಸುವುದು ಯುದ್ಧದಲ್ಲಿ ಅರ್ಧ ಗೆದ್ದಂತೆ.

8. ಭವಿಷ್ಯವಾದ

"ಛೇ! ಇದೆಂತಹ ಸೂಪರ್‌ಪವರ್? ವಿಚಿತ್ರ!" ಎಂದು ನೀವು ಯೋಚಿಸುತ್ತಿರಬಹುದು. ಭವಿಷ್ಯವಾದ (ಫ್ಯೂಚರಿಸಂ) ಎಂದರೆ ನಿಮಗೆ ಈಗ ತಿಳಿದಿರುವ ಮತ್ತು ನಿಮ್ಮ ಬಳಿ ಈಗ ಇರುವುದಕ್ಕೆ ಹೊಂದಿಕೊಂಡಿರುವುದಲ್ಲ. ಸದಾ ಹೊಸ ತಂತ್ರಜ್ಞಾನವನ್ನು ಅಭಿವೃದ್ಧಿಪಡಿಸುವ ಐರನ್ ಮ್ಯಾನ್‌ನಂತೆ ನೀವು ಮುಂದಿನ ಸವಾಲುಗಳಿಗೆ ತಯಾರಾಗಬೇಕು.

9. ಬಂಡಾಯಗಾರ

ಸೂಪರ್‌ಹೀರೋಗಳು ಅನ್ಯಾಯವನ್ನು ಅಥವಾ ಮಿತಿಗಳನ್ನು ಒಪ್ಪಿಕೊಳ್ಳುವುದಿಲ್ಲ.

ಒಳ್ಳೆಯದಕ್ಕಾಗಿ ಅವರು ಮಾಡುವ ಹೋರಾಟದಲ್ಲಿ ಜಗತ್ತನ್ನು ಮತ್ತು ತಮ್ಮನ್ನು ರಕ್ಷಿಸಿಕೊಳ್ಳಲು ಅವರು ತಿರುಗಿ ಬೀಳುತ್ತಾರೆ. ಒಳ್ಳೆಯ ಉದ್ದೇಶದಿಂದ ಮಾಡುವ ಬಂಡಾಯ ಜಗತ್ತನ್ನು ಮುಂದುವರೆಸುತ್ತದೆ.

10. ಧೈರ್ಯ

ಹತ್ತನೆಯ ಸೂಪರ್‌ಪವರ್ ಧೈರ್ಯ. ನೀವು ಮಾಡುತ್ತಿರುವ ಯಾವುದೇ ಸಾಹಸಕ್ಕೂ ಅವಶ್ಯಕವಾದ ವಿಶಿಷ್ಟ ಸಾಮರ್ಥ್ಯ. ಹಿಂದಿನವುಗಳಿಗೆ ಹೋಲಿಸಿದರೆ ಇದರ ಮಹತ್ವ ಕಡಿಮೆ ಏನಲ್ಲ. ಹೇಗೆ ಭಯವು ನಿಮ್ಮನ್ನು ಸ್ಥಗಿತಗೊಳಿಸಿ ನೀವು ಗುರಿಯತ್ತ ಮುನ್ನುಗ್ಗುವುದನ್ನು ನಿಲ್ಲಿಸುತ್ತದೆಯೋ, ಅದಕ್ಕೆ ವಿರುದ್ಧವಾಗಿ ಧೈರ್ಯ ಅಥವಾ ನಿಮ್ಮ ಸಮಸ್ಯೆಗಳನ್ನು ಎದುರಿಸಿ ನಿಲ್ಲುವ ದಿಟ್ಟತನ ನಿಮ್ಮೊಳಗಿನ ಅತ್ಯುತ್ತಮವಾದುದನ್ನು ಹೊರತೆಗೆಯುತ್ತದೆ. ನೀವು ಪ್ರತಿದಿನದ ಸೂಪರ್ ಹೀರೋ ಆಗುತ್ತೀರಿ!

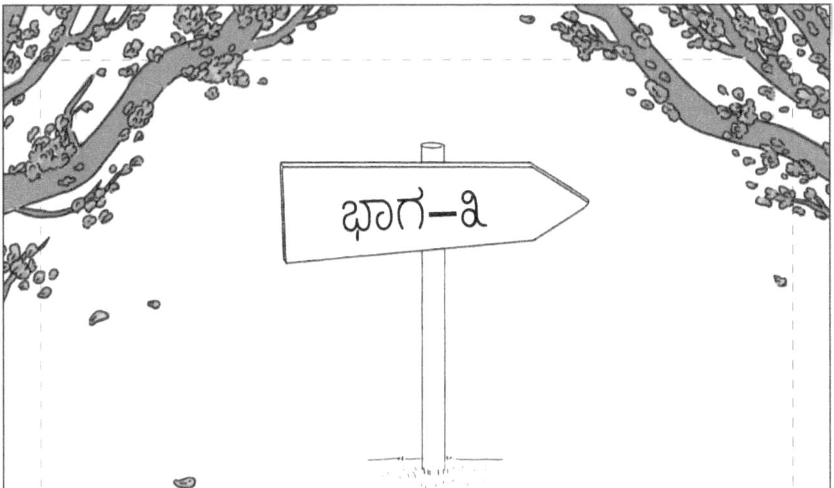

ನಾಲ್ಕು ವೃತ್ತಗಳು

1.

ನೀವು ಪ್ರೀತಿಯಿಂದ ಏನನ್ನು ಮಾಡುತ್ತೀರಿ

"ನೀವು ಪ್ರೀತಿಯಿಂದ ಮಾಡುವ ಕೆಲಸವನ್ನು ಮಾಡಿದರೆ
ಮತ್ತು ಅದು ನಿಮಗೆ ತೃಪ್ತಿ ಕೊಟ್ಟರೆ,
ಉಳಿದವು ತಾವಾಗಿಯೇ ನಿಮ್ಮ ಬಳಿ ಬರುತ್ತವೆ ಎಂದು ನಾನು ಅರಿತಿದ್ದೇನೆ."

– ಓಪ್ರಾ ವಿನ್‌ಫ್ರೇ

ನೀವು ಇನ್ನೂ ನಿಮ್ಮ ಸೈಕಲ್ ಮೇಲೆಯೇ ನಿಮ್ಮ ಪ್ರಯಾಣವನ್ನು ಮುಂದುವರಿಸುತ್ತಿದ್ದೀರಿ. ಸುಂದರವಾದ ಭೂದೃಶ್ಯಗಳನ್ನು ದಾಟಿ, ಹುಲ್ಲುಗಾವಲುಗಳ ಮೂಲಕ, ತೊರೆಗಳ ಪಕ್ಕದಲ್ಲಿ ಸಾಗಿ, ಪರ್ವತದ ದಾರಿಗಳಲ್ಲಿ ರಾಜಿ ಮಾಡಿಕೊಂಡು, ತಲೆಸುತ್ತು ಬರುವಷ್ಟು ತೀರಾ ಇಳಿಜಾರಾಗಿರುವ ರಸ್ತೆಯ ಮೂಲಕ ಇಳಿಯುತ್ತಿದ್ದೀರಿ.

ಒಂದು ದಿನ, ನೀವು ದೂರದಲ್ಲಿ ಒಂದು ನಗರವನ್ನು ನೋಡುತ್ತೀರಿ.

ನೀವು ಇಷ್ಟು ದಿನಗಳ ಕಾಲ ಪ್ರಕೃತಿಯ ನಡುವೆ ಕಳೆದ ಬಳಿಕ, ನಗರದ ಗಗನಚುಂಬಿ ಕಟ್ಟಡಗಳು ಒಂದು ಆಶ್ಚರ್ಯಕರ ಬದಲಾವಣೆಯಂತೆ ಕಾಣುತ್ತವೆ.

ನೀವು ನಗರಕ್ಕೆ ಹತ್ತಿರವಾಗುತ್ತಿದ್ದಂತೆ, ವಾಹನ ದಟ್ಟಣೆ ಮತ್ತು ಜನಜಂಗುಳಿ ನಿಮ್ಮನ್ನು ಭಯಗೊಳಿಸುತ್ತವೆ. ಆದರೆ, ನೀವು ಧೈರ್ಯವನ್ನು ತಂದುಕೊಂಡು ನಗರದ ನಡುವೆ ಸೈಕಲ್ ತುಳಿಯುತ್ತಾ ಮುಂದುವರಿಯುತ್ತೀರಿ, ಜೊತೆಗೆ, ನವೋಮಿಗೆ ಏನಾಯಿತು ಎಂದು ಕೂಡ ನಿಮ್ಮೊಳಗೆ ಪ್ರಶ್ನೆ ಮಾಡಿಕೊಳ್ಳುತ್ತಾ ಇರುತ್ತೀರಿ.

ನೀವು ಆತಂಕ ಅನುಭವಿಸಿದರೂ, ಈ ಬದಲಾವಣೆ ನಿಮಗೆ ಒಳ್ಳೆಯದನ್ನು ಮಾಡುತ್ತದೆ ಎಂದು ಭಾವಿಸುತ್ತೀರಿ, ಹೊಸ ಸಾಹಸಕ್ಕೆ ಮುನ್ನಡೆಯುತ್ತೀರಿ.

ನೀವು ಒಂದು ಸೇತುವೆಯನ್ನು ದಾಟುತ್ತಿರುವಾಗ, ಹಳೆಯ ವಿನ್ಯಾಸದ ಮಾಸಲು ವಸ್ತ್ರ ಧರಿಸಿದ ಒಬ್ಬ ಮಹಿಳೆಯನ್ನು ನೀವು ನೋಡುತ್ತೀರಿ. ಅವಳ ವಯಸ್ಸು ಐವತ್ತರಿಂದ ಅರವತ್ತು ವರ್ಷದ ನಡುವೆ ಇರಬಹುದು ಎಂದು ನೀವು ಊಹಿಸುತ್ತೀರಿ. ಅವಳು ಒಂದು ಕುರ್ಚಿಯಲ್ಲಿ ಕುಳಿತು, ನದಿಯನ್ನು ನೋಡುವುದರಲ್ಲಿ ಮಗ್ನಳಾಗಿದ್ದಾಳೆ.

ಅವಳ ಕಣ್ಣುಗಳು ಬೇರೇನೂ ಕಾಣುತ್ತಿಲ್ಲವೇನೋ ಎಂಬಂತೆ ಪ್ರಕೃತಿಯ ದೃಶ್ಯದಲ್ಲಿ ನೆಟ್ಟಿದೆ. ಅವಳು ಬಲಗೈಯಲ್ಲಿ ಒಂದು ಪೇಯಿಂಟ್‌ಬ್ರಶ್ ಮತ್ತು ಎಡಗೈಯಲ್ಲಿ ಬಣ್ಣಗಳ ಪ್ಯಾಲೆಟ್ ಹಿಡಿದಿದ್ದಾಳೆ.

ನೀವು ಅವಳ ಚಿತ್ರಕಲೆಯ ಸೌಂದರ್ಯದ ಬಗ್ಗೆ ಆಲೋಚಿಸುತ್ತಾ ನಿಲ್ಲುತ್ತೀರಿ. ನಗರದ ಮೂಲಕ ಭೋರ್ಗರೆಯುತ್ತಾ ಹರಿಯುತ್ತಿರುವ ದೊಡ್ಡ ನದಿಯನ್ನು ಒಂದು ಕ್ಷಣ ನೋಡಿದ ಬಳಿಕ ಅವಳಿಗೆ ಹೀಗೆ ಹೇಳುತ್ತೀರಿ:

"ನಿಮ್ಮ ಚಿತ್ರಕಲೆ ವಾಸ್ತವಕ್ಕಿಂತಲೂ ಸುಂದರವಾಗಿದೆ."

ನಿಮ್ಮ ಮಾತುಗಳು ಅವಳ ಏಕಾಗ್ರತೆಯನ್ನು ಭಂಗಗೊಳಿಸುತ್ತದೆ, ಆದರೆ ಅವಳು ನಿಮಗೆ ಉತ್ತರಿಸುವ ಮೊದಲು ನಗುತ್ತಾಳೆ:

"ಧನ್ಯವಾದಗಳು. ಅದೇ ನಮ್ಮನ್ನು ಮಾನವರನ್ನಾಗಿ ಮಾಡುವ ಸಂಗತಿಯಲ್ಲವೆ?"

"ನನಗೆ ಅರ್ಥವಾಗಲಿಲ್ಲ..."

"ಹೊಸ ಜಗತ್ತನ್ನು ಸೃಷ್ಟಿಸುವ ನಮ್ಮ ಸಾಮರ್ಥ್ಯ, ಕಲೆ ನಮ್ಮನ್ನು ಪ್ರಾಣಿಗಳಿಗಿಂತ ಭಿನ್ನ ಎನ್ನುವಂತೆ ಮಾಡುತ್ತದೆ. ನಾಯಿಗಳು ವಾಸ್ತವಕ್ಕಿಂತ ಸುಂದರವಾದ ಚಿತ್ರಗಳನ್ನು ರಚಿಸಲು ಸಾಧ್ಯವಿಲ್ಲ."

"ನಿಜ... ನಾಯಿಗಳಿಗೆ ಕೈಗಳು ಇಲ್ಲ," ಎಂದು ನೀವು ಅವಳಿಗೆ ಹೇಳುತ್ತೀರಿ.

"ಕೈಗಳು ಇದ್ದಿದ್ದರೆ, ಅವಕ್ಕೆ ಚಿತ್ರ ಬಿಡಿಸಲು ಆಗುತ್ತಿತ್ತೇ?"

ಈ ಕೊನೆಯ ಪ್ರಶ್ನೆಯು ನಿಮ್ಮನ್ನು ಕೆಲವು ಕ್ಷಣ ಆಲೋಚನೆಗೆ ದೂಡುತ್ತದೆ.

"ನನಗೆ ಗೊತ್ತಿಲ್ಲ..."

ಅವಳು ನಗುತ್ತಾಳೆ, ತನ್ನ ಪೇಯಿಂಟ್‌ಬ್ರಶ್ ಅನ್ನು ಕೆಳಗಿಟ್ಟು ಮುಂದುವರೆಸುತ್ತಾಳೆ:

"ನೀನು ಮನುಷ್ಯನಾಗಿದ್ದರೆ ಮತ್ತು ಏನನ್ನಾದರೂ ಪ್ರೀತಿಯಿಂದ ಮಾಡಲು ಇಚ್ಛಿಸಿದರೆ, ಯಾವಾಗಲೂ ಅದನ್ನು ವಾಸ್ತವಕ್ಕಿಂತ ಉತ್ತಮವಾಗಿ ಮಾಡಲು ಪ್ರಯತ್ನಿಸುತ್ತೀಯ." ಅವಳು ಆಲೋಚನಾಪೂರ್ವಕವಾಗಿ ನಿಮ್ಮತ್ತ ನೋಡುತ್ತಾಳೆ, ನಂತರ, "ಆದರೆ ಏನು ಇಷ್ಟಪಡುತ್ತೀಯಾ ಎಂಬುದನ್ನು ಮಾತ್ರ ತಿಳಿದುಕೊಂಡರೆ ಸಾಲದು, ನೀನು ಇನ್ನೂ ಮೂರು ವಿಷಯಗಳನ್ನು ತಿಳಿದುಕೊಳ್ಳಬೇಕು." ಎಂದು ಸೇರಿಸುತ್ತಾಳೆ.

"ಯಾವ ವಿಷಯಗಳು?" ನೀವು ಕುತೂಹಲದಿಂದ ಕೇಳುತ್ತೀರಿ.

"ನೀನು ಅವುಗಳನ್ನು ಆದಷ್ಟು ಬೇಗ ನಿನ್ನ ದಾರಿಯಲ್ಲಿ ಕಂಡುಕೊಳ್ಳುತ್ತೀಯಾ. ಅದನ್ನು ಮುಂಚೆಯೇ ಹೇಳಿ ನಿನ್ನ 'ಉತ್ಸಾಹಕ್ಕೆ ಭಂಗ ತರುವ ವ್ಯಕ್ತಿ' ನಾನಾಗಲಾರೆ. ಅಂತಹವರನ್ನು ಹಾಗೆಯೇ ಕರೆಯುತ್ತಾರೆ, ಅಲ್ಲವೇ?"

ನೀವು ತಲೆಯಾಡಿಸುತ್ತೀರಿ, ಆ ಮಹಿಳೆಯ ಶಾಂತ ಚಹರೆಗೆ ನೀವು ಮಾರುಹೋಗುತ್ತೀರಿ. ಅವಳು ಧರಿಸಿರುವ ವಸ್ತ್ರಗಳಿಂದ ಅಳೆದರೆ ಅವಳು ಬಡವಿಯಾಗಿರಬಹುದು, ಆದರೆ ಅವಳು ಬಹಳ ಸಂತೋಷದಿಂದ ಇರುವಂತೆ ಕಾಣುತ್ತಿದ್ದಾಳೆ. ನಿಮ್ಮ ಇಷ್ಟದ ವಿಷಯವನ್ನು ಕಂಡುಹಿಡಿದು, ಅದಕ್ಕೆ ನಿಮ್ಮನ್ನು ಸಮರ್ಪಿಸಿಕೊಂಡಾಗ ದೊರೆಯುವ ಬಹುಮಾನ ಇದಾಗಿರಬಹುದೇ ಎಂದು ನೀವು ಯೋಚಿಸುತ್ತೀರಿ.

ನೀವು ಏನನ್ನು ಮಾಡಲು ಇಷ್ಟಪಡುತ್ತೀರಿ ಎಂಬುದರ ಹೊರತಾಗಿ ನೀವು ತಿಳಿಯಬೇಕಾದ ಇತರ ಮೂರು ವಿಷಯಗಳು ಯಾವುವೆಂದು ಸಹ ಆಲೋಚಿಸುತ್ತಿರುತ್ತೀರಿ, ಆಗ ಆ ಚಿತ್ರಕಲಾವಿದೆ, "ನೀನು ತುಂಬಾ ಚಿಕ್ಕವನಾದರೂ ನಿನ್ನೊಳಗೆ ಅಪಾರವಾದ ಜ್ಞಾನವಿದೆ ಎಂದು ನಾನು ಗ್ರಹಿಸಬಲ್ಲೆ. ನಿನ್ನ ಆಸಕ್ತಿ ಏನು ಎಂಬುದನ್ನು ಈಗಾಗಲೇ ನೀನು ಕಂಡುಕೊಂಡಿದ್ದೀಯಾ?" ಎಂದು ಕೇಳುತ್ತಾಳೆ.

ನೀವು ಸೈಕಲ್ ನಿಂದ ಇಳಿಯದೇ, "ಇನ್ನೂ ಇಲ್ಲ. ನಾನು ಅದೇ ಶೋಧನೆಯಲ್ಲಿ ಇದ್ದೇನೆ" ಎಂದು ಉತ್ತರಿಸುತ್ತೀರಿ.

ಆನಂತರ ಆ ಮಹಿಳೆ ತನ್ನ ಬ್ಯಾಗ್ ಅನ್ನು ತೆಗೆದು, ಅದರಿಂದ ಒಂದು ಹೊಳೆಯುತ್ತಿರುವ, 'ನೀವು ಏನನ್ನು ಪ್ರೀತಿಸುತ್ತೀರಿ' ಎಂಬ ಕೆತ್ತನೆಯಿರುವ ಪದಕವನ್ನು ಹೊರತೆಗೆಯುತ್ತಾಳೆ,

"ಇಗೋ, ಈ ಪದಕವನ್ನು ತೆಗೆದುಕೋ. ಇದು ನಿನ್ನ ಆಸಕ್ತಿಯನ್ನು ಕಂಡುಹಿಡಿಯಲು ಅಥವಾ ಇನ್ನೂ ನಿಖರವಾಗಿ ಹೇಳಬೇಕೆಂದರೆ, ನಿನ್ನಲ್ಲಿ ಆಸಕ್ತಿ ಮೂಡಿಸಲು ಸಹಾಯ ಮಾಡುತ್ತದೆ. ಜೊತೆಗೆ ಜೀವನದ ಇತರ ಘಟಕಗಳ ಶೋಧನೆಯನ್ನು ನೀನು ನಿಲ್ಲಿಸಬಾರದು ಎಂಬುದನ್ನು ಸಹ ಇದು ನೆನೆಪಿಸಿಕೊಡುತ್ತದೆ."

"ಧನ್ಯವಾದಗಳು."

ನೀವು ಪದಕವನ್ನು ನಿಮ್ಮ ಬೆನ್ನಿನ ಚೀಲಕ್ಕೆ ಸೇರಿಸುತ್ತಾ, ಚಿತ್ರಕಲಾವಿದೆಗೆ ವಿದಾಯ ಹೇಳಿ ಹೊರಡುತ್ತೀರಿ.

ನೀವು ಏನನ್ನು ಪ್ರೀತಿಸುತ್ತೀರಿ

ಉಲ್ಕೆಯು ತುಂಬಾ ಅಪರೂಪವಾಗಿ ಬೀಳುತ್ತದೆ

ಹಿಂದಿನ ಅಧ್ಯಾಯಗಳಲ್ಲಿ ನೀವು ಕಲಿತುಕೊಂಡಂತೆ, ನೀವು ಏನನ್ನು ಮಾಡಲು ಇಷ್ಟಪಡುತ್ತೀರಿ ಎಂದು ಇದುವರೆಗೂ ನಿಮಗೆ ಗೊತ್ತಾಗದೇ ಇದ್ದರೂ

ಅಥವಾ ಯಾವುದೇ ದೊಡ್ಡ ನಿರೀಕ್ಷೆಗಳಿಲ್ಲದಿದ್ದರೂ ಚಿಂತಿಸಬೇಡಿ. ನೀವು ಮಾಡಲು ಇಷ್ಟಪಡುವುದು ಅಥವಾ ನಿಮ್ಮ ಆಸಕ್ತಿ ಒಂದು ದಿನ ಉಲ್ಕೆಯ ರೀತಿ ನಿಮ್ಮ ಬಳಿ ಬಂದು ನಿಮ್ಮ ಜೀವನವನ್ನೇ ಬದಲಾಯಿಸುತ್ತದೆ ಎಂದು ಕೆಲವು ಜನರು ಭಾವಿಸುತ್ತಾರೆ.

ಬಹಳಷ್ಟು ಸಂದರ್ಭಗಳಲ್ಲಿ ನೀವು ಇಷ್ಟಪಡುವುದು ಏನು ಎಂಬುದು ಯಾವುದೋ ಒಂದು 'ಯೂರೇಕಾ' ಕ್ಷಣದಲ್ಲಿ ನಿಮಗೆ ಗೊತ್ತಾಗುವುದಿಲ್ಲ.

ಉದಾಹರಣೆಗೆ, ಮೊದಲನೆಯ ನೋಟದಲ್ಲೇ ಪ್ರೀತಿ ಅಂಕುರಿಸುವುದು ಎನ್ನುವ ಆಲೋಚನೆ ಸಾಮಾನ್ಯವಾಗಿ ಪುಸ್ತಕಗಳಲ್ಲಿ ಮತ್ತು ಚಲನಚಿತ್ರಗಳಲ್ಲಿ ಮಾತ್ರ ಕಾಣಸಿಗುವ ಒಂದು ರೋಮಾಂಚಕ ಕಲ್ಪನೆ.

ಆದರೆ, ನಿಜಜೀವನದಲ್ಲಿ ಸಾಮಾನ್ಯವಾಗಿ ಪ್ರೀತಿಯಲ್ಲಿ ಬೀಳುವುದು ಎಂದರೆ ಪರ್ವತಗಳಷ್ಟು ಖುಷಿ ಕ್ಷಣಗಳು, ಕಂದಕಗಳಷ್ಟು ಆತಂಕಗಳು ಇವೆಲ್ಲವುಗಳೊಂದಿಗೆ ಹಂತ ಹಂತವಾಗಿ ಒಡಮೂಡುವ ಪ್ರಕ್ರಿಯೆಯಾಗಿದೆ. ಇಕಿಗಾಯ್‌ನ ಅವಿಷ್ಕಾರಕ್ಕೂ ಇದು ಅನ್ವಯಿಸುತ್ತದೆ. ಅದೇನು ಒಂದು ಮಧ್ಯಾಹ್ನ ಇದ್ದಕ್ಕಿದ್ದಂತೆ ಒಂದು ಉನ್ನತ ಶಕ್ತಿಯೊಂದಿಗೆ ನೀವು ಬೆಸೆದುಕೊಂಡು "ನಾನು ನನ್ನ ಉಳಿದ ಜೀವನದಲ್ಲಿ ಏನು ಮಾಡಬೇಕೆಂದು ಈಗ ಗೊತ್ತಾಗಿದೆ!" ಎಂದು ಕೂಗಿ ಹೇಳುವಂತೆ ಮಾಡುವ ಪ್ರಕ್ರಿಯೆಯಲ್ಲ.

ಆ ರೀತಿ ಆಕಸ್ಮಿಕವಾಗಿ ತಮ್ಮ ಇಷ್ಟವನ್ನು ಕಂಡುಕೊಳ್ಳುವ ಜನರು ಬಹಳ ವಿರಳ. ಮಿಕ್ಕವರೆಲ್ಲರೂ ಬೇರೆ ಬೇರೆ ವಿಷಯಗಳನ್ನು ಪ್ರಯತ್ನಿಸುತ್ತಾ, ನಾವು ಇಷ್ಟಪಡುವುದನ್ನು ಮತ್ತು ಇಷ್ಟಪಡದಿರುವುದನ್ನು ಗಮನಿಸುತ್ತಾ ಸಾಗಲೇಬೇಕು. ನಾವು ಪ್ರಯೋಗ ಮತ್ತು ಪ್ರಮಾದದ ಮೂಲಕವೇ ವಿಷಯಗಳನ್ನು ಅನ್ವೇಷಿಸಬೇಕು.

ಎಲ್ಲರೂ ಬನ್ನಿ!

ಯಾವುದಾದರೊಂದರ ಜೊತೆ ಹರಿಯುವುದು(ತಡೆಯಿಲ್ಲದೇ ಮುಂದುವರಿಯುತ್ತಾ ಹೋದಂತ ಭಾವನೆ) ನೀವು ಅದನ್ನು ಇಷ್ಟಪಡುತ್ತಿರುವ ಸ್ಪಷ್ಟ ಲಕ್ಷಣ; ಮತ್ತು ನೀವು ಇಷ್ಟಪಡದ ವಿಷಯಗಳನ್ನು ಪಟ್ಟಿ ಮಾಡಿ ಪ್ರತ್ಯೇಕಿಸುವ ಪ್ರಕ್ರಿಯೆಯು ನಿಮ್ಮ ಇಕಿಗಾಯ್‌ನ್ನು ತಲುಪಲು ಸಹಾಯ ಮಾಡುವ ದಾರಿ ಎಂದು ಈಗಾಗಲೇ ನೀವು ತಿಳಿದುಕೊಂಡಿದ್ದೀರಿ.

ನೀವು ಆರಿಸಿಕೊಳ್ಳಬೇಕಾದ ದಾರಿಯ ಬಗ್ಗೆ ನಿಮಗೆ ಖಚಿತತೆ ಇಲ್ಲದಿರಬಹುದು ಅಥವಾ ನೀವು ಹಲವಾರು ವಿಷಯಗಳನ್ನು ಇಷ್ಟಪಡುವ ಹಂತದಲ್ಲಿರಬಹುದು. ಚಿಂತೆಯಿಲ್ಲ! ನೀವು ಜೀವನಪರ್ಯಂತ ಹಲವಾರು ಇಕಿಗಾಯ್‌ಗಳನ್ನು ಹೊಂದಿರಬಹುದು, ಅವುಗಳಲ್ಲಿ ಕೆಲವು ಒಂದು ನಿರ್ದಿಷ್ಟ ಸಮಯ ಮತ್ತು ಸ್ಥಳದಲ್ಲಿ ಒಟ್ಟು ಸೇರಬಹುದು.

ನೀವು ಹಲವಾರು ವಿಷಯಗಳನ್ನು ಪ್ರಯತ್ನಿಸಿದರೂ ಅಥವಾ ನೀವು ಇಷ್ಟಪಡುವ ವಿಷಯಗಳ ಪಟ್ಟಿಯನ್ನು ಮಾಡಿಕೊಂಡು ಅವುಗಳಲ್ಲಿ ಯಾವುದು ನಿಮ್ಮ ಜೀವನದ

ಕೇಂದ್ರವಾಗಬಹುದು ಎಂಬುದನ್ನು ಕಂಡುಕೊಳ್ಳಲು ಅವುಗಳ ಕಡೆಗೆ ಸ್ವಲ್ಪ ಸ್ವಲ್ಪವೇ ಕೆಲಸ ಮಾಡುತ್ತಿದ್ದರೂ ಅದರಲ್ಲಿ ತಪ್ಪೇನೂ ಇಲ್ಲ.

ಆಪಲ್‌ನ ಸಹ ಸಂಸ್ಥಾಪಕ ಸ್ಟೀವ್ ಜಾಬ್ಸ್ ಯಾವುದರಲ್ಲಿಯೂ ಉತ್ತಮವಾಗಿರಲಿಲ್ಲ ಎಂದು ಹೇಳುತ್ತಾರೆ. ಆದರೆ ಅವನು ಗಣಕಯಂತ್ರಗಳು, ಇಂಜಿನಿಯರಿಂಗ್, ವಿನ್ಯಾಸ, ಅಕ್ಷರಕಲೆ, ಜೆನ್, ಹೊಸ ಶೋಧ ಹೀಗೆ ಅನೇಕ ವಿಷಯಗಳನ್ನು ಇಷ್ಟಪಡುತ್ತಿದ್ದನು.

ತನ್ನನ್ನು ಆಕರ್ಷಿಸುವ ಅನೇಕ ವಿಷಯಗಳನ್ನು ಕಂಡುಹಿಡಿಯುವಲ್ಲಿ ಅವನು ಜಾಣನಾಗಿದ್ದ, ಆದರೆ ಯಾವುದೊಂದರಲ್ಲೂ ನಿಪುಣನಾಗಿರಲಿಲ್ಲ. ಆದಾಗ್ಯೂ ಹಲವಾರು ವರ್ಷಗಳ ಕಾಲ ಅವನು ಕಲಿತ ಎಲ್ಲವನ್ನೂ ಒಗ್ಗೂಡಿಸಿ, ತಂತ್ರಜ್ಞಾನದ ಇತಿಹಾಸವನ್ನೇ ಬದಲಾಯಿಸುವ ಮಹತ್ವದ ಯೋಜನೆಯಾದ ಆಪಲ್ ಅನ್ನು ರೂಪಿಸಿದ.

ನೀವು ಇಷ್ಟಪಡುವ ವಿಷಯಗಳನ್ನು ಹುಡುಕಲು ಉಪಾಯಗಳು

- ನೀವು ತುಂಬಾ ಮೆಚ್ಚುವ ವ್ಯಕ್ತಿಗಳನ್ನು ವಿಶ್ಲೇಷಣೆ ಮಾಡಿ. ಅವರೇನು ಮಾಡುತ್ತಾರೆ ಎಂದು ನೋಡಿ. ನೀವೂ ಹಾಗೆ ಮಾಡಿದಾಗ ನಿಮಗೆ ಅದರಿಂದ ಸಂತೋಷ ಸಿಗುತ್ತದೆಯೇ ಎಂದು ಪರಿಶೀಲಿಸಿ.
- ಯಾವುದಾದರೂ ವಿಷಯದ ಬಗ್ಗೆ ನೀವು ಬೇಸರವಿಲ್ಲದೆ ಡಜನ್‌ಗಟ್ಟಲೆ ಡಾಕ್ಯುಮೆಂಟರಿಗಳನ್ನು ವೀಕ್ಷಿಸುತ್ತೀರಾ? ಅದು ನಿಮ್ಮ ಆಸಕ್ತಿಯ ಬಗ್ಗೆ ಸ್ಪಷ್ಟ ಸುಳಿವು ಆಗಿರಬಹುದು.
- ಪ್ರತೀ ವಾರಾಂತ್ಯದಲ್ಲಿ ಸಾಮಾನ್ಯವಾಗಿ ನೀವು ಮಾಡದಿರುವ ಅಥವಾ ಹಿಂದೆ ಎಂದೂ ಮಾಡಿರದ ಐಸ್ ಸ್ಕೇಟಿಂಗ್, ಹೊಸ ಭಾಷೆ ಕಲಿಯುವುದು, ಟೆನ್ನಿಸ್ ಆಡುವುದು, ಕಥೆ ಬರೆಯುವುದು ಹೀಗೆ ಏನಾದರೊಂದು ಹೊಸದನ್ನು ಪ್ರಯತ್ನಿಸಿ.
- ಪ್ರಾರಂಭಿಸುವುದಕ್ಕೆ ಕೆಲವು ದಿನ ಮೊದಲಿನಿಂದಲೇ ನೀವು ಉತ್ಸಾಹಭರಿತರಾಗುವಂತಹ ಯಾವುದಾದರೂ ಚಟುವಟಿಕೆ ಇದೆಯೇ? ಹೌದು ಎಂದಾದರೆ ಬಹುಶಃ ಅದು ನಿಮಗೆ ಬಹಳ ಇಷ್ಟವಾದ ಚಟುವಟಿಕೆ ಆಗಿರಬಹುದು. ಅದಕ್ಕೆ ನೀವು ಹೆಚ್ಚಿನ ಸಮಯವನ್ನು ಮೀಸಲಿಡಬೇಕು.
- ಸ್ವಲ್ಪ ಹೊತ್ತು ಕಣ್ಣುಗಳನ್ನು ಮುಚ್ಚಿ ನಿಮ್ಮ ಜೀವನದ ಅತ್ಯುತ್ತಮ ದಿನವನ್ನು ಕಲ್ಪಿಸಿಕೊಳ್ಳಿ. ಬೆಳಿಗ್ಗೆ ಎದ್ದಾಗ ಏನು ಮಾಡುತ್ತೀರಿ? ದಿನದ ಸಮಯವನ್ನು ಹೇಗೆ ಬಳಸಿಕೊಳ್ಳುತ್ತೀರಿ? ಎಂಬುದನ್ನು ಯೋಚಿಸಿ. ಈ ಅಭ್ಯಾಸವನ್ನು ಪೂರ್ಣಗೊಳಿಸಿದ ಬಳಿಕ, ನಿಮ್ಮ ದಿನವನ್ನು ಆದರ್ಶದ ದಿನವನ್ನಾಗಿ ಮಾಡಲು ನೀವು ಏನು ಮಾಡಬೇಕು ಮತ್ತು ಏನು ಮಾಡುವುದನ್ನು ನಿಲ್ಲಿಸಬೇಕು ಎಂಬುದನ್ನು ಒಂದು ಕಾಗದದ ಮೇಲೆ ಅಥವಾ ನಿಮ್ಮ ನೋಟ್‌ಬುಕ್‌ನಲ್ಲಿ ಬರೆಯಿರಿ.

2.
ನೀವು ಯಾವುದರಲ್ಲಿ ನಿಪುಣರಿದ್ದೀರಿ

"ನನ್ನ ಬಳಿ ಇದ್ದು ಇತರರ ಬಳಿ ಬಹುಶಃ ಇಲ್ಲದಿರುವುದು ಯಾವುದೆಂದರೆ ಅದು ವಿಷಯಕ್ಕೆ ಅಂಟಿಕೊಳ್ಳುವುದು, ಇದೇ ಮುಖ್ಯವಾದುದು, ಪ್ರತಿಭೆ ಅಲ್ಲವೇ ಅಲ್ಲ. ನೀವು ಅದಕ್ಕೆ ಅಂಟಿಕೊಳ್ಳಬೇಕು."

– ಡೋರಿಸ್ ಲೆಸಿಂಗ್, ಬರಹಗಾರ್ತಿ

ನಗರವನ್ನು ಕೆಲವು ದಿನ ಅನ್ವೇಷಣೆ ಮಾಡಿ ಅಲ್ಲಿಯ ಉದ್ಯಾನಗಳು, ಥಿಯೇಟರುಗಳು ಮತ್ತು ಮಾಲ್‌ಗಳನ್ನು ಆನಂದಿಸಿದ ನಂತರ, ನಿಮಗೆ ಒಂಟಿತನ ಕಾಡಲು ಪ್ರಾರಂಭವಾಗುತ್ತದೆ. ಇದು ವಿರೋಧಾಭಾಸದ ಭಾವನೆ, ಏಕೆಂದರೆ ನೀವು ಲಕ್ಷಾಂತರ ಜನರ ನಡುವೆ ಇದ್ದೀರಿ. ನಿಮ್ಮಂತಹ ಪ್ರಯಾಣಿಕರಿಗಾಗಿ ಇರುವ ಒಂದು ವಸತಿಗೃಹದಲ್ಲಿ ಕೊಠಡಿಯನ್ನು ಕೂಡ ಹೊಂದಿದ್ದೀರಿ.

ನಿಮ್ಮ ಮಂಚದ ಪಕ್ಕದ ಮೇಜಿನ ಮೇಲಿರುವ ದೀಪದ ಬೆಳಕಿನಲ್ಲಿ, ನೀವು ನಿಮ್ಮ ಬೆನ್ನಿನ ಚೀಲದಿಂದ ಪದಕವನ್ನು ಹೊರತೆಗೆಯುತ್ತೀರಿ. ಅದು ಒಂದು ಸಣ್ಣ ಸೂರ್ಯನಂತೆ ಹೊಳೆಯುತ್ತದೆ, ಆದರೆ ನೀವು ಅನುಭವಿಸುವ ಒಂಟಿತನದಂತೆಯೇ ಈ ನಗರದಲ್ಲಿ ಅದು ಕೂಡ ಒಂಟಿಯಾಗಿದೆ ಎಂದು ತೋರುತ್ತದೆ. ಆ ಚಿತ್ರಕಾರ್ತಿ ನಿಮಗೆ ಮತ್ತೂ ಮೂರು ವಿಷಯಗಳನ್ನು ಹುಡುಕಬೇಕೆಂದು ಹೇಳಿದ್ದಳು. ಪ್ರತಿಯೊಂದೂ ತನ್ನದೇ ಆದ ಒಂದು ಪದಕವನ್ನು ಹೊಂದಿರಬಹುದಾ?

ವಸತಿಗೃಹದಿಂದ ಒಂದು ದಿನದ ಸೈಕಲ್ ಪ್ರಯಾಣದ ದೂರದಲ್ಲಿ ಜ್ಯೋತಿಷಿಯ ಆಶ್ರಮವೊಂದು ಇದೆ ಎಂದು ವಸತಿಗೃಹದ ನಿರ್ವಾಹಕ ನಿಮಗೆ ಹೇಳಿದ್ದಾನೆ.

"ಅದು ಯಾವ ರೀತಿಯ ಜ್ಯೋತಿಷಿಯ ಆಶ್ರಮ?" ಎಂದು ನೀವು ಅವನನ್ನು ಕೇಳುತ್ತೀರಿ.

"ನಾನು ಕೇಳ್ಪಟ್ಟಂತೆ ಅದು, ಪ್ರತಿ ಯಾತ್ರಿಕನೂ ತಾನು ಯಾವುದರಲ್ಲಿ

ನಿಪುಣನಾಗಿದ್ದೇನೆ ಮತ್ತು ಯಾವುದರಲ್ಲಿ ಅಲ್ಲ ಎಂಬುದನ್ನು ಅರಿಯುವ ಸ್ಥಳ."

ನಿಮ್ಮ ಅನ್ವೇಷಣೆಯನ್ನು ಮುಂದುವರೆಸಲು ಆ ಕ್ಷಣವೇ ಅಲ್ಲಿಗೆ ಹೋಗಬೇಕೆಂದು ನೀವು ತೀರ್ಮಾನಿಸುತ್ತೀರಿ.

ಮರುದಿನ ಬೆಳಗ್ಗೆ, ನಿರ್ವಾಹಕನ ಸೂಚನೆಗಳನ್ನು ಅನುಸರಿಸುತ್ತಾ, ನೀವು ಪ್ರಯಾಣ ಪ್ರಾರಂಭಿಸುತ್ತೀರಿ ಮತ್ತು ನಿರ್ಜನ ಪ್ರದೇಶದಲ್ಲಿ ದಿನವಿಡೀ ಸೈಕಲ್‌ನಲ್ಲಿ ಹೋಗುತ್ತೀರಿ.

ಸಂಜೆ ಮುಗಿದು ಕತ್ತಲಾಗುವಷ್ಟರಲ್ಲಿ, ಒಂದು ಗುಡ್ಡದ ಮೇಲೆ ಬಣ್ಣಬಣ್ಣದ ಧ್ವಜಗಳಿಂದ ಆವರಿಸಲ್ಪಟ್ಟ ಆಶ್ರಮವು ನಿಮ್ಮ ಕಣ್ಣಿಗೆ ಬೀಳುತ್ತದೆ.

ನೀವು ಸೈಕಲ್‌ನಿಂದ ಇಳಿದು ಅದನ್ನು ತಳ್ಳಿಕೊಂಡು ಮೇಲೆ ಹೋಗುತ್ತೀರಿ. ಬಹಳ ಪ್ರಯಾಸದಿಂದ ಆ ಪವಿತ್ರ ಸ್ಥಳದ ಬಾಗಿಲನ್ನು ತಲುಪುತ್ತೀರಿ.

ಸೈಕಲ್ ಅನ್ನು ಮರದ ಕಂಬಕ್ಕೆ ಒರಗಿಸಿಟ್ಟು, ಮೆಟ್ಟಿಲುಗಳನ್ನು ಹತ್ತಿ ಒಂದು ವೇದಿಕೆಯ ಬಳಿಗೆ ಹೋಗುತ್ತೀರಿ, ಅಲ್ಲಿ ಎರಡು ಮೇಣದ ಬತ್ತಿಗಳು ಒಂದು ಪ್ರಶ್ನಾರ್ಥಕ ಚಿಹ್ನೆಯಿರುವ ಕಲ್ಲಿನ ಮೇಲೆ ಬೆಳಕು ಚೆಲ್ಲುತ್ತಿರುತ್ತದೆ.

'ಜ್ಯೋತಿಷಿ ಇಲ್ಲೇ ಎಲ್ಲೋ ಇರಬೇಕು' ಎಂದು ನೀವು ಯೋಚಿಸುತ್ತಾ ಮಂಡಿಯೂರಿ ಕುಳಿತುಕೊಳ್ಳುತ್ತೀರಿ.

ನಂತರ, ನೀವು "ನಾನು ಯಾವುದರಲ್ಲಿ ನಿಪುಣನಾಗಿದ್ದೇನೆ, ನಾನು ಇತರರಿಗಿಂತ ಹೆಚ್ಚು ಚೆನ್ನಾಗಿ ಮಾಡುವ ಕೆಲಸ ಏನು ಎಂಬುದನ್ನು ತಿಳಿಯಲು ಬಯಸುತ್ತೇನೆ." ಎಂದು ಜೋರಾಗಿ ಹೇಳುತ್ತೀರಿ.

ಕೆಲವು ನಿಮಿಷಗಳ ನಿರೀಕ್ಷೆಯ ಬಳಿಕ, ಅಲ್ಲಿ ಸಂಪೂರ್ಣವಾಗಿ ಮೌನ ಆವರಿಸುತ್ತದೆ. ಸುದೀರ್ಘ ಸೈಕಲ್ ಪ್ರಯಾಣದಿಂದ ಉಂಟಾದ ಆಯಾಸದಿಂದ ನೀವು ಒಂದು ಕ್ಷಣ ಕಣ್ಣುಗಳನ್ನು ಮುಚ್ಚುತ್ತೀರಿ.

ನೀವು ಮತ್ತೆ ಕಣ್ಣುಗಳನ್ನು ತೆರೆದಾಗ, ಕಪ್ಪು ಬಟ್ಟೆ ಧರಿಸಿದ, ಮಾಂತ್ರಿಕನಂತೆ ಕಾಣುವ ಒಬ್ಬ ವ್ಯಕ್ತಿಯನ್ನು ನೋಡುತ್ತೀರಿ. ಹೊಳೆಯುತ್ತಿರುವ ಬೋಳು ತಲೆ, ಸೌಮ್ಯ ನಗುವಿನೊಂದಿಗೆ ವೇದಿಕೆಯ ಇನ್ನೊಂದು ಬದಿಯಿಂದ ಅವನು ನಿಮ್ಮನ್ನು ಗಮನಿಸುತ್ತಿರುತ್ತಾನೆ. ನೀವು ಆಶ್ಚರ್ಯಪಡುವ ರೀತಿಯಲ್ಲಿ "ಆ ಜ್ಯೋತಿಷಿಯ ವಿಷಯ ಕೇವಲ ಒಂದು ಕಟ್ಟುಕತೆ, ಅದು ಎಂದಿಗೂ ಕೆಲಸ ಮಾಡಿಲ್ಲ. ಜ್ಯೋತಿಷಿಯಾಗಲೀ ಅಥವಾ ಬೇರೆ ಯಾರಾದರೂ ಆಗಲಿ, ನೀನು ಯಾವುದರಲ್ಲಿ ನಿಪುಣ ಎಂಬುದನ್ನು ಖಚಿತವಾಗಿ ತಿಳಿಸಲಾರರು. ನಿನ್ನ ಅಲ್ಪ ಅನುಭವ ಮತ್ತು ಸ್ವಲ್ಪ ನಿರೀಕ್ಷಣೆಯ ಮೂಲಕ ನೀನು ಮಾತ್ರ ಅದನ್ನು ಕಂಡುಕೊಳ್ಳಬಹುದು" ಎಂದು ಅವನು ಹೇಳುತ್ತಾನೆ.

ನಂತರ, ಆ ಮಾಂತ್ರಿಕನು ತನ್ನ ಉಡುಗೆಯ ಮಡಚಿದ ಭಾಗದೊಳಗೆ ಬಲಗೈ ಹಾಕಿ, ದೊಡ್ಡ ಬಂಗಾರದ ಪದಕವನ್ನು ಹೊರತೆಗೆದು ಅದನ್ನು ನಿಮಗೆ ನೀಡುತ್ತಾನೆ. ಅದರಲ್ಲಿ 'ನೀವು ಯಾವುದರಲ್ಲಿ ನಿಪುಣರಾಗಿದ್ದೀರಿ' ಎಂದು ಕೆತ್ತಲಾಗಿರುತ್ತದೆ.

ಅವನು ಕೈಚಾಚುತ್ತಾ "ಇಗೋ, ಈ ಪದಕವನ್ನು ತೆಗೆದುಕೋ" ಎಂದು ಹೇಳಿ, ಮುಂದುವರೆದು, "ನಿನ್ನ ಅನ್ವೇಷಣೆಯಲ್ಲಿ ಇದು ಸಹಾಯ ಮಾಡುತ್ತದೆ. ಆದರೆ, ಉತ್ತರವನ್ನು ನೀನು ಮಾತ್ರ ಕಂಡುಕೊಳ್ಳಬಹುದು ಎನ್ನುವುದು ನೆನಪಿರಲಿ" ಎಂದು ಹೇಳುತ್ತಾನೆ.

ನೀವು ಆ ಪದಕವನ್ನು ಉತ್ಸಾಹದಿಂದ ಸ್ವೀಕರಿಸಿ, ನಿಮ್ಮ ಬೆನ್ನಿನ ಚೀಲದಲ್ಲಿ ಮೊದಲನೇ ಪದಕದ ಜೊತೆಗೆ ಇಡುತ್ತೀರಿ. ಎರಡು ಪದಕಗಳು ಸ್ಪರ್ಶಿಸಿದಾಗ, ಅವುಗಳ ಮಧ್ಯದಲ್ಲಿ ಒಂದು ಪದ ಮೂಡುತ್ತದೆ. ಇದರಿಂದ, ನೀವು ಸರಿಯಾದ ದಾರಿಯಲ್ಲಿದ್ದೀರಿ ಎಂದು ನೀವು ಕಂಡುಕೊಳ್ಳುತ್ತೀರಿ.

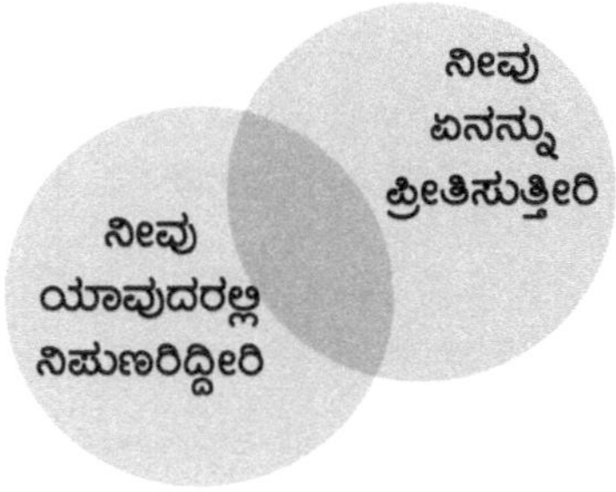

ವಿದಾಯ ಹೇಳುವ ಮೊದಲು, ಮಾಂತ್ರಿಕನಂತೆ ಕಾಣುವ ಆ ವ್ಯಕ್ತಿ ಮುಂದುವರೆದು, "ನೀವು ಇಷ್ಟು ದೂರ ತಲುಪಿದ್ದೀರಿ ಎಂದರೆ ನೀವು ಇನ್ನೂ ಎರಡು ಪದಕಗಳನ್ನು ಹುಡುಕಬೇಕಾಗಿದೆ ಎಂದು ಅರ್ಥ. ಮುಂದೆ ನಡೆಯಬೇಕಿರುವ ದಾರಿಗಾಗಿ ನಿಮ್ಮ ಕಾಲುಗಳು ಶಕ್ತಿಯುತವಾಗಿರಲಿ ಎಂದು ನಿಮಗೆ ಶುಭ ಕೋರುತ್ತೇನೆ" ಎಂಬ ಮಾತನ್ನೂ ಸೇರಿಸುತ್ತಾನೆ.

ನೇಮೆಕ್‌ನಲ್ಲಿ ಬದುಕುವುದಕ್ಕಿಂತ ಉತ್ತಮವಾದುದು

ದೂರದ ನಕ್ಷತ್ರವೊಂದರ ಸುತ್ತಲೂ ಪರಿಭ್ರಮಿಸುತ್ತಿರುವ ನೇಮೆಕ್ ಎಂಬ ಗ್ರಹದಲ್ಲಿ ನೀವು ಜನಿಸಿದ್ದೀರಿ ಎಂದು ಕಲ್ಪಿಸಿಕೊಳ್ಳಿ, ಅಲ್ಲಿನ ನಿವಾಸಿಗಳು ಕೂಡ ಮನುಷ್ಯರು. ಆದರೆ ಅವರು ನಿರ್ದಿಷ್ಟ ಜೇನ್‌ಗಳ ಬದಲಾವಣೆ ಹೊಂದಿದ ವಿಶೇಷ ಮಾನವರು.

ನೀವು ನೇಮೆಕ್‌ನಲ್ಲಿ ಜನಿಸಿದ ಕ್ಷಣದಿಂದಲೇ, ನೀವು ನಡೆಯಬಹುದು,

ಮಾತನಾಡಬಹುದು ಮತ್ತು ಬರೆಯಬಹುದು. ಮೊದಲ ದಿನದಿಂದಲೂ ನೀವು ಯಾವುದರಲ್ಲಿ ಉತ್ತಮ ಎನ್ನುವುದನ್ನು ಬಲ್ಲಿರಿ. ಜೀವನಪೂರ್ತಿ ನೀವು ನಿಜವಾಗಿಯೂ ಚೆನ್ನಾಗಿ ಮಾಡುವ ಕೆಲಸವನ್ನು ಮಾಡುವುದಕ್ಕೆ ಮಾತ್ರ ನಿಮ್ಮನ್ನು ಮೀಸಲಿಟ್ಟುಕೊಳ್ಳುವ ರೀತಿ ಒಂದು ಸಂಸ್ಥೆಯಿಂದ ನೇಮಕಗೊಂಡಿರುತ್ತೀರಿ.

ಜನಿಸಿದ ತಕ್ಷಣವೇ ನೀವು ಕ್ವಾಂಟಮ್ ಕಂಪ್ಯೂಟರ್‌ನಿಂದ ಕಾರ್ಯನಿರ್ವಹಿಸುವ ಅಪ್ಲಿಕೇಶನ್‌ಗಳನ್ನು ಪ್ರೋಗ್ರಾಮ್ ಮಾಡುವ ಒಂದು ಕಂಪ್ಯೂಟರ್ ಮುಂದೆ ಕುಳಿತಿದ್ದೀರಿ ಎಂದು ಕಲ್ಪಿಸಿಕೊಳ್ಳಿ, ನೀವು ಕ್ವಾಂಟಮ್ ಕಂಪ್ಯೂಟಿಂಗ್ ಕಂಪನಿಯಲ್ಲಿ ಕೆಲಸಮಾಡುತ್ತಿರುವಿರಿ ಮತ್ತು ನಿಮ್ಮ ಜೀವಿತಾವಧಿಯಲ್ಲಿ ಅದೇ ಕೆಲಸವನ್ನು ಮಾತ್ರ ಮಾಡುತ್ತೀರಿ, ಏಕೆಂದರೆ ಅದೇ ನೀವು ಅತ್ಯುತ್ತಮವಾಗಿ ಮಾಡುವ ಕೆಲಸವಾಗಿದೆ.

ನೀವು ನೇಮೆಕ್‌ನಲ್ಲಿ ಜನಿಸಲು ಇಷ್ಟಪಡುತ್ತೀರಾ? ಜನಿಸಿದ ತಕ್ಷಣ ನೀವು ಯಾವುದನ್ನು ಅತ್ಯುತ್ತಮವಾಗಿ ಮಾಡುತ್ತೀರಿ ಎಂದು ತಿಳಿದುಕೊಂಡು ನಿಮ್ಮ ಜೀವನದ ಪ್ರತಿಯೊಂದು ಕ್ಷಣವನ್ನೂ ಅದಕ್ಕಾಗಿ ಮೀಸಲಿಡಬಹುದಾದಂತಹ ಜೀವನವನ್ನು ಇಚ್ಛಿಸುತ್ತೀರಾ?

ನಾವು ಬಹಳಷ್ಟು ಬಾರಿ ಜೀವನದಲ್ಲಿ ಕಲಿಯುವುದು ಕಷ್ಟಕರವೆಂದೋ, ಅಥವಾ ನಾವು ಯಾವ ವಿಷಯದಲ್ಲಿ ಉತ್ತಮವಾಗಿದ್ದೇವೆ ಎಂದು ಇನ್ನೂ ಗೊತ್ತಾಗಿಲ್ಲವೆಂತಲೋ ಗೊಣಗುತ್ತಿರುತ್ತೇವೆ. ಆದರೆ, ಜೀವನದಲ್ಲಿ ಮುಂದೆ ಹೋಗುತ್ತಾ ಹುಡುಕುವುದು, ಅನೇಕ ವಿಷಯಗಳನ್ನು ಪ್ರಯತ್ನಿಸುವುದು ಮತ್ತು ವಿಭಿನ್ನ ಹಾದಿಗಳನ್ನು ಕಂಡುಹಿಡಿಯುವುದು ಇವೆಲ್ಲವೂ ನಮ್ಮ ಜೀವನವನ್ನು ರೋಚಕವಾಗಿಸುವ ಪ್ರಕ್ರಿಯೆಯೇ ಆಗಿದೆ.

ನೀವು ಯಾವುದನ್ನೂ ಸರಿಯಾಗಿ ಮಾಡಲು ಸಾಧ್ಯವಾಗುತ್ತಿಲ್ಲ ಎಂದು ಭಾವಿಸಿ ಎಂದಾದರೂ ಕುಗ್ಗಿಹೋದರೆ, ಜೀವನದ ಗುರಿ ನಿರ್ಧಾರವಾಗಿರುವ, ಹುಟ್ಟಿನಿಂದಲೇ ಅದಕ್ಕೆ ಅಂಟಿಕೊಂಡಿರುವ, ಭಾವನೆಗಳೇ ಇಲ್ಲದೆ ಬದುಕುತ್ತಿರುವ ನೇಮೇಕ್ ಗ್ರಹದ ಹಳೆಯ ಬಡಪಾಯಿ ಪ್ರಜೆಗಳನ್ನು ನೆನೆಸಿಕೊಳ್ಳಿ. ಅವರಿಗೆ ಹೋಲಿಸಿದರೆ ನೀವು ಅದೃಷ್ಟಶಾಲಿಗಳು!

ನಿಮ್ಮನ್ನು ನೀವು ಅರಿತುಕೊಳ್ಳಿ, ನೀವು ಪ್ರಗತಿ ಸಾಧಿಸುತ್ತೀರಿ

ಭೂಮಿಯಲ್ಲಿ ಏನೂ ತಿಳಿಯದೆ ಜನಿಸಿ ಬಂದಿರುವುದಕ್ಕೆ ಬಹುಶಃ ನಾವು ಅದೃಷ್ಟವಂತರೆಂದೇ ಹೇಳಬೇಕು. ಅದು ಕೆಟ್ಟದ್ದೇನೂ ಅಲ್ಲ. ಯಾವಾಗಲೂ ಕಲಿಯಲು ಏನಾದರೂ ಹೊಸದೊಂದು ಇದ್ದೇ ಇರುತ್ತದೆ. ಪ್ರಾಚೀನ ಗ್ರೀಕ್ ತತ್ವಜ್ಞಾನಿ ಸಾಕ್ರೆಟೀಸ್ "ಜ್ಞಾನಿಯು ತನಗೇನೂ ಗೊತ್ತಿಲ್ಲ ಎಂಬುದನ್ನು ಅರ್ಥಮಾಡಿಕೊಂಡಿರುತ್ತಾನೆ" ಎಂದು ಹೇಳಿದ್ದಾರೆ.

ಆದ್ದರಿಂದ, ನಿಮಗೆ ಏನೇನು ತಿಳಿದಿಲ್ಲ ಎಂದು ನೀವು ಅರಿತುಕೊಂಡಿದ್ದರೆ, ಅದು ಒಳ್ಳೆಯ ಆರಂಭ ಎಂದರ್ಥ. ಹಾಗೆಂದ ಮಾತ್ರಕ್ಕೆ ನೀವು ಅಜ್ಞಾನದಲ್ಲಿಯೇ ಇರಬೇಕು ಎಂದರ್ಥವಲ್ಲ.

ಕ್ರಿಸ್ತ ಪೂರ್ವ 6 ನೇ ಶತಮಾನದಲ್ಲಿ, ಗ್ರೀಸ್‌ನ ಡೆಲ್ಫಿಯಲ್ಲಿ ಇರುವ ಅಪೋಲ್ಲೋ ದೇವಸ್ಥಾನದ ಪ್ರವೇಶದ ಬಳಿ ಈ ಸೂಕ್ತಿಯನ್ನು ಬರೆಯಲಾಗಿತ್ತು:

γνωθι σεαυτόν

(gnóthi seautón)

ನಿನ್ನನ್ನು ನೀನು ಅರಿತುಕೋ.

2500 ವರ್ಷಗಳ ನಂತರವೂ ಇದು ಅಷ್ಟೇ ಸೂಕ್ತ ಮತ್ತು ಉಪಯುಕ್ತವಾಗಿದೆ, ಏಕೆಂದರೆ ನಾವು ಏನನ್ನು ಉತ್ತಮವಾಗಿ ಮಾಡಬಲ್ಲೆವು ಎಂದು ಅರ್ಥಮಾಡಿಕೊಳ್ಳುವ ಮೊದಲು ನಾವು ನಮ್ಮನ್ನು ಅರಿತುಕೊಳ್ಳಬೇಕು.

ಒಬ್ಬ ವಿಚಿತ್ರ ಪತ್ರಕರ್ತನು ನಿಮ್ಮನ್ನು ಸಂದರ್ಶನ ಮಾಡಲು ಬಂದಿದ್ದಾನೆ ಎಂದು ಕಲ್ಪಿಸಿಕೊಳ್ಳಿ. ಅವನು ಏಕೆ ವಿಚಿತ್ರ ಎಂದರೆ, “ನೀವು ಯಾರು?” ಎಂದು ಕೇಳುತ್ತಾನೆ, ಆದರೆ ಈ ಪ್ರಶ್ನೆಗೆ ಉತ್ತರಿಸಲು ನೀವು ನಿಮ್ಮ ಹೆಸರು, ನೀವು ವಾಸಿಸುವ ಸ್ಥಳ ಅಥವಾ ಜನ್ಮಸ್ಥಳ, ನೀವು ಮಾಡುತ್ತಿರುವ ಕೆಲಸ ಅಥವಾ ನೀವು ಮಾಡುತ್ತಿರುವ ಅಧ್ಯಯನದ ವಿಷಯವನ್ನು ಹೇಳಬಾರದು ಎಂದು ಷರತ್ತು ವಿಧಿಸುತ್ತಾನೆ.

ಆ ಪ್ರಶ್ನೆಗೆ ನೀವು ಹೇಗೆ ಉತ್ತರಿಸುಹುದು?

“ನೀನು ಯಾರು?”

ನಮ್ಮನ್ನು ನಾವು ಶಬ್ದಗಳಲ್ಲಿ ವಿವರಿಸಲು ಅಸಾಧ್ಯ, ಏಕೆಂದರೆ ನಾವು ನಮ್ಮನ್ನು ಅರಿತುಕೊಳ್ಳುವುದು ಸುಲಭವಲ್ಲ.

ಪ್ರತಿಕ್ರಿಯೆಯ ಜಾದೂ

ನಿಮ್ಮನ್ನು ನೀವು ತಿಳಿದುಕೊಳ್ಳುವುದು ಕಷ್ಟವಾದರೂ, ನಿಮ್ಮ ಬಗ್ಗೆ ನೀವು ಹೆಚ್ಚು ತಿಳಿದುಕೊಳ್ಳಲು ಇದನ್ನು ಮಾಡಬಹುದು. ಒಬ್ಬ ಸೂಪರ್‌ಹೀರೋ ತರಹ ಇತರರು ನಿಮ್ಮ ಬಗ್ಗೆ ಏನನ್ನು ಯೋಚಿಸುತ್ತಾರೆ ಎಂದು ಬೇರೆಯವರನ್ನು ಧೈರ್ಯದಿಂದ ಕೇಳಿ. ಸ್ನೇಹಿತರು ಮತ್ತು ಕುಟುಂಬದವರನ್ನು ಮಾತ್ರವಲ್ಲ, ಕೇವಲ ಪರಿಚಿತರಾಗಿರುವ ವ್ಯಕ್ತಿಗಳಿಗೂ ಕೇಳಿ. ಅದರಿಂದ ನಿಮ್ಮ ಬಗ್ಗೆ ಬೇರೆಯವರ ದೃಷ್ಟಿಕೋನಗಳು ಹೇಗಿವೆ ಎನ್ನುವ ಪ್ರತಿಕ್ರಿಯೆ ಸಿಗುತ್ತದೆ.

ನೀವು ಈ ಪ್ರಯೋಗವನ್ನು ಮಾಡಿದರೆ, ಎಲ್ಲ ರೀತಿಯ ಅಭಿಪ್ರಾಯಗಳನ್ನೂ ಅವು ಧನಾತ್ಮಕವಾಗಿರಲಿ ಅಥವಾ ಋಣಾತ್ಮಕವಾಗಿರಲಿ, ಸ್ವೀಕರಿಸಲು ಸಿದ್ಧರಾಗಿರಬೇಕು. ವಿಶೇಷವಾಗಿ ನೀವು ಮಾಡುತ್ತಿರುವ ಯಾವುದೋ ನಿರ್ದಿಷ್ಟವಾದ ವಿಷಯದ ಬಗ್ಗೆ ಕೇಳಿದರೆ ಬರುವ ಪ್ರತಿಕ್ರಿಯೆಯ ಮಾಹಿತಿ ನಿಮಗೆ ಉಪಯುಕ್ತವಾಗುತ್ತದೆ.

ಉದಾಹರಣೆಗೆ, ನೀವು ನಿಮ್ಮ ಕಂಪ್ಯೂಟರ್‌ನಲ್ಲಿ ಸಂಗೀತ ಸಂಯೋಜನೆ ಮಾಡುತ್ತಿದ್ದರೆ, ಅದನ್ನು ಇತರರಿಗೆ ಕೇಳಿಸಲು ಹಿಂಜರಿಕೆ ಬೇಡ. ಧೈರ್ಯವಾಗಿ ಈ ಕೆಳಗಿನ ಪ್ರಶ್ನೆಗಳನ್ನು ಕೇಳಿ:

- ನೀವು ಈ ಹಾಡಿನಲ್ಲಿ ಹೆಚ್ಚು ಇಷ್ಟಪಟ್ಟಿದ್ದು ಏನು?
- ನೀವು ಕಡಿಮೆ ಇಷ್ಟಪಟ್ಟಿದ್ದು ಏನು?
- ಇದನ್ನು ಇನ್ನಷ್ಟು ಉತ್ತಮಗೊಳಿಸಲು ಇದರಲ್ಲಿ ಏನನ್ನು ಬದಲಾಯಿಸಬೇಕು?

ಇತರರ ಅಭಿಪ್ರಾಯಗಳನ್ನು ಗಮನವಿಟ್ಟು ಆಲಿಸಿ ಮತ್ತು ನಿಮ್ಮ ಕೆಲಸವನ್ನು ಮೌಲ್ಯಮಾಪನ ಮಾಡಲು ತಮ್ಮ ಸಮಯ ಮೀಸಲಿಟ್ಟಿದ್ದಕ್ಕೆ ಅವರಿಗೆ ಧನ್ಯವಾದ ತಿಳಿಸಿ. ನಿಮಗೆ ಗೊತ್ತಿರದ ವಿವರಗಳ ಮೇಲೆ ಬೆಳಕು ಚೆಲ್ಲುವ ಅಭಿಪ್ರಾಯಗಳು ವಿಶೇಷವಾಗಿ ಉಪಯುಕ್ತವಾಗುತ್ತವೆ.

ನೀವು ಏನನ್ನು ಮಾಡಲು ಇಷ್ಟಪಡುತ್ತೀರೋ ಅದನ್ನು ಹೇಗೆ ಕಂಡುಕೊಳ್ಳಬೇಕು ಎಂಬುದನ್ನು ಹಿಂದಿನ ಅಧ್ಯಾಯದಲ್ಲಿ ಕಲಿತಿರಿ. ಏನಾದರೂ ಮಾಡುವ ಆಸಕ್ತಿ ಇದ್ದರೆ ಅದರಲ್ಲಿ ನೀವು ತುಂಬಾ ನಿಪುಣರಾಗಿರಬೇಕು ಎಂದು ನಿಯಮವೇನೂ ಇಲ್ಲ. ಈ ಜಗತ್ತಿನಲ್ಲಿ ಹಲವರಿಗೆ ತಾವು ಹೃದಯದಿಂದ ಇಷ್ಟಪಡುವ ಕೆಲಸವನ್ನು ಉತ್ತಮವಾಗಿ ನಿರ್ವಹಿಸಲು ಸಾಧ್ಯವಾಗುವುದೇ ಇಲ್ಲ. ಉದಾಹರಣೆಗೆ:

- ಸ್ನಾನಗೃಹದಲ್ಲಿ ಹೃದಯಪೂರ್ವಕವಾಗಿ ಹಾಡುವ ಗಾಯಕರು–ಆದರೆ ಸಭಾಂಗಣದಲ್ಲಿ ಯಾರೂ ಅವರ ಹಾಡನ್ನು ಕೇಳಲು ಇಷ್ಟಪಡುವುದಿಲ್ಲ.
- ಪ್ರೊಫೆಶನಲ್ ಸ್ಪರ್ಧೆಯಲ್ಲಿ ಪಾಲ್ಗೊಳ್ಳಲು ಸಾಧ್ಯವಿಲ್ಲದ ಓಟಗಾರರು.
- ಹೆಚ್ಚು ಉತ್ಸಾಹವಿದ್ದರೂ ಉತ್ತಮ ಕಥಾವಸ್ತುಗಳಿರದ ಕಾದಂಬರಿಕಾರರು.
- ಹಣ ಗಳಿಸಲು ಸಾಧ್ಯವಾಗದ ಯೋಜನೆಗಳನ್ನು ಹೊಂದಿರುವ ಉದ್ಯಮಿಗಳು.

ನಿಮಗೆ ಆರಾಮದಾಯಕ ಅನುಭವ ನೀಡಿ, ಅಪಾರ ಆನಂದ ನೀಡುತ್ತದೆ ಎನ್ನುವ ಕಾರಣದಿಂದ ನೀವು ಏನನ್ನಾದರೂ ಮಾಡಲು ಇಷ್ಟಪಡಬಹುದು. ಆದರೆ. ನಿಮಗೆ ಅದರಲ್ಲಿ ಪರಿಣತಿ ಇಲ್ಲದಿರಬಹುದು. ತುಲನಾತ್ಮಕವಾಗಿ ನೋಡಿದರೆ, ನಿಮಗೆ ಇಷ್ಟವಾದದ್ದನ್ನು ಕಂಡುಕೊಳ್ಳುವುದು, ಅದರಲ್ಲಿ ಪರಿಣತಿ ಸಾಧಿಸುವುದಕ್ಕೆ ಹೋಲಿಸಿದರೆ, ಹೆಚ್ಚು ಸುಲಭ.

ಪ್ರತಿಯೊಬ್ಬರೂ ಯಾವುದಾದರೊಂದು ಸಂಗತಿಯಲ್ಲಿ ನಿಪುಣರಾಗಿರುತ್ತಾರೆ ಎನ್ನುವುದು ಒಳ್ಳೆಯ ಸಮಾಚಾರವಾದರೂ, ಜ್ಯೋತಿಷ್ಯಮಠದ ಮಾಂತ್ರಿಕ ಹೇಳಿದಂತೆ, ಅದನ್ನು ಹುಡುಕುವುದು ಪ್ರತಿಯೊಬ್ಬರ ವೈಯಕ್ತಿಕ ಜವಾಬ್ದಾರಿಯಾಗಿದೆ. ಇತರರ ಪ್ರತಿಕ್ರಿಯೆ ಉಪಯುಕ್ತವಾಗಬಹುದು, ಆದರೆ ಅಂತಿಮವಾಗಿ, ನಿಮ್ಮನ್ನು ನೀವು ಕಂಡುಕೊಳ್ಳಲು ನಿಮ್ಮ ಮುಖವನ್ನು ನೀವೇ ಕನ್ನಡಿಯಲ್ಲಿ ನೋಡಿಕೊಳ್ಳಬೇಕು.

ನೀವು ವೃತ್ತಿಪರ ಬಾಸ್ಕೆಟ್‌ಬಾಲ್ ಆಟಗಾರನಾಗಲು ಶಾರೀರಿಕ ಲಕ್ಷಣಗಳನ್ನು ಹೊಂದಿಲ್ಲದಿರಬಹುದು, ಆದರೆ ಈ ಕ್ರೀಡೆಯನ್ನು ನೀವು ತುಂಬಾ ಪ್ರೀತಿಸುತ್ತೀರಿ ಹಾಗೂ ಪಂದ್ಯಗಳನ್ನು ಆಳವಾಗಿ ವಿಶ್ಲೇಷಿಸುವ ಸಾಮರ್ಥ್ಯ ಹೊಂದಿದ್ದೀರಿ, ಹಾಗಾಗಿ, ನೀವು ಒಬ್ಬ ಉತ್ಕೃಷ್ಟ ತರಬೇತುದಾರರಾಗುವ ಸಾಧ್ಯತೆಯಿದೆ.

ನಿಮ್ಮ ಬಳಿ ಇರುವ ಎರಡು ಪದಕಗಳು ಒಟ್ಟಾಗಿ ಸೇರಿದಾಗ ನಿಮ್ಮ ಅದೃಷ್ಟಕ್ಕೆ, ನೀವು ಪ್ರೀತಿಸುವುದು ಮತ್ತು ನೀವು ಉತ್ತಮವಾಗಿ ಮಾಡಬಹುದಾದುದು ಒಂದೇ ಆದರೆ, ಅದು ಕೇವಲ ಹವ್ಯಾಸವಾಗಿ ಉಳಿಯುವುದಿಲ್ಲ ಬದಲಾಗಿ ಉತ್ಸಾಹ, ಆಸಕ್ತಿ (ಪ್ಯಾಷನ್) ಆಗುತ್ತದೆ. ನಮ್ಮ ಕೈಯಲ್ಲಿರುವುದು ಕಚ್ಚಾ ವಜ್ರದ ತುಣುಕು ಎಂಬುದು ನಮಗೆ ತಿಳಿದಿದೆ, ಅದಕ್ಕೆ ಸರಿಯಾದ ಹೊಳಪು ಕೊಟ್ಟರೆ ಅದು ಕಣ್ಣು ಕೋರೈಸುತ್ತದೆ.

ನಿಮ್ಮನ್ನು ನೀವು ತಿಳಿದುಕೊಳ್ಳುವುದು ಎಲ್ಲದಕ್ಕೂ ಕೀಲಿಕೈ. ನಿಮ್ಮನ್ನು ನೀವು ಎಷ್ಟು ಹೆಚ್ಚು ಅರಿತುಕೊಳ್ಳುತ್ತೀರೋ ಅಷ್ಟು ಉತ್ತಮವಾಗಿ ಈ ಜಗತ್ತಿಗೆ, ನಿಮ್ಮ ವೃತ್ತಿಗೆ ಮತ್ತು ನಿಮ್ಮ ಜೀವನಕ್ಕೆ ಕೊಡುಗೆ ನೀಡಬಲ್ಲಿರಿ.

ಆದರೆ ಅವಸರ ಪಡಬೇಡಿ. ನಿಮ್ಮನ್ನು ನೀವು ಅರಿಯುವ ಸಾಹಸವನ್ನು ಆನಂದಿಸಿ ಮತ್ತು ನೇಮಕ್ ನಿವಾಸಿಗಳಿಗೆ ಹೋಲಿಸಿದರೆ ನೀವು ಎಷ್ಟು ಅದೃಷ್ಟಶಾಲಿಯಾಗಿದ್ದೀರಿ ಎಂಬುದನ್ನು ಯೋಚಿಸಿ.

೩.

ನೀವು ಯಾವ ಕೆಲಸದಿಂದ ಹಣ ಗಳಿಸಬಹುದು?

"ಅನೇಕ ಜನರು ತಮ್ಮ ಹಣ ಮುಗಿದು ಹೋಗುವವರೆಗೂ ಅದರ ಬಗ್ಗೆ ಕಾಳಜಿ ವಹಿಸುವುದಿಲ್ಲ, ಇನ್ನೂ ಕೆಲವರು ತಮ್ಮ ಸಮಯದ ವಿಷಯದಲ್ಲಿ ಇದನ್ನೇ ಮಾಡುತ್ತಾರೆ."

– ಜೋಹಾನ್ ವೋಲ್ಫ್‌ಗ್ಯಾಂಗ್ ವಾನ್ ಗ್ಯೊಥೆ,
ಜರ್ಮನ್ ಬರಹಗಾರ ಮತ್ತು ರಾಜಕಾರಣಿ

ಜ್ಯೋತಿಷ್ಯಮಠದ ಭೇಟಿ ಮುಗಿದ ಬಳಿಕ, ನೀವು ಕಣಿವೆಗಳು ಮತ್ತು ಹುಲ್ಲುಗಾವಲುಗಳ ಮಧ್ಯೆ ಪೆಡಲ್ ಮಾಡುತ್ತಾ, ಕಾಡುಗಳ ಮಧ್ಯೆ ರಹಸ್ಯಮಯ ಪಕ್ಷಿಗಳ ಧ್ವನಿಗಳನ್ನು ಆಲಿಸುತ್ತಾ ಸೈಕಲ್ ಸವಾರಿಯನ್ನು ಮುಂದುವರೆಸುತ್ತೀರಿ.

ನೀವು ಎಲ್ಲಿಯೂ ಯಾರನ್ನೂ ನೋಡುವುದಿಲ್ಲ. ಮೋಡಗಳು, ಬಂಡೆಗಳು ಹಾಗೂ ಏಕಾಂಗಿ ಮರಗಳು ಮಾತ್ರ ಇರುವ ಅಜ್ಞಾತ ದೇಶವೊಂದರೊಳಗೆ ಪ್ರವೇಶಿಸಿದ ಅನುಭವವಾಗುತ್ತದೆ. ನೀವು ಹಾದುಹೋಗುತ್ತಿರುವಂತೆ, ಆ ಪ್ರದೇಶದಲ್ಲಿ ಇರುವ ಇವೆಲ್ಲಾ ನಿಮ್ಮನ್ನೇ ಗಮನಿಸುತ್ತಿರುವಂತೆ ತೋರುತ್ತದೆ.

ಹಸಿರು ಹುಲ್ಲಿನಿಂದ ಆವೃತವಾದ ವಿಶಾಲವಾದ ಸಮತಟ್ಟಾದ ಪ್ರದೇಶವನ್ನು ದಾಟಿದ ಬಳಿಕ ನೀವು ಒಂದು ವಾಸಸ್ಥಳವನ್ನು ನೋಡುತ್ತೀರಿ.

ಕಿತ್ತಳೆ ಬಣ್ಣದ ಛಾವಣಿ ಹೊಂದಿದ ಮನೆಗಳು ಸುಂದರವಾದ ಪರಿಸರದಲ್ಲಿ ವಿಶಿಷ್ಟವಾಗಿ ಹರಡಿಕೊಂಡಿವೆ. ಪ್ರತ್ಯೇಕವಾದ ಒಂದು ದೊಡ್ಡ ಬಂಗಲೆಯನ್ನು ಹೊರತುಪಡಿಸಿ ಅವುಗಳೆಲ್ಲಾ ಚಿಕ್ಕವು ಮತ್ತು ಅಷ್ಟೇನೂ ವಿಶೇಷವಾಗಿಲ್ಲದವು. ಮಧ್ಯದಲ್ಲಿರುವ ಗೋಪುರದಿಂದ ಆ ಬಂಗಲೆ ಕೋಟೆಯ ರೂಪವನ್ನು ಪಡೆದುಕೊಂಡಂತಿದೆ.

ಅದು ಎತ್ತರದ ಗೋಡೆಯಿಂದ ರಕ್ಷಿಸಲ್ಪಟ್ಟ ತೋಟದಿಂದ ಸುತ್ತುವರೆದಿದೆ ಎಂದು ನೀವು ಗಮನಿಸುತ್ತೀರಿ.

ಅಲ್ಲಿ ಯಾರಿದ್ದಾರೆಂದು ತಿಳಿಯಲು ನೀವು ಉತ್ಸುಕರಾಗಿದ್ದೀರಿ. ಪ್ರಯಾಸಕರ ಪ್ರಯಾಣದ ನಂತರ, ನೀವು ವಿಶ್ರಾಂತಿ ಪಡೆಯಲು ಇಚ್ಛಿಸುತ್ತೀರಿ, ಆದ್ದರಿಂದ ಅಲ್ಲಿ ಯಾರಾದರೂ ಇದ್ದಾರೆಯೇ ಎಂದು ಮೊದಲು ನೋಡಲು ನಿರ್ಧರಿಸುತ್ತೀರಿ. ಬಂಗಲೆ ದೊಡ್ಡದಾಗಿದೆ; ನೀವು ರಾತ್ರಿ ಕಳೆಯಲು ಒಂದು ಹೆಚ್ಚುವರಿ ಕೋಣೆ ಇರಬಹುದು ಎಂದು ಯೋಚಿಸುತ್ತೀರಿ.

ನೀವು ಕರೆಗಂಟೆ ಒತ್ತಿದ ಮರುಕ್ಷಣವೇ ತೋಟದ ಬಾಗಿಲು ಸ್ವಯಂಚಾಲಿತವಾಗಿ ತೆರೆಯುತ್ತದೆ. ಇದನ್ನು ನೀವು ಒಳ್ಳೆಯ ಶಕುನ ಎಂದು ಪರಿಗಣಿಸುತ್ತೀರಿ.

ನೀವು ತೋಟವನ್ನು ದಾಟಿ ಬಂಗಾರದ ಕಂಬಿಗಳಿಂದ ಮಾಡಲ್ಪಟ್ಟ ಗೇಟ್‌ನ ಹಿಂದಿರುವ ದೊಡ್ಡದಾದ ಮನೆಯ ಪ್ರವೇಶ ದ್ವಾರದ ಬಳಿಗೆ ಬರುತ್ತೀರಿ. ಬಾಗಿಲ ಬಳಿಯೇ ಹಲವಾರು ಐಷಾರಾಮಿ ವಾಹನಗಳು ಮಧ್ಯಾಹ್ನದ ಬಿಸಿಲಿಗೆ ಹೊಳೆಯುತ್ತಿವೆ.

ಕಪ್ಪು ಬಿಳಿಯ ಸೂಟ್ ಧರಿಸಿದ ವ್ಯಕ್ತಿ ಮುಖದ ತುಂಬಾ ನಗು ತುಂಬಿಕೊಂಡು ನಿಮ್ಮನ್ನು ಭೇಟಿಯಾಗಲು ಹೊರಬರುತ್ತಾನೆ,

"ಪ್ರೀತಿಯ ಯಾತ್ರಿಕನೇ, ನನ್ನ ಮಹಲಿಗೆ ಸ್ವಾಗತ, ನೀನು ಒಳಗೆ ಬರಲು ಇಚ್ಛಿಸುತ್ತೀಯಾ?"

ಅವನು ನಿಮ್ಮನ್ನು ದೊಡ್ಡ ಲಿವಿಂಗ್ ರೂಮಿನೊಳಗೆ ಕರೆದೊಯ್ಯುತ್ತಾನೆ, ಅಲ್ಲಿ ನಿಮ್ಮ ಹೆಜ್ಜೆಗಳ ಧ್ವನಿ ಅಮೃತಶಿಲೆಯ ಗೋಡೆಯಿಂದ ಪ್ರತಿಧ್ವನಿಸುತ್ತಿರುತ್ತದೆ. ಮನೆಯ ಕೈತೋಟದ ನೋಟ ಕಾಣುವಂತೆ ಕಿಟಕಿಯ ಬಳಿ ಹಾಕಿರುವ ಸೋಫಾದ ಮೇಲೆ ಕುಳಿತುಕೊಳ್ಳಲು ಮಾಲೀಕನು ನಿಮ್ಮನ್ನು ಆಹ್ವಾನಿಸುತ್ತಾನೆ. ನಿಮಗೆ ಐಸ್ ಟೀ ನೀಡಿದ ನಂತರ, "ಈ ಪ್ರದೇಶಕ್ಕೆ ನಿನ್ನನ್ನು ಕರೆದುತಂದಿರುವುದು ಯಾವುದು?", ಎಂದು ಅವನು ನಿಮ್ಮನ್ನು ಕೇಳುತ್ತಾನೆ.

"ನಾನು ನನ್ನ ಜೀವನದ ಗುರಿಯನ್ನು ಹುಡುಕುತ್ತಿದ್ದೇನೆ" ಎಂದು ನೀವು ಉತ್ತರಿಸುತ್ತೀರಿ.

"ಓಹ್, ಸರಿ. ಆದರೆ ಅದನ್ನು ನೀನು ಇಲ್ಲಿ ಕಂಡುಕೊಳ್ಳಲಾರೆ" ಎಂದು ಅವನು ಹೇಳುತ್ತಾನೆ, ಒಂದು ಶುಷ್ಕ ನಗೆ ಅವನ ಮುಖದಲ್ಲಿರುವ ಸುಕ್ಕುಗಳನ್ನು ಅಥವಾ ಅವನ ಅನುಭವದ ರೇಖೆಗಳನ್ನು ಆಳವಾಗಿಸುತ್ತದೆ.

"ನೀನು ನಿನ್ನ ಗುರಿಯನ್ನು ಹುಡುಕುವುದರ ಬದಲು ಅದನ್ನು ಸೃಷ್ಟಿಸಲು ಪ್ರಯತ್ನಿಸಬೇಕು."

"ಸೃಷ್ಟಿಸುವುದು... ಹೇಗೆ?" ನೀವು ತಿರುಗಿ ಕೇಳುತ್ತೀರಿ.

ಅವನು ಯಾವುದೋ ಅಹಿತಕರವಾದುದನ್ನು ನೆನಪು ಮಾಡಿಕೊಳ್ಳುವಂತೆ ಮುಖ ಸಣ್ಣಗೆ ಮಾಡಿ ನಿಮ್ಮನ್ನು ನೋಡುತ್ತಾನೆ.

"ನಿನ್ನ ಜೀವನದ ಗುರಿಯನ್ನು ಕಂಡುಕೊಳ್ಳುವುದು ಸುಲಭವಲ್ಲ. ನಾನು ಸಹ

ಪ್ರಯತ್ನಿಸಿದ್ದೆ, ಆದರೆ ವಿಫಲನಾದೆ. ನಾನು ಕೇವಲ ಒಂದೇ ಒಂದು ಪದಕವನ್ನು ಗಳಿಸಿದ್ದೆನು."

"ಆ ಪದಕ ಯಾವುದು?"

ತನ್ನ ವಿವರಣೆಗೆ ವಿರಾಮವಿಟ್ಟು ಏಳುವುದಕ್ಕೆ ಮುನ್ನ ನಿಮಗೆ ಇನ್ನಷ್ಟು ಚಹಾ ನೀಡಿ, ಎದ್ದು ಹೋಗಿ ಒಂದು ಬಾಕ್ಸ್ ಹಿಡಿದು ಹಿಂತಿರುಗಿ ಬರುತ್ತಾನೆ. ನಿಮಗೆ ಕಾಣಿಸುವ ರೀತಿ ಅವನು ಅದನ್ನು ಕಾಫಿ ಟೇಬಲ್ ಮೇಲೆ ತೆರೆದಿಡುತ್ತಾನೆ. ಅದರಲ್ಲಿ, ನಿಮ್ಮ ಬಳಿಯಲ್ಲಿ ಇರುವ ಪದಕದಂತೆಯೇ ಇರುವ, "ನೀವು ಯಾವ ಕೆಲಸಕ್ಕೆ ಹಣವನ್ನು ಪಡೆಯಬಹುದು" ಎಂಬ ಕೆತ್ತನೆಯಿರುವ ಬಂಗಾರದ ಪದಕವೊಂದು ಕಾಣಿಸುತ್ತದೆ.

"ನಾನು ಇದನ್ನು ಹೇಗೆ ಪಡೆದೆ ಎಂಬುದನ್ನು ಹೇಳುತ್ತೇನೆ" ಎನ್ನುತ್ತಾ ಅವನು ತನ್ನ ಕಂದು ಬಣ್ಣದ ಗಡ್ಡವನ್ನು ನೀವಿಕೊಳ್ಳುತ್ತಾ, "ನಾನು ಹದಿನಾಲ್ಕು ವರ್ಷದವನಾದಾಗ, ಷೇರು ಮಾರುಕಟ್ಟೆಯಲ್ಲಿ ಹೂಡಿಕೆಗೆ ಸಂಬಂಧಿಸಿದ ಪುಸ್ತಕಗಳನ್ನು ಓದುತ್ತಿದ್ದೆ. ನನ್ನ ತಂದೆ-ತಾಯಿಯಿಂದ ಸಾಲ ತೆಗೆದುಕೊಂಡು, ಷೇರುಗಳ ಖರೀದಿ ಮತ್ತು ಮಾರಾಟ ಆರಂಭಿಸಿದೆ. ಹತ್ತು ವರ್ಷಗಳ ನಂತರ, ಸಾಕಷ್ಟು ಹಣವನ್ನು ಗಳಿಸಿದ್ದೆ. ಹಾಗಾಗಿ, ಕೆಲಸ ಹುಡುಕುವ ಬಗ್ಗೆ ತಲೆ ಕೆಡಿಸಿಕೊಳ್ಳಲಿಲ್ಲ. ನಾನು ಕಂಪ್ಯೂಟರ್ ಮೂಲಕ ಷೇರುಗಳನ್ನು ಖರೀದಿಸಿ ಮಾರಾಟ ಮಾಡುತ್ತಾ ಮನೆಯಿಂದಲೇ ಕೆಲಸ ಮಾಡಬಹುದಾಗಿತ್ತು. ನನಗೆ ಹೊರಗೆ ಹೋಗುವ ಅಗತ್ಯವಿರಲಿಲ್ಲ. ಅಪಾರ ಹಣ ನನ್ನ ಬ್ಯಾಂಕ್ ಖಾತೆಗೆ ಜಮೆಯಾಗುತ್ತಿತ್ತು. ನಾನು ಹಲವು ಮನೆಗಳನ್ನು ಖರೀದಿಸಿದೆ, ಪ್ರತಿಯೊಂದೂ ಹಿಂದಿನದಕ್ಕಿಂತ ದೊಡ್ಡದಾಗಿತ್ತು, ಅನೇಕ ವಾಹನಗಳನ್ನು ಖರೀದಿಸಿದೆ. ನಾನು ಕನಸು ಕಂಡಷ್ಟು ಅಥವಾ ಅದಕ್ಕೂ ಹೆಚ್ಚು ಹಣವನ್ನು ಸಂಪಾದಿಸುತ್ತಿದ್ದೆ..." ಎಂದು ಹೇಳುತ್ತಾನೆ.

"ಹಾಗಾದರೆ ನೀವು ದುಃಖಿತರಾಗಿರುವುದು ಏತಕ್ಕೆ? ನೀವು ಸಂತೋಷವಾಗಿರಬೇಕು" ಎಂದು ನೀವು ಅವನಿಗೆ ಹೇಳುತ್ತೀರಿ.

"ನಾನು ಹಲವಾರು ಬಾರಿ ಮದುವೆಯಾಗಿ, ನಿಜವಾದ ಪ್ರೀತಿಯನ್ನು ಕಂಡುಕೊಳ್ಳಲಾಗದೇ ವಿಚ್ಛೇದನ ತೆಗೆದುಕೊಂಡಿದ್ದೇನೆ. ನಾನು ಇನ್ನಷ್ಟು ಹಣ ಗಳಿಸುತ್ತಲೇ ಹೋದೆ. ಆದರೆ ಕಾಲ ಕಳೆದಂತೆ ನಾನು ನನ್ನ ಜೀವನವನ್ನು ಅನುಭವಿಸಿಯೇ ಇಲ್ಲ ಎಂದು ಕಂಡುಕೊಂಡೆ. ಈಗ ನಾನು ಈ ಬಂಗಲೆಯಲ್ಲಿ ಒಬ್ಬಂಟಿಯಾಗಿ ಬದುಕುತ್ತಿದ್ದೇನೆ. ನನ್ನ ಹತ್ತಿರ ಬ್ಯಾಂಕ್ ಖಾತೆಯಲ್ಲಿ ಬಹಳ ಹಣವಿದೆ. ಆದರೆ ಅದನ್ನು ಹಂಚಿಕೊಳ್ಳಲು ಯಾರೂ ಇಲ್ಲ", ಎಂದು ಒಂದು ದೀರ್ಘ ನಿಟ್ಟುಸಿರು ಬಿಟ್ಟು, "ನಾನು ಮಾಡಿದ ತಪ್ಪನ್ನು ನೀನು ಮಾಡಬೇಡ. ನೀನು ಉಳಿದ ಮೂರು ಪದಕಗಳನ್ನು ಪಡೆಯುವಲ್ಲಿ ಯಶಸ್ವಿಯಾದರೆ ಮಾತ್ರ ಈ ಹಣದ ಪದಕ ಪ್ರಮುಖವಾದುದಾಗುತ್ತದೆ..." ಎಂದು ಹೇಳುತ್ತಾನೆ.

ಅವನ ಸೇವಕರು ನಿಮಗೆ ರುಚಿಕರವಾದ ಭೋಜನವನ್ನು ಬಡಿಸುತ್ತಾರೆ,

ಇದೇ ಸಮಯದಲ್ಲಿ ಆ ಕೋಟ್ಯಾಧಿಪತಿ ವಿಷಾದ ಮತ್ತು ಕಹಿಯಿಂದ ತುಂಬಿದ ತನ್ನ ಜೀವನದ ಕಥೆಗಳನ್ನೂ ನಿಮ್ಮೊಂದಿಗೆ ಹಂಚಿಕೊಳ್ಳುತ್ತಾನೆ. ತನ್ನ ತಪ್ಪುಗಳನ್ನು ನಿಮಗೆ ಹೇಳಿ, ಕಾಲದೊಂದಿಗೆ ಹಿಂದಕ್ಕೆ ಹೋಗಲು ಸಾಧ್ಯವಿದ್ದರೆ ಅವುಗಳನ್ನು ಬಹುಶಃ ಸರಿಪಡಿಸುತ್ತಿದ್ದೆ ಎಂದು ಕೂಡ ಹೇಳುತ್ತಾನೆ.

ಸ್ನಾನ ಮುಗಿಸಿದ ನಂತರ ನೀವು ಬಂಗಲೆಯ ಒಂದು ಕೋಣೆಯಲ್ಲಿ ರಾತ್ರಿ ಕಳೆಯುತ್ತೀರಿ. ಮರುದಿನ ನಿಮ್ಮ ಪ್ರಯಾಣವನ್ನು ಮುಂದುವರೆಸಲು ತಯಾರಾಗುತ್ತೀರಿ.

ದುಃಖಿತನಾದ ಕೋಟ್ಯಾಧಿಪತಿಯು ತೆರೆದ ಬಾಕ್ಸ್‌ನೊಂದಿಗೆ ನಿಮ್ಮನ್ನು ಭೇಟಿಯಾಗಲು ಬರುತ್ತಾನೆ.

ಬೆಳಗಿನ ಬೆಳಕಿನಲ್ಲಿ ಹೊಳೆಯುತ್ತಿರುವ ದೊಡ್ಡ ಬಂಗಾರದ ಪದಕವನ್ನು ನಿಮಗೆ ತೋರಿಸುತ್ತಾ. "ಇಗೋ, ನಾನು ನನ್ನ ಹಣದ ಪದಕವನ್ನು ನಿನಗೆ ಕೊಡುತ್ತಿದ್ದೇನೆ, ಇದು ನಿನ್ನ ಉದ್ಯೋಗದಿಂದ ಹಣ ಗಳಿಸಿ ಬದುಕು ಸಾಗಿಸಲು ಸಹಾಯ ಮಾಡುತ್ತದೆ, ಆದರೆ ಉಳಿದ ಪದಕಗಳನ್ನು ಹುಡುಕಿಕೊಳ್ಳದೆ ಇದು ನಿನಗೆ ಸಂತೋಷವನ್ನು ಕೊಡುವುದಿಲ್ಲ" ಎಂದು ಹೇಳುತ್ತಾನೆ.

ಆತನಿಗೆ ಹೃತ್ಪೂರ್ವಕವಾಗಿ ಕೃತಜ್ಞತೆ ಸಲ್ಲಿಸಿದ ನಂತರ, ಸೈಕಲ್ ಏರಿ ಮುಂದುವರಿಯುವ ಮೊದಲು, ನೀವು ಮೂರನೇ ಪದಕವನ್ನು ಉಳಿದ ಎರಡು ಪದಕಗಳೊಂದಿಗೆ ಒಟ್ಟಿಗೆ ಜೋಡಿಸುತ್ತೀರಿ. ಆಗ ಏನೋ ವಿಶೇಷವಾದದ್ದು ಆಗುತ್ತಿದೆ ಎಂಬುದು ನಿಮ್ಮ ಗಮನಕ್ಕೆ ಬರುತ್ತದೆ. "ನೀವು ಯಾವುದರಲ್ಲಿ ನಿಪುಣರಿದ್ದೀರಿ" ಎನ್ನುವುದು "ನೀವು ಯಾವುದರಿಂದ ಹಣ ಗಳಿಸಬಹುದು?" ಎನ್ನುವ ಪದಕದ ಜೊತೆ ಸೇರಿದಾಗ, ಅವೆರಡೂ ಸಂಧಿಸುವ ಜಾಗದಲ್ಲಿ ಒಂದು ಹೊಸ ಪದ ಮೂಡುತ್ತದೆ.

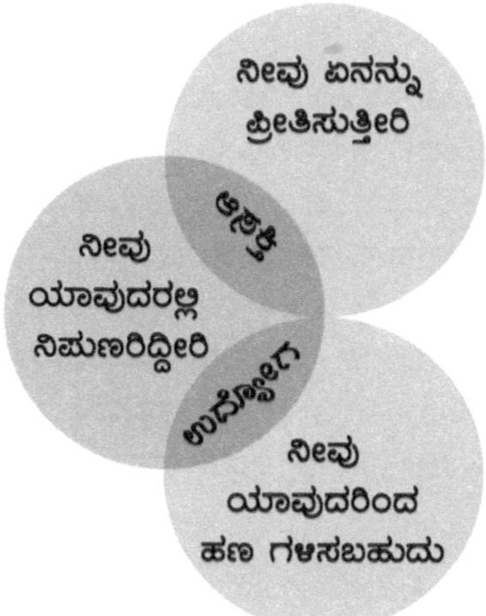

ನಿಮ್ಮ ಆಸಕ್ತಿಯಿಂದ ಜೀವನೋಪಾಯ ಕಂಡುಕೊಳ್ಳುವುದು

ಒಂದುವೇಳೆ ನೀವು ಸ್ಕೇಟ್‌ಬೋರ್ಡಿಂಗ್ ಅನುಸರಿಸುವವರಾದರೆ, ಟೋನಿ ಹಾಕ್ ಬಗ್ಗೆ ಕೇಳಿರಬಹುದು. ನೀವು ಅವನ ಬಗ್ಗೆ ಕೇಳಿಲ್ಲವಾದರೆ, ಅವನ ಕಥೆ ಆಕರ್ಷಕವಾಗಿದೆ.

ಬಾಲ್ಯದಲ್ಲಿ ಟೋನಿ ಅಪಾರ ಸಾಮರ್ಥ್ಯದಿಂದ ತುಂಬಿ ತುಳುಕುತ್ತಿದ್ದನು, ಇದರಿಂದಾಗಿ ಅವನು ಯಾವಾಗಲೂ ಶಾಲೆಯಲ್ಲಿ ತೊಂದರೆಗೆ ಒಳಗಾಗುತ್ತಿದ್ದನು. ಅವನ ಶಿಕ್ಷಕರು ಇದನ್ನು ಅವನ ಪಾಲಕರ ಗಮನಕ್ಕೆ ತಂದರು, ಮತ್ತು ಮನೋವೈದ್ಯಕೀಯ ಪರೀಕ್ಷೆಯ ನಂತರ, ಅವನು 'ಅತೀ ಚೂಟಿ' ಎಂದು ನಿರ್ಧರಿಸಲಾಯಿತು.

ಟೋನಿಯನ್ನು ಶಾಂತಗೊಳಿಸಲು ಹಲವಾರು ಚಿಕಿತ್ಸೆಗಳನ್ನು ನೀಡಲಾಯಿತಾದರೂ, ಯಾವುದೂ ಫಲ ನೀಡಲಿಲ್ಲ. ಒಂದು ದಿನ, ಅವನ ಅಣ್ಣ ಅವನಿಗೆ ಸ್ಕೇಟ್ ಬೋರ್ಡ್ ನೀಡಿದನು, ಇದರಿಂದ ನಂತರ ಅವನ ಪರಿಸ್ಥಿತಿ ಬದಲಾಯಿತು.

ಕೇವಲ ಎಂಟು ವರ್ಷದವನಾಗಿದ್ದಾಗಲೇ ಟೋನಿ ಪ್ರತಿದಿನ ಹಲವು ಗಂಟೆಗಳ ಕಾಲ ಸ್ಕೇಟ್‌ಬೋರ್ಡ್ ಅಭ್ಯಾಸ ಮಾಡಲಾರಂಭಿಸಿದನು, ಇದು ಅವನ ಅತಿಚೂಟಿತನದ ಸಮಸ್ಯೆಗೆ ಪರಿಹಾರವಾಗಿ ತೋರುತ್ತಿತ್ತು.

ಹನ್ನೆರಡು ವರ್ಷ ವಯಸ್ಸಿನಲ್ಲಿ, ಅವನು ಸ್ಕೇಟ್‌ಬೋರ್ಡ್ ಸ್ಪರ್ಧೆಗಳಲ್ಲಿ ಭಾಗವಹಿಸಲು ಪ್ರಾರಂಭಿಸಿದನು. ಹದಿನಾಲ್ಕನೇ ವರ್ಷಕ್ಕೆ, ಅವನು ವೃತ್ತಿಪರನಾಗಿ ಸ್ಪರ್ಧೆಗಳನ್ನು ಗೆಲ್ಲುವ ಮೂಲಕ ಬಹುಮಾನದ ಹಣವನ್ನು ಸಂಪಾದಿಸುತ್ತಾ, ಪ್ರಾಯೋಜಕತ್ವದ ಒಪ್ಪಂದಗಳಿಂದ ಕೂಡಾ ಆದಾಯ ಗಳಿಸುತ್ತಾ ಹೋದನು. ಹದಿನೈದನೇ ವರ್ಷಕ್ಕೆ, ಅವನು ತನ್ನ ತಂದೆ-ತಾಯಿ ಹಾಗೂ ಶಿಕ್ಷಕರಿಗಿಂತಲೂ ಹೆಚ್ಚು ಹಣ ಸಂಪಾದಿಸುತ್ತಿದ್ದನು.

ಹದಿನೇಳನೇ ವರ್ಷಕ್ಕೆ, ಟೋನಿ ಸಂಪೂರ್ಣವಾಗಿ ತನ್ನ ಸ್ಕೇಟ್‌ಬೋರ್ಡ್ ಬಳಸಿ ಗಳಿಸಿದ ಹಣದಿಂದಲೇ ತನ್ನ ಮೊದಲ ಮನೆಯನ್ನು ಖರೀದಿಸಿದ್ದನು.

1999 ರಲ್ಲಿ, ಅವನು ಸ್ಕೇಟ್‌ಬೋರ್ಡ್‌ನಲ್ಲಿ ತುಂಬಾ ಹೆಸರುವಾಸಿಯಾದ, ಗಾಳಿಯಲ್ಲಿ ಎರಡೂವರೆ ಸುತ್ತು ಹಾಕಿ ಕೆಳಗೆ ಬರುವ 900 ಡಿಗ್ರಿ ಸ್ಪಿನ್ ಪೂರ್ಣಗೊಳಿಸಿದನು. ಸ್ಕೇಟ್‌ಬೋರ್ಡ್ ಇತಿಹಾಸದಲ್ಲೇ ಇದನ್ನು ಮಾಡಿದ ಮೊದಲ ವ್ಯಕ್ತಿಯಾದನು. ಅದೇ ವರ್ಷದಲ್ಲಿ, ಅವನ ಹೆಸರಿನ ಮೊದಲ ವೀಡಿಯೋ ಆಟ 'ಟೋನಿ ಹಾಕ್'ಸ್ ಪ್ರೋ ಸ್ಕೇಟರ್' ಮಾರುಕಟ್ಟೆಗೆ ಬಂದಿತು.

ಟೋನಿಗೆ ಈಗ ಐವತ್ತು ವರ್ಷಗಳಿಗೂ ಮೀರಿದ ಪ್ರಾಯ, ಅವನು ತನ್ನ ಆಸಕ್ತಿಯಿಂದ(ಪ್ಯಾಶನ್‌ನಿಂದ) ಜೀವನೋಪಾಯ ಕಂಡುಕೊಂಡಿದ್ದಾನೆ. ಅವನು ಅದನ್ನು ತನ್ನ ವೃತ್ತಿಯನ್ನಾಗಿ(ಉದ್ಯೋಗ) ಮಾಡಿಕೊಂಡಿದ್ದಾನೆ. ಆದರೆ ಟೋನಿ, ಅವನು ಸ್ಕೇಟ್‌ಬೋರ್ಡ್‌ನಲ್ಲಿ ವಿಶ್ವದಲ್ಲೇ ಅತ್ಯುತ್ತಮ ಎನಿಸಿಕೊಂಡಿದ್ದು ಮಾತ್ರವಲ್ಲದೇ,

ವೀಡಿಯೋ ಆಟಗಳು, ಡಾಕ್ಯುಮೆಂಟರಿಗಳು, ಸ್ಕೇಟ್‌ಬೋರ್ಡ್ ಬ್ರ್ಯಾಂಡ್, ಕ್ರೀಡಾ ಉಡುಪುಗಳು ಇತ್ಯಾದಿಗಳನ್ನು ಹುಟ್ಟುಹಾಕುವುದರಲ್ಲಿ ಸಹ ಚತುರನಾಗಿದ್ದನು.

ಈಗ ಅವನು ಅರ್ಧ ನಿವೃತ್ತಿಯಾಗಿದ್ದಾನೆ, ಕೇವಲ ಆನಂದಕ್ಕಾಗಿ ಮಾತ್ರ ಸ್ಕೇಟ್‌ಬೋರ್ಡ್ ಆಡುತ್ತಾನೆ, ಉಳಿದಂತೆ ಅವನ ವ್ಯವಹಾರಗಳು ಗಳಿಸುವ ಹಣದಿಂದ ಸಂತೃಪ್ತ ಜೀವನ ನಡೆಸುತ್ತಿದ್ದಾನೆ. ಅವನು ತನ್ನ ಹಣವನ್ನು ಕಾಪಾಡಿಕೊಳ್ಳುತ್ತಾನೆ ಮತ್ತು ಸ್ವತಂತ್ರ ಜೀವನ ನಡೆಸಲು ಅದು ಎಷ್ಟು ಮುಖ್ಯವಾಗಿದೆ ಎಂದು ಚೆನ್ನಾಗಿ ತಿಳಿದಿದ್ದಾನೆ.

ತಾವು ಏನು ಇಷ್ಟಪಡುತ್ತೇವೆ ಎಂದು ತಿಳಿದುಕೊಂಡು, ಅದರಲ್ಲಿ ನಿಪುಣರಾಗಿದ್ದು, ಅದರಿಂದ ಹಣವನ್ನು ಗಳಿಸುವ ಸಾಧ್ಯತೆಯನ್ನು ಕಂಡುಕೊಳ್ಳುವ ಜನರಿಗೆ ಈ ಸ್ಕೇಟ್‌ಬೋರ್ಡಿಂಗ್ ನಿಪುಣ ಈ ಕೆಳಗಿನ ಸಲಹೆಗಳನ್ನು ನೀಡುತ್ತಾನೆ:

- **ಪಾಠ 1.** ಚಿಕ್ಕ ವಯಸ್ಸಿನಿಂದ ಮಾಡುವ ಹೂಡಿಕೆ ಮತ್ತು ಉಳಿತಾಯ ನಂತರ ಗಳಿಕೆ ಕೊಡುತ್ತದೆ.
- **ಪಾಠ 2.** ನೀವು ಸಾಕಷ್ಟು ಹಣ ಗಳಿಸಿದರೂ ಕೂಡ, ಅತಿಯಾದ ಆತ್ಮವಿಶ್ವಾಸಿಗಳಾಗಬೇಡಿ. ಹಣ ಗಳಿಸುವ ವಿವಿಧ ಮಾರ್ಗಗಳ ಬಗ್ಗೆ ಯೋಚಿಸಿ.
- **ಪಾಠ 3.** ಹಣವು ಇತರರಿಗೆ ಸಹಾಯ ಮಾಡುವುದಕ್ಕೆ ಕೂಡ ಇದೆ ಎಂದು ನೆನಪಿಟ್ಟುಕೊಳ್ಳಿ (ಇದನ್ನು ಮುಂದಿನ ಅಧ್ಯಾಯದಲ್ಲಿ ವಿವರಿಸಲಾಗಿದೆ).

ಹಣವನ್ನು ಗಳಿಸುವ ಉಪಾಯಗಳು

ನೀವು ವಯಸ್ಸಿನಲ್ಲಿ ಚಿಕ್ಕವರಾದರೂ ಕೂಡ ಈಗಿನಿಂದಲೇ ಹಣದೊಂದಿಗಿನ ಸಂಬಂಧವು ನಿಮ್ಮ ಜೀವನದ ಮೇಲೆ ಪರಿಣಾಮ ಬೀರುತ್ತದೆ. ಟೋನಿ ಹಾಕ್ ನಂತಹ ಪ್ರತಿಭಾಶಾಲಿಗಳನ್ನು ಉದಾಹರಣೆಯಾಗಿ ತೆಗೆದುಕೊಂಡು, ನಿಮ್ಮ ಹಣವನ್ನು ಹೇಗೆ ನಿರ್ವಹಿಸಬೇಕು ಎನ್ನುವುದಕ್ಕೆ ಕೆಲವು ಸಲಹೆಗಳು ಇಲ್ಲಿವೆ:

- **ಚಿಕ್ಕ ವಯಸ್ಸಿನಿಂದಲೇ ಹಣ ಉಳಿಸಲು ಪ್ರಾರಂಭಿಸಿ.** ಟೋನಿ ಹಾಕ್ ಮಾಡಿದಂತೆ ನೀವು ಮನೆ ಖರೀದಿಸಲು ಸಾಧ್ಯವಾಗದಿದ್ದರೂ, ಪ್ರತೀವಾರವೂ ಸ್ವಲ್ಪ ಉಳಿತಾಯವನ್ನು ಮಾಡಲು ಪ್ರಾರಂಭಿಸಬಹುದು. ವರ್ಷದ ಕೊನೆಗೆ ನಿಮ್ಮ ಬ್ಯಾಂಕ್ ಖಾತೆಯಲ್ಲಿ ಉತ್ತಮ ಮೊತ್ತವು ಜಮೆಯಾಗಿರುತ್ತದೆ.
- **ಯೂಟ್ಯೂಬ್ ಚಾನಲ್, ಪಾಡ್‌ಕಾಸ್ಟ್ ಅಥವಾ ಬ್ಲಾಗ್ ಪ್ರಾರಂಭಿಸಿ.** ಜಾಹೀರಾತುಗಳನ್ನು ಸಕ್ರಿಯಗೊಳಿಸಲು ಸಹಾಯ ಮಾಡುವಂತೆ ನೀವು ದೊಡ್ಡವರನ್ನು ಕೇಳಿ. ಪ್ರಾರಂಭದಲ್ಲಿ ನಿಮಗೆ ಹೆಚ್ಚು ಬರುವುದಿಲ್ಲ, ಮಾಸಿಕ ಕೆಲವು ಡಾಲರ್‌ಗಳು ಸಿಗಬಹುದು, ಆದರೆ ನೀವು ಪ್ರೇಕ್ಷಕರನ್ನು ಗಳಿಸಿಕೊಳ್ಳಲು ಪ್ರಾರಂಭಿಸಿದರೆ, ಹೆಚ್ಚು ಗಳಿಸಬಹುದು. ನೀವು ಬೆಳೆದ ನಂತರ, ನಿಮ್ಮನ್ನು ಸ್ಪಾನ್ಸರ್

ಮಾಡಲು ಬ್ರಾಂಡ್‌ಗಳನ್ನು ಹುಡುಕಲು ಅಥವಾ ಇತರ ಚಾನಲ್‌ಗಳೊಂದಿಗೆ ಕೆಲಸ ಮಾಡಲು ಆಲೋಚಿಸಬಹುದು.

- **ನೀವು ಪ್ರಶಂಸಿಸುವ ವ್ಯಕ್ತಿಗಳಿಗಾಗಿ ಅಥವಾ ಕಂಪನಿಗಳಿಗಾಗಿ ಉಚಿತವಾಗಿ ಕೆಲಸ ಮಾಡುವ ಆಫರ್ ನೀಡಿ.** ನೀವು ಹಣ ಸಂಪಾದನೆ ಕುರಿತು ಮಾತನಾಡುತ್ತಿರುವಾಗ ಇದು ವಿರುದ್ಧವಾಗಿ ಕಂಡರೂ ಕೂಡ, ಅನೇಕ ಪ್ರಮುಖ ವೃತ್ತಿಪರರು ವೇತನರಹಿತ ವಿದ್ಯಾರ್ಥಿಗಳಾಗಿ ಅಥವಾ ಇಂಟರ್ನ್‌ಗಳಾಗಿ ತಮ್ಮ ವೃತ್ತಿಯನ್ನು ಪ್ರಾರಂಭಿಸಿದ್ದಾರೆ ಎನ್ನುವುದನ್ನು ನೆನಪಿಡಿ. ಇದು ಅವರಿಗೆ ಅನುಭವ ಗಳಿಸಿಕೊಳ್ಳಲು ಮತ್ತು ಅವರ ಆಸಕ್ತಿಯ ಉದ್ಯಮದೊಂದಿಗೆ ಸಂಪರ್ಕ ಇಟ್ಟುಕೊಳ್ಳಲು ಸಹಾಯ ಮಾಡುತ್ತದೆ. ನಿಮ್ಮ ಜ್ಞಾನ ಹೆಚ್ಚಾದಂತೆ, ನೀವು ಹಣ ಕೇಳಲು ಸಾಧ್ಯವಾಗುತ್ತದೆ.
- ನೀವು ಕೋಟ್ಯಾಧಿಪತಿ ಕೊಟ್ಟ ಪದಕವನ್ನು ನಿಮ್ಮ ಪದಕದೊಂದಿಗೆ ಸೇರಿಸಿ ನೋಡುತ್ತೀರಿ, ಆಗ ನೀವು ಯಾವುದಾದರೂ ಕೆಲಸದಲ್ಲಿ ನಿಪುಣರಾಗಿದ್ದರೆ, ಅದರಿಂದ ನೀವು ಹಣವನ್ನು ಸಂಪಾದಿಸಲು ಪ್ರಾರಂಭಿಸಿದರೆ ಅದು ನಿಮ್ಮ ಉದ್ಯೋಗವಾಗುತ್ತದೆ ಎಂಬುದು ನಿಮಗೆ ಅರಿವಾಗುತ್ತದೆ.

ನೀವು ಇಷ್ಟಪಡುವುದನ್ನು ಕಂಡುಕೊಂಡು, ಅದನ್ನು ಚೆನ್ನಾಗಿ ಮಾಡಿ, ನಿವೃತ್ತಿಯಾಗುವವರೆಗೂ ಅದರಿಂದ ಹಣ ಸಂಪಾದಿಸಿದರೆ, ಇಕಿಗಾಯ್‌ಗಾಗಿ ಮತ್ತು ತೃಪ್ತಿಗಾಗಿ ನೀವು ನಡೆಸಿದ ಹುಡುಕಾಟ ಕೊನೆಗೊಳ್ಳುತ್ತದೆಯೇ?

ಇಲ್ಲ, ಅದು ಕೊನೆಗೊಳ್ಳುವುದಿಲ್ಲ. ನಿಮ್ಮನ್ನು ಇನ್ನೇನು ಎದುರು ನೋಡುತ್ತಿದೆ ಎಂದು ತಿಳಿದುಕೊಳ್ಳಲು ಮುಂದೆ ಓದಿ, ಅದು ಏನೇ ಆಗಿದ್ದರೂ ಪ್ರಾಮುಖ್ಯತೆ ಇಲ್ಲದೇ ಇರುವುದು ಖಂಡಿತಾ ಅಲ್ಲ.

4.
ಜಗತ್ತಿಗೆ ಏನು ಬೇಕಾಗಿದೆ

"ನನಗೆ ಎರಡು ಕೈಗಳಿವೆ:
ಒಂದು ನನಗಾಗಿ,
ಮತ್ತೊಂದು ಇತರರಿಗಾಗಿ."

– ಮಿಲ್ಲಿ ಬಾಬಿ ಬ್ರೌನ್, ನಟಿ ಮತ್ತು ನಿರ್ಮಾಪಕಿ

ಸಮುದ್ರತೀರದಲ್ಲಿರುವ ಒಂದು ಸಣ್ಣ ಪಟ್ಟಣಕ್ಕೆ ನೀವು ಬಂದಿದ್ದೀರಿ ಮತ್ತು ಕಡಲತೀರದ ಕಡೆಗೆ ಮುಖ ಮಾಡಿ ಒಂದು ಬೆಂಚಿನ ಮೇಲೆ ಕುಳಿತುಕೊಳ್ಳುತ್ತೀರಿ. ಅದು ಇಳಿ ಮಧ್ಯಾಹ್ನದ ಹೊತ್ತು, ಕೆಲಸ ಮುಗಿಸಿದ ಜನರು ತಿರುಗಾಟಕ್ಕೆ ಬರುತ್ತಿದ್ದಾರೆ. ಅವರು ಹೋಗಿ ಬರುವುದನ್ನು ಪದೇ ಪದೇ ನೋಡುತ್ತ, ಇವರೆಲ್ಲ ಜೀವನೋಪಾಯಕ್ಕಾಗಿ ಏನು ಮಾಡುತ್ತಿರಬಹುದು ಎಂದು ನೀವು ಯೋಚಿಸುತ್ತೀರಿ.

ಆಗ ನಿಮ್ಮ ಭವಿಷ್ಯದ ಬಗ್ಗೆ ಕೂಡ ನೀವು ಯೋಚಿಸದೇ ಇರಲಾರಿರಿ. ನೀವು ಏನಾಗುತ್ತೀರಿ? ಯಾವ ರೀತಿಯ ಜೀವನವನ್ನು ಹೊಂದಲು ಬಯಸುತ್ತೀರಿ? ಎನ್ನುವಂತಹ ಪ್ರಶ್ನೆಗಳು ಮೂಡುತ್ತವೆ.

ಸಾಧಾರಣವಾದ ಉಡುಪಿನಲ್ಲಿರುವ ಒಬ್ಬ ವ್ಯಕ್ತಿ ಜನರ ಮಧ್ಯದಿಂದ ನಿಮ್ಮ ಕಡೆ ಬರುತ್ತಾನೆ; ಅವನು ಟೋಪಿ ಮತ್ತು ಚರ್ಮದ ಜಾಕೆಟ್ ಧರಿಸಿರುತ್ತಾನೆ ಹಾಗೂ ಒಬ್ಬ ಸಾಹಸಿಗನಂತೆ ಕಾಣಿಸುತ್ತಾನೆ. ಅವನು ನಿಮ್ಮ ಬಾಲ್ಯದ ಗೆಳೆಯ ಎಂಬಂತೆ ನಿಮ್ಮತ್ತ ಪರಿಚಯದ ನಗೆ ಬೀರುತ್ತಾ ನೋಡುತ್ತಾನೆ.

ನೀವು ಮುಖ ತಿರುಗಿಸುತ್ತೀರಿ, ಆದರೆ ಅವನು ನಿಮಗೆ "ನೀನು ಹುಡುಕುತ್ತಿರುವುದೇನು ಎಂಬುದು ನನಗೆ ಗೊತ್ತಿದೆ" ಎಂದು ಹೇಳುತ್ತಾನೆ.

ನಂತರ ಅವನು, ನಿನ್ನ ಜೊತೆ ಬೆಂಚಿನಲ್ಲಿ ಕುಳಿತುಕೊಳ್ಳಬಹುದೇ? ಎಂದು ಕೇಳುತ್ತಾನೆ.

ಈ ವ್ಯಕ್ತಿ ನಿಮಗೆ ಏನನ್ನು ಹೇಳಲು ಇಚ್ಛಿಸುತ್ತಾನೆ ಎನ್ನುವ ಕುತೂಹಲದಿಂದ ನೀವು ಅದಕ್ಕೆ ಸಮ್ಮತಿಸುತ್ತೀರಿ.

ಸಮುದ್ರವನ್ನೇ ದೃಷ್ಟಿಸಿ ನೋಡುತ್ತಾ, ಆ ವ್ಯಕ್ತಿ ಮಾತು ಪ್ರಾರಂಭಿಸುತ್ತಾನೆ:

"ನಾನು ನನ್ನ ಇಕಿಗಾಯ್‌ನ್ನು ಹುಡುಕಿಕೊಂಡು ವರ್ಷಗಳ ಕಾಲ ಪ್ರಪಂಚದಾದ್ಯಂತ ಪ್ರವಾಸ ಮಾಡಿದೆ. ಆದರೆ ಕೊನೆಗೆ ನಾನು ಬಯಸಿದ್ದೆಲ್ಲಾ ನನ್ನ ಕೈಗೆಟುಕುವ ದೂರದಲ್ಲೇ ಇತ್ತು ಎಂಬುದನ್ನು ಕಂಡುಕೊಂಡೆ."

"ನೀವು ವರ್ಷಗಳ ಕಾಲ ಪ್ರವಾಸ ಮಾಡಿದ್ದೀರಾ? ಅಂದರೆ, ಬಹಳಷ್ಟು ದೇಶಗಳನ್ನು ನೋಡಿದ್ದೀರಿ ಅಲ್ಲವೇ?" ಎಂದು ನೀವು ಕೇಳುತ್ತೀರಿ.

ಆತ ತನ್ನ ಹ್ಯಾಟ್‌ನ್ನು ಸರಿಮಾಡಿಕೊಂಡು, ವ್ಯಾಕುಲತೆಯಿಂದ ಶುಷ್ಕ ನಗೆ ಬೀರುತ್ತಾ, "ನಾನು ನೂರಕ್ಕೂ ಹೆಚ್ಚು ದೇಶಗಳಿಗೆ ಹೋಗಿದ್ದೆ, ಮಾನವೀಯತೆ ಸೃಷ್ಟಿಸಿರುವ ಅದ್ಭುತಗಳು ಹಾಗೂ ಆತಂಕಗಳ ಬಗ್ಗೆ ಚಿಂತನೆ ಮಾಡಿದ್ದೇನೆ. ನಾನು ಅಗಾಧ ಸಂಪತ್ತು ಮತ್ತು ತೀವ್ರ ದಾರಿದ್ರ್ಯವನ್ನು ಸಹ ನೋಡಿದ್ದೇನೆ. ನಾನು ಭಯೋತ್ಪಾದನೆ, ರೋಗ ಮತ್ತು ಲೋಭವನ್ನು ನೋಡಿದ್ದೇನೆ, ಜೊತೆಗೆ ದಯೆ ಮತ್ತು ಬಹಳಷ್ಟು ಸಂತೋಷವನ್ನೂ ನೋಡಿದ್ದೇನೆ. ನನ್ನನ್ನು ನಾನು ಅರಿತುಕೊಳ್ಳಲು ಅವುಗಳನ್ನೆಲ್ಲಾ ನೋಡಬೇಕಾಯಿತು..." ಎಂದು ಹೇಳುತ್ತಾನೆ.

ಅವನು ಸಮುದ್ರದ ಮೇಲಿಂದ ಬೀಸುವ ಬರುವ ಗಾಳಿಯನ್ನು ಒಳಗೆಳೆದುಕೊಳ್ಳುವ ಸಲುವಾಗಿ ಒಂದು ಕ್ಷಣ ತಡೆದು ಮತ್ತೆ ಮುಂದುವರೆಸುತ್ತಾನೆ:

"ನಾನು ಜಪಾನಿನ ಸಂಸ್ಕೃತಿಯ ಕಡೆಗೆ ಆಕರ್ಷಿತಗೊಂಡಿದ್ದರಿಂದ ಅತ್ಯಂತ ಕಿರಿಯ ವಯಸ್ಸಿನಲ್ಲಿ ಜಪಾನೀ ಭಾಷೆಯನ್ನು ಕಲಿತೆ. ಆದರೆ ಇತ್ತೀಚಿನವರೆಗೂ ನಾನು ಆ ದೇಶಕ್ಕೆ ಭೇಟಿ ನೀಡಿರಲಿಲ್ಲ. ಕೆಲವು ಸಮಯ ಹಿಂದಷ್ಟೇ ಭೇಟಿ ನೀಡಿದ್ದೆ. ನನ್ನ ಪ್ರಯಾಣದಲ್ಲಿ ನಾನು ಅಕಿತಾ ನಗರದ ಒಂದು ದೇವಸ್ಥಾನದಲ್ಲಿ ತುಂಬಾ ದಿನಗಳ ಕಾಲ ಉಳಿದಿದ್ದೆ. ಒಂದು ದಿನ ರಾತ್ರಿ ಅಲ್ಲಿಯ ಮರದ ಗೋಡೆಗಳಿಗೆ ಗಾಳಿ ಬಡಿದು ಸದ್ದು ಮಾಡುತ್ತಿದ್ದರಿಂದ ನನಗೆ ನಿದ್ರೆ ಬರಲಿಲ್ಲ, ನನಗೆ ಪೂರ್ತಿ ಎಚ್ಚರವಾಗಿ ನಾನು ದೇವಸ್ಥಾನದ ಮುಖ್ಯ ಸಭಾಂಗಣಕ್ಕೆ ಹೋದೆ. ಅಲ್ಲಿ ಎಣ್ಣೆ ದೀಪದ ಬೆಳಕಿನಲ್ಲಿ ಒಬ್ಬ ಭಿಕ್ಷು ತಟಾಮಿ ಚಾಪೆಯ ಮೇಲೆ ಕುಳಿತಿದ್ದ. ಅವನಿಗೂ ಕೂಡ ನಿದ್ರೆ ಹಾರಿಹೋಗಿದ್ದುದರಿಂದ ನನಗೆ ಒಂದು ಕಥೆಯನ್ನು ಹೇಳಿದ, ಅದು ನನಗೆ ಅರ್ಥವಾದ ನಂತರ, ನನ್ನ ಜೀವನವನ್ನು ಶಾಶ್ವತವಾಗಿ ಬದಲಾಯಿಸಿತು."

"ಯಾವ ಕಥೆ?" ನೀವು ಉತ್ಸುಕರಾಗಿ ಕೇಳುತ್ತೀರಿ.

ಅವನು ಮುಂದುವರೆಸುತ್ತಾ "ಆ ಭಿಕ್ಷು ನನಗೆ ಹೇಳಿದ – ಬಹಳ ಕಾಲದ ಹಿಂದೆ, ನನ್ನ ಪೂರ್ವಜನಾದ ಮಿಜು ಎನ್ನುವವನು ಇದೇ ದೇವಸ್ಥಾನದಲ್ಲಿ ವಾಸವಾಗಿದ್ದನು. ತಾನು ಭಿಕ್ಷು ಆಗಬೇಕು ಎಂದು ತನ್ನ ಹದಿಹರೆಯದಲ್ಲೇ ಅವನು ತುಂಬಾ ಚೆನ್ನಾಗಿ

ತರಬೇತಿ ಪಡೆದಿದ್ದನು. ಅವನೊಂದಿಗೆ ಇನ್ನೂ ಒಂಭತ್ತು ಮಂದಿ ಶಿಷ್ಯರು ಇದ್ದರು, ವರ್ಷಗಳ ಕಾಲ ಒಟ್ಟಾಗಿ ಇದ್ದುದರಿಂದ ಅವರೆಲ್ಲರೂ ಒಂದೇ ಕುಟುಂಬದರಂತೆ ಇದ್ದರು. ಸೌದೆಗಳನ್ನು ತೆಗೆದುಕೊಂಡು ಫುಜಿ ಶಿಖರದ ತುದಿಗೆ ಏರುವುದು, ಅವರು ಎದುರಿಸಬೇಕಾದ ಹಲವಾಗಿ ಪರೀಕ್ಷೆಗಳಲ್ಲಿ ಒಂದು" ಎಂದು ಹೇಳಿದ.

ನೀವು ಮನಸ್ಸಿನಲ್ಲಿ ಶಾಶ್ವತವಾಗಿ ಹಿಮದಿಂದ ಆವೃತ್ತವಾಗಿರುವ ಶಿಖರದಿಂದ ಕೂಡಿದ ಜಪಾನಿನ ಅತೀ ಎತ್ತರದ ಫುಜಿ ಪರ್ವತವನ್ನು ಕಲ್ಪಿಸಿಕೊಳ್ಳುತ್ತೀರಿ, ನಿಮ್ಮ ಬೆನ್ನಿನ ಮೇಲೆ ತೂಕವನ್ನು ಹೊತ್ತು 12,389 ಅಡಿಗಳ (3,776 ಮೀಟರ್) ಎತ್ತರಕ್ಕೆ ಏರುವುದು ಬಹುಶಃ ಅತ್ಯಂತ ಕಠಿಣ ಪರೀಕ್ಷೆಯಂತೆ ಕಾಣುತ್ತದೆ.

"ಮಿಜು ನಿಸ್ಸಂಶಯವಾಗಿ ಎತ್ತರವಾಗಿ, ಬಲಿಷ್ಠವಾಗಿದ್ದನು" ಆ ಮನುಷ್ಯ ಮುಂದುವರೆಸಿದ. "ಇಡೀ ಶಿಖರವನ್ನು ಸುಮಾರು ಒಂದು ಮೀಟರ್ ದಪ್ಪ ಹಿಮ ಕವಿದ ಚಳಿಗಾಲದ ಮಧ್ಯಭಾಗದಲ್ಲಿ ಪರೀಕ್ಷೆಯ ದಿನವು ಬಂದಿತು, ಮಿಜು ತನ್ನ ಸೌದೆಯ ಹೊರೆಯನ್ನು ಹೊತ್ತುಕೊಂಡು ತಕ್ಷಣವೇ ಹೊರಟು ತನ್ನ ಒಂಬತ್ತು ಸ್ನೇಹಿತರನ್ನು ಹಿಂದೆ ಬಿಟ್ಟು ಎಲ್ಲರಿಗಿಂತ ಮುಂದೆ ನಡೆದನು. ಮಧ್ಯಾಹ್ನದ ಸಮಯಕ್ಕೆ ಉಳಿದವರಿಗಿಂತ ಮುಂಚಿತವಾಗಿ ಅವನು ಪರ್ವತದ ಶಿಖರವನ್ನು ತಲುಪಿದನು. ಪರೀಕ್ಷೆಯಲ್ಲಿ ತಾನು ವಿಜಯಿ ಆದ ಸಂತೋಷಕ್ಕೆ ಅವನ ಆಯಾಸ ಬಹಳ ಬೇಗ ನಿವಾರಣೆಯಾಯಿತು. ಆದರೆ ಅವನ ಗುರು, ಫುಜಿ ಬೆಟ್ಟದ ಅಂಚಿನ ಒಂದು ಗುಹೆಯೊಳಗೆ ಮುಖದಲ್ಲಿ ಕೋಪ ತುಂಬಿಕೊಂಡು ಕಾಯುತ್ತಿದ್ದನು".

"ಗುರುವಿಗೆ ಏಕೆ ಕೋಪ ಬಂದಿತು? ಅವನು ಸೌದೆ ಎತ್ತಿಕೊಂಡು ಶಿಖರಕ್ಕೆ ಹೋಗಿದ್ದನಲ್ಲವೇ?" ಎಂದು ನೀವು ಕೇಳುತ್ತೀರಿ. ನಿಮ್ಮನ್ನು ತಡೆದು ಅವನು ಮುಂದುವರೆಸುತ್ತಾನೆ – "ಗುರುವು ಅವನಿಗೆ ಹೀಗೆ ವಿವರಿಸಿದ: ನೀನು ನಿನ್ನ ಸ್ನೇಹಿತರನ್ನು ಹಿಂದೆ ಬಿಟ್ಟು ಬಂದಿರುವೆ. ಹಿಂತಿರುಗಿ ಕೆಳಗೆ ಹೋಗಿ, ಅವರನ್ನು ಹುಡುಕು, ಅವರಿಗೆ ಸಹಾಯ ಮಾಡು." ಇದಕ್ಕೆ ಮಿಜು, "ನಾನು ವಿಜಯಿಯಾಗಿದ್ದೇನೆ, ನನಗೆ ಬಹುಮಾನ ನೀಡುವ ಬದಲು ಮತ್ತೆ ಕೆಳಗೆ ಹೋಗು ಎಂದು ಶಿಕ್ಷೆ ನೀಡುತ್ತಿರುವಿರಲ್ಲಾ? ಇದು ನ್ಯಾಯವೇ?!" ಎಂದು ಉತ್ತರಿಸಿದ. ಗುರು ಒಂದು ಹೆಜ್ಜೆ ಮುಂದೆ ಬಂದು, ಹಿಮದ ಮಳೆಯಿಂದ ರಕ್ಷಿಸಿಕೊಳ್ಳಲು ಒಂದು ಕೈಯಿಂದ ತನ್ನ ಕಣ್ಣುಗಳನ್ನು ಮುಚ್ಚಿಕೊಳ್ಳುತ್ತಾ ಇನ್ನೊಂದು ಕೈಯಿಂದ ಹಿಮದ ಪರ್ವತದಲ್ಲಿ ಪುಟ್ಟ ಚುಕ್ಕೆಗಳಂತೆ ಕಾಣಿಸುತ್ತಿದ್ದ, ಇನ್ನೂ ಅರ್ಧ ಪರ್ವತವನ್ನೇರಬೇಕಿದ್ದ ಉಳಿದ ಶಿಷ್ಯರನ್ನು ತೋರಿಸಿದರು. ನಂತರ ಅವರು "ನೀನು ಏನನ್ನೂ ಜಯಿಸಲಿಲ್ಲ ಮಿಜು. ನಿನ್ನ ಅಸಮರ್ಥತೆಯಿಂದ ನೀನು ಎಲ್ಲವನ್ನೂ ಬಹುಶಃ ಕಳೆದುಕೊಳ್ಳುವೆ! ಕೆಳಗಿರುವ ನಿನ್ನ ಸ್ನೇಹಿತರನ್ನು ನೋಡು. ಕತ್ತಲಾದರೆ ಅವರು ಇಲ್ಲಿಗೆ ಬರಲು ಸಾಧ್ಯವಾಗುವುದೇ ಇಲ್ಲ. ಹಿಮದಲ್ಲಿ ಮರಗಟ್ಟಿ ಸತ್ತುಹೋಗುತ್ತಾರೆ" ಎಂದು ಹೇಳುತ್ತಾರೆ."

"ಅಬ್ಬಾ...ಎಲ್ಲಾ ಸ್ನೇಹಿತರಿಗೂ ಸಹಾಯ ಮಾಡಲು ಅವನಿಗೆ ಸಾಧ್ಯವಾಯಿತೆ?" ಎಂದು ನೀವು ಕುತೂಹಲದಿಂದ ಕೇಳುವಿರಿ.

"ಮಿಜು ಹಿಂತಿರುಗಿ ಕೆಳಗೆ ಹೋಗಿ ಇತರರೂ ಕೂಡ ತಮ್ಮ ಹೊರೆಯನ್ನು ಹೊತ್ತುಕೊಂಡು ಶಿಖರದ ತುದಿಗೆ ಬರಲು ಸಹಾಯ ಮಾಡಿದ, ಆನಂತರ ಅವನು ತನ್ನ ಡೈರಿಯಲ್ಲಿ, 'ನಾವೆಲ್ಲಾ ಸೇರಿ ಫುಜಿ ಶಿಖರದ ಗುಹೆಯನ್ನು ತಲುಪಿದಾಗ, ಒಬ್ಬನೇ ತಲುಪಿ ನಾನು ಗೆದ್ದೆ ಎಂದುಕೊಂಡಾಗ ಎಷ್ಟು ಸಂತೋಷವಾಗಿತ್ತೋ ಅದಕ್ಕಿಂತ ಹೆಚ್ಚಿನ ಸಂತೋಷವನ್ನು ಅನುಭವಿಸಿದೆನು' ಎಂದು ಬರೆದನು."

ಆ ಕಥೆಯನ್ನು ನೆನೆಪಿಸಿಕೊಂಡು ಅವನು ಭಾವುಕನಾಗುತ್ತಾನೆ. ನೀವು ಅವನಿಗೆ ಧನ್ಯವಾದಗಳನ್ನು ಹೇಳುತ್ತೀರಿ, ನಂತರ ಅವನು ನಿಮಗೆ "ನೀನು ನಿನ್ನ ಹುಡುಕಾಟವನ್ನು ಮುಂದುವರೆಸಲು ಹೋಗುವ ಮುಂಚೆ, ಮಿಜುವಿನ ಕಥೆಯನ್ನು ಕೇಳಿದ ಮೇಲ್ ದೇವಾಲಯದ ಭಿಕ್ಷು(ಸನ್ಯಾಸಿ) ನನಗೆ ನೀಡಿದ ಈ ಪದಕವನ್ನು ನಿನಗೆ ಕೊಡುವೆನು" ಎಂದು ಹೇಳುತ್ತಾನೆ.

ಭಾವೋದ್ವೇಗಕ್ಕೆ ಒಳಗಾಗಿ, ಇದುವರೆಗೂ ನಿಮಗೆ ಸಿಕ್ಕಿರದ ಕೊನೆಯ ಪದಕವನ್ನು ನಿಮ್ಮ ಕೈಯಲ್ಲಿ ಹಿಡಿಯುತ್ತೀರಿ, ಅದರ ಮೇಲೆ 'ಜಗತ್ತಿಗೆ ಏನು ಬೇಕಾಗಿದೆ' ಎಂದು ಕೆತ್ತಲಾಗಿತ್ತು.

ಆ ವ್ಯಕ್ತಿ ಮುಂದುವರೆದು "ನಿನ್ನ ಯೋಜನೆಗಳಲ್ಲಿ ಇತರರನ್ನು ಕೂಡ ಸೇರಿಸಿಕೋ. ಹಂಚಿಕೊಂಡ ಯಶಸ್ಸು ಎರಡು ಪಟ್ಟು ಸಿಹಿಯಾಗುತ್ತದೆ. ನಿನ್ನ ಸಹಾಯ ಎಷ್ಟೇ ಸಣ್ಣದಿರಲಿ, ಅದು ಜಗತ್ತಿಗೆ ಬೇಕಾಗಿದೆ. ಇದನ್ನು ಮನದಲ್ಲಿಟ್ಟುಕೊಂಡು ನೀನು ಮುಂದೆ ಏನು ಮಾಡಿದರೂ ಅದು ನಿನ್ನ ಮತ್ತು ಇತರರ ಜೀವನಕ್ಕೆ ಅರ್ಥವನ್ನು ಕೊಡುತ್ತದೆ" ಎಂದು ಹೇಳುತ್ತಾನೆ.

ಆತ್ಮೀಯತೆಯಿಂದ ಅವನನ್ನು ಅಪ್ಪಿ, ನೀವು ಸಮೀಪದ ಅಂಚೆ ಕಛೇರಿಗೆ ಓಡುತ್ತೀರಿ. ಒಮ್ಮಿಂದೊಮ್ಮೆಲೇ, ನೀವು ನಿಮ್ಮ ಪೋಷಕರಿಗೆ ಹಾಗೂ ಸ್ನೇಹಿತರಿಗೆ ಪೋಸ್ಟ್‌ಕಾರ್ಡ್‌ಗಳನ್ನು ಕಳುಹಿಸಲು ಇಚ್ಛಿಸುತ್ತೀರಿ.

ನೀವು ಸರತಿ ಸಾಲಿನಲ್ಲಿ ಕಾಯುತ್ತಿರುವಾಗ, ನೀವು ನಿಮ್ಮ ಚೀಲದಿಂದ ನಾಲ್ಕು ಪದಕಗಳನ್ನು ಹೊರತೆಗೆದು ಅವನ್ನು ನೋಡುತ್ತೀರಿ. ಕೊನೆಯ ಎರಡು ಪದಕಗಳ ಸಂಯೋಜನೆ ಹೊಸ ಪದವನ್ನು ಸೃಷ್ಟಿಸಿದೆ ಎಂದು ನೀವು ಗಮನಿಸುತ್ತೀರಿ.

ಅದೇ ಸಮಯದಲ್ಲಿ, ನಾಲ್ಕನೇ ಮತ್ತು ಮೊದಲನೇ ಪದಕಗಳ ಸಂಯೋಜನೆಯಿಂದ ಮತ್ತೊಂದು ಪದ ಕೂಡ ರೂಪುಗೊಳ್ಳುತ್ತದೆ.

ಈ ಜಾದೂ ಅಲ್ಲಿಗೇ ನಿಲ್ಲುವುದಿಲ್ಲ, ಏಕೆಂದರೆ ನೀವು ನಾಲ್ಕು ಪದಕಗಳು ಒಂದಾಗಿ ಒಂದು ಹೂವಿನ ರೂಪ ಪಡೆಯುತ್ತಿರುವುದನ್ನು ನೀವು ಮನಗಾಣುತ್ತೀರಿ. ಹೂವಿನ ಮಧ್ಯದಲ್ಲಿ ಒಂದು ಪದದ ಸೃಷ್ಟಿ ಪ್ರಾರಂಭವಾಗುತ್ತದೆ... ಆದರೆ, ಅದನ್ನು ಓದುವುದಕ್ಕೂ ಮುನ್ನವೇ ನೀವು ಕೌಂಟರ್‌ನ ಹತ್ತಿರ ತಲುಪಿರುತ್ತೀರಿ, ತಕ್ಷಣವೇ ನೀವು ಪದಕಗಳನ್ನು ಬ್ಯಾಗ್‌ನಲ್ಲಿ ಇರಿಸುತ್ತೀರಿ.

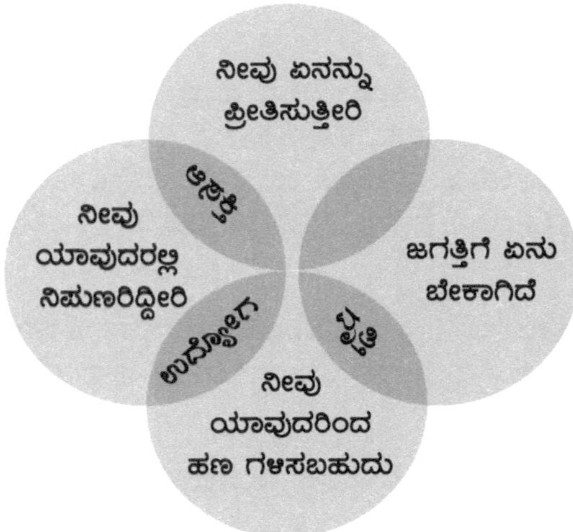
ನೀವು ಏನನ್ನು ಪ್ರೀತಿಸುತ್ತೀರಿ
ಆಸಕ್ತಿ
ನೀವು ಯಾವುದರಲ್ಲಿ ನಿಪುಣರಿದ್ದೀರಿ
ಜಗತ್ತಿಗೆ ಏನು ಬೇಕಾಗಿದೆ
ಉದ್ಯೋಗ
ವೃತ್ತಿ
ನೀವು ಯಾವುದರಿಂದ ಹಣ ಗಳಿಸಬಹುದು

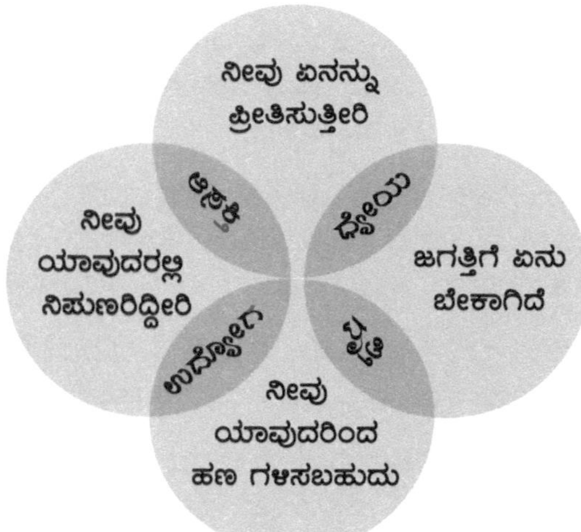
ನೀವು ಏನನ್ನು ಪ್ರೀತಿಸುತ್ತೀರಿ
ಆಸಕ್ತಿ
ಧ್ಯೇಯ
ನೀವು ಯಾವುದರಲ್ಲಿ ನಿಪುಣರಿದ್ದೀರಿ
ಜಗತ್ತಿಗೆ ಏನು ಬೇಕಾಗಿದೆ
ಉದ್ಯೋಗ
ವೃತ್ತಿ
ನೀವು ಯಾವುದರಿಂದ ಹಣ ಗಳಿಸಬಹುದು

ಸಹಾಯ ಮಾಡುವುದು ನಿಮ್ಮ ಬ್ಯಾಟರಿಗಳನ್ನು ಚಾರ್ಜ್ ಮಾಡುತ್ತದೆ

ಇತರರಿಗೆ ಸಹಾಯ ಮಾಡುವುದನ್ನು ಕೇವಲ ಧರ್ಮಪ್ರಚಾರಕರು ಮತ್ತು ಸ್ವಯಂಸೇವಕರು ಮಾತ್ರ ಮಾಡಬೇಕು ಎಂದೇನಿಲ್ಲ. ಸಹಾಯ ಹಸ್ತ ನೀಡಲು ದೊಡ್ಡ ದುರಂತ ನಡೆಯಬೇಕಾದ ಅವಶ್ಯಕತೆಯೂ ಇಲ್ಲ. ವಾಸ್ತವವಾಗಿ, ಪ್ರತಿ ದಿನವೂ ಇತರರಿಗೆ, ವಿಶೇಷವಾಗಿ ನಿಮ್ಮ ಹತ್ತಿರದಲ್ಲಿರುವವರಿಗೆ, ಸಂತೋಷ ನೀಡಲು ಅವಕಾಶಗಳಿವೆ!

ಇತರರಿಗೆ ಸಹಾಯ ಮಾಡುವುದು ನಿಮಗೂ ಒಳ್ಳೆಯ ಅನುಭವ ನೀಡುತ್ತದೆ. ಜೀವನದಲ್ಲಿ ನೀವು ಕಳೆದುಹೋದಂತೆ ಭಾಸವಾದಾಗ ಸಹಾಯ ಮಾಡುವುದರಿಂದ, ಅದು ಕೇವಲ ಯಾರಾದರೂ ಮನಬಿಚ್ಚಿ ಮಾತನಾಡಲು ಬಯಸಿದಾಗ ತಾಳ್ಮೆಯಿಂದ ಕೇಳುವುದಾದರೂ ಸರಿ, ನೀವು ದಕ್ಷರು ಹಾಗೂ ಬೆಲೆಯುಳ್ಳವರು ಎಂಬ ಭಾವನೆಯನ್ನು ಮೂಡಿಸುತ್ತದೆ.

ಕೆಲವೊಮ್ಮೆ ನೀವು ಯಾರಿಗಾದರೂ ಸಂತೋಷವನ್ನು ಉಂಟುಮಾಡಿದರೆ, ಉದಾಹರಣೆಗೆ – ನೀವು ಯಾರಿಗಾದರೂ ಒಳ್ಳೆಯ ಉಡುಗೊರೆಯನ್ನು ಕೊಟ್ಟು ಅವರ ಕಣ್ಣಿನಲ್ಲಿ ಆನಂದವನ್ನು ಕಂಡಾಗ; ಅಥವಾ ನಿಮ್ಮ ನೆರವಿಲ್ಲದೆ ಏನೂ ಮಾಡಲು ಸಾಧ್ಯವಾಗದ ವ್ಯಕ್ತಿಗೆ ಸಹಾಯ ಮಾಡಿದಾಗ ನಿಮಗೆ ಹೇಗನ್ನಿಸುತ್ತದೆ ಎಂದು ನಿಮ್ಮ ಅನುಭವಕ್ಕೆ ಬಂದಿರಬಹುದು. ಆ ಕ್ಷಣದಲ್ಲಿ, ಮಿಜು ತನ್ನ ಸಂಗಾತಿಗಳಿಗೆ ಫುಜಿ ಪರ್ವತ ಹತ್ತಲು ಸಹಾಯ ಮಾಡಿದ ನಂತರ ಅನುಭವಿಸಿದಂತೆ ನೀವು ಶಕ್ತಿವಂತರು ಎಂದು ಅನ್ನಿಸುತ್ತದೆ. ನಿಮ್ಮೊಳಗೆ ಶಾಂತಿ ತುಂಬಿಕೊಳ್ಳುತ್ತದೆ.

ನಾಲ್ಕು ಶತಮಾನಗಳ ಹಿಂದೆ ಆಂಗ್ಲ ಕವಿ ಜಾನ್ ಡನ್ "ಯಾವುದೇ ವ್ಯಕ್ತಿ ತನ್ನಲ್ಲಿ ತಾನೇ ಒಂದು ದ್ವೀಪವಲ್ಲ" ಎಂದು ಬರೆದಿದ್ದಾನೆ. ನಮಗೆಲ್ಲರಿಗೂ ಬೇರೆಯವರ ಸಹಾಯ ಬೇಕೇಬೇಕು. ಆದ್ದರಿಂದ 'ಜಗತ್ತಿಗೆ ಏನು ಬೇಕಾಗಿದೆ' ಎನ್ನುವ ಕೆತ್ತನೆಯಿರುವ ಪದಕ ತುಂಬಾ ಪ್ರಾಮುಖ್ಯತೆ ಪಡೆದುಕೊಳ್ಳುತ್ತದೆ.

ಸಂತೋಷದ ಹನಿಗಳು

ನಾವು ಸುದ್ದಿಗಳನ್ನು ನೋಡಿದಾಗ, ಜಗತ್ತಿನ ಸಮಸ್ಯೆಗಳು ಬಹಳಷ್ಟಿವೆ ಹಾಗೂ ತುಂಬಾ ದೊಡ್ಡದಾಗಿವೆ, ಆದ್ದರಿಂದ ನಾವು ಸಹಾಯ ಮಾಡಲು ಅಸಮರ್ಥರು ಎನ್ನಿಸಬಹುದು.

ಕೋಲ್ಕತ್ತಾದ ಧರ್ಮಪ್ರಚಾರಕಿ ಮದರ್ ತೆರೆಸಾ ಇದಕ್ಕೆ ವಿರುದ್ಧವಾದ ದೃಷ್ಟಿಕೋಣವನ್ನು ಹೊಂದಿದ್ದರು. ಅವರು "ನಾವು ಮಾಡುತ್ತಿರುವುದು ಸಮುದ್ರದಲ್ಲಿನ ಕೇವಲ ಒಂದು ಹನಿಯಷ್ಟು ಎಂದು ನಾವು ಭಾವಿಸುತ್ತೇವೆ. ಆದರೆ ಆ ಹನಿ ಇಲ್ಲದಿದ್ದರೆ ಸಮುದ್ರದಲ್ಲಿ ಒಂದು ಹನಿ ಕಡಿಮೆಯಾಗುತ್ತದೆ." ಎಂದು ಹೇಳುತ್ತಿದ್ದರು.

ವಿಶ್ವವನ್ನು ಬದಲಾಯಿಸಲು ಒಂದು ಸಣ್ಣ ಕರುಣಾಭರಿತ ಕಾರ್ಯದಲ್ಲಿ ಎಷ್ಟೊಂದು ಶಕ್ತಿಯಿದೆ ಎಂಬುದನ್ನು ನಾವು ಕಡಿಮೆ ಅಂದಾಜು ಮಾಡುತ್ತೇವೆ. ನಾವೆಲ್ಲರೂ ಜಗತ್ತಿಗೆ ಕೊಡಬಹುದಾದ ಕೆಲವು 'ಸಂತೋಷದ ಹನಿಗಳನ್ನು' ನೋಡೋಣ:

- ಬೇಸರದಲ್ಲಿರುವ ಒಬ್ಬ ಸ್ನೇಹಿತ ಅಥವಾ ಸಂಬಂಧಿಯ ಮನಸ್ಸನ್ನು ನಾವು ಹಗುರಗೊಳಿಸಬಹುದು.
- ತಮ್ಮ ಸಮಸ್ಯೆಯನ್ನು ಕೇಳಬೇಕು ಎಂದು ಯಾರಾದರೂ ಬಯಸುತ್ತಿದ್ದರೆ, ಅವರ ಮಾತನ್ನು ಕೇಳಬಹುದು.
- ನಾವು ಕೆಲಸದ ಒತ್ತಡದಲ್ಲಿರುವ ಯಾರಿಗಾದರೂ ಸಹಾಯ ಮಾಡಬಹುದು (ಉದಾಹರಣೆಗೆ – ಮನೆಯ ಕೆಲಸಗಳಲ್ಲಿ ನಿಮ್ಮ ತಂದೆ–ತಾಯಿಗೆ ಸಹಾಯ ಮಾಡಬಹುದು).
- ಸಮುದ್ರಗಳನ್ನು ಮಾಲಿನ್ಯಗೊಳಿಸುವ ಪ್ಯಾಕೇಜಿಂಗ್ ಅಥವಾ ಪ್ಲಾಸ್ಟಿಕ್ ಬಳಕೆಯನ್ನು ನಿಲ್ಲಿಸಬಹುದು.
- ಭೂಮಿಯ ಮೇಲೆ ನಮ್ಮ ಸಹಜೀವಿಗಳಾದ ಮರಗಳು ಮತ್ತು ಪ್ರಾಣಿಗಳ ಕಾಳಜಿ ವಹಿಸಬಹುದು.

ನಾವು ಕೊಡ ಮಾಡುವ ಈ ಸಂತೋಷದ ಹನಿಗಳು ನಮ್ಮ ಉದಾಹರಣೆಯಿಂದ ಇತರರನ್ನು ಪ್ರೇರೇಪಿಸಬಹುದು, ಈ ರೀತಿಯ ಅನೇಕ ಹನಿಗಳು ಸೇರುವುದರಿಂದ ಪ್ರೀತಿಯ ಒಂದು ಮಹಾಸಾಗರವೇ ನಿರ್ಮಾಣವಾಗುತ್ತದೆ. 'ಹನಿ ಹನಿ ಕೂಡಿದರೆ ಹಳ್ಳ, ತೆನೆ ತೆನೆ ಕೂಡಿದರೆ ಬಳ್ಳ' ಎಂಬುದನ್ನು ನೀವು ಕೇಳಿರಬಹುದು.

ಪ್ರಾರಂಭದಲ್ಲೇ ಇಡೀ ಜಗತ್ತನ್ನು ಉಳಿಸುವ ಪ್ರಯತ್ನ ಬೇಡ. ನಿಮ್ಮ ಕುಟುಂಬದ ಸದಸ್ಯರಿಗೆ ಮತ್ತು ಸ್ನೇಹಿತರಿಗೆ ಸಹಾಯ ಮಾಡುವಂತಹ ಸಣ್ಣ ಸಂಗತಿಗಳಿಂದ ಪ್ರಾರಂಭಿಸಿ. ಕಾಲಕ್ರಮೇಣ, ನೀವು ನಿಮ್ಮ ಇಕಿಗಾಯ್‌ನ್ನು ವಿಕಸನಗೊಳಿಸುತ್ತಾ ಹೋದಂತೆ, ನಿಮ್ಮ ಪ್ರಭಾವ ವಿಸ್ತಾರವಾಗತೊಡಗುತ್ತದೆ ಮತ್ತು ನೀವು ಹೆಚ್ಚಿನ ಜನರಿಗೆ ಉಪಯುಕ್ತರಾಗಬಲ್ಲಿರಿ.

ನಿಮ್ಮ ದೈನಂದಿನ ಕ್ರಿಯೆಗಳ ಮೂಲಕ ಜಗತ್ತಿಗೆ ಸಹಾಯ ಮಾಡಿ. ನೀವು ಹೇಗೆ ನಡೆದುಕೊಳ್ಳುತ್ತೀರಿ ಎಂಬುದು ನಿಮ್ಮ ಮತ್ತು ಇತರರ ಜೀವನದ ಮೇಲೆ ಪರಿಣಾಮ ಬೀರುತ್ತದೆ.

ನೀವು ಬಟರ್‌ಫ್ಲೈ ಪರಿಣಾಮದ ಬಗ್ಗೆ ಕೇಳಿರಬಹುದು, ಒಂದು ಕಡೆ ಉಂಟಾದ ಚಿಟ್ಟೆಗಳ ರೆಕ್ಕೆಗಳ ಬಡಿತ ಪ್ರಪಂಚದ ಇನ್ನೊಂದು ಕಡೆ ಚಂಡಮಾರುತವನ್ನು ಸೃಷ್ಟಿ ಮಾಡಬಹುದು ಎಂದು ಹೇಳುತ್ತಾರೆ. ಇದರರ್ಥ, ಪ್ರತಿಯೊಬ್ಬರ ಸಣ್ಣ ಕೆಲಸ ವ್ಯಾಪಕವಾಗಿ ಹರಡಿ ದೂರದವರೆಗೆ ಪ್ರಭಾವ ಬೀರಿ ಇತರರನ್ನು ಬದಲಾಯಿಸುವ ಶಕ್ತಿ ಹೊಂದಿದೆ.

ವೃತ್ತಿ ಮತ್ತು ಜೀವನದ ಧ್ಯೇಯ

ಪದಕಗಳ ಸಂಯೋಜನೆಯಲ್ಲಿ ಎರಡು ಹೊಸ ಪರಿಕಲ್ಪನೆಗಳು ಹೇಗೆ ಪ್ರಕಟವಾಯಿತು ಎಂಬುದನ್ನು ನೀವು ನೋಡಿದಿರಿ. 'ನೀವು ಯಾವುದರಿಂದ ಹಣ ಪಡೆಯಬಹುದು' ಎನ್ನುವ ಪದಕವನ್ನು 'ಜಗತ್ತಿಗೆ ಏನು ಬೇಕಾಗಿದೆ' ಎನ್ನುವ ಪದಕದ ಜೊತೆ ಸಂಯೋಜಿಸಿದಾಗ 'ವೃತ್ತಿ' ಎನ್ನುವ ಪರಿಕಲ್ಪನೆ ಬರುತ್ತದೆ,

ವೃತ್ತಿ ಎಂದರೆ ಒಬ್ಬ ವ್ಯಕ್ತಿಯು ಪ್ರಬಲವಾಗಿ ಮಾಡಲಿಚ್ಛಿಸುವ ಕೆಲಸ, ಅದರಲ್ಲಿ ಸಾಮಾನ್ಯವಾಗಿ ಇತರರಿಗೆ ನೆರವು ನೀಡುವುದು ಸೇರಿಕೊಂಡಿರುತ್ತದೆ. ಒಂದು ವೃತ್ತಿ ತುಂಬಾ ತೃಪ್ತಿಕರವಾಗಿರುತ್ತದೆ ಮತ್ತು ತಮ್ಮ ಕೆಲಸವನ್ನು ವೃತ್ತಿಯಾಗಿಸಿಕೊಂಡವರು ತುಂಬಾ ಸಂತೋಷವಾಗಿರುತ್ತಾರೆ. ವೃತ್ತಿ ಎಂದು ಪರಿಗಣಿಸಲಾಗುವ ಕೆಲವು ಉದ್ಯೋಗಗಳನ್ನು ಕೆಳಗೆ ಪಟ್ಟಿ ಮಾಡಲಾಗಿದೆ:

- **ವೈದ್ಯರು ಮತ್ತು ದಾದಿಯರು**. ಇತರರಿಗೆ ಸಹಾಯ ಮಾಡುವ ಪ್ರಕ್ರಿಯೆಯನ್ನು ಆರೋಗ್ಯ ಕಾರ್ಯಕರ್ತರಲ್ಲಿ ನಾವು ಸ್ಪಷ್ಟವಾಗಿ ಕಾಣಬಹುದು. ರೋಗಿಗಳ ಖಾಯಿಲೆ ವಾಸಿ ಮಾಡುವುದರ ಹೊರತಾಗಿ ಇವರು ರೋಗಿಗಳು ಮತ್ತು ಗಾಯಗೊಂಡವರಿಗೆ ನೀಡುವ ಆರೈಕೆ ಮತ್ತು ಚಿಕಿತ್ಸೆ ತುಂಬಾ ಪ್ರಶಂಸನೀಯ.
- **ಮನೋವಿಜ್ಞಾನಿಗಳು ಮತ್ತು ಚಿಕಿತ್ಸಕರು**. ನಿಮ್ಮ ದೇಹ ಆರೋಗ್ಯವಾಗಿರಬಹುದು, ಆದರೆ ನೀವು ಭಾವನಾತ್ಮಕವಾಗಿ ಅಥವಾ ಮಾನಸಿಕವಾಗಿ ಕಷ್ಟಪಡುತ್ತಿರಬಹುದು. ಈ ವೃತ್ತಿಪರರು ನಿಮ್ಮ ಸಮಸ್ಯೆಗಳ ಪರಿಹಾರಕ್ಕೆ ನಿಮಗೆ ಸಹಾಯ ಮಾಡಬಹುದು.
- **ಶಿಕ್ಷಕರು**. ಒಬ್ಬ ಶಿಕ್ಷಕ ವಿದ್ಯಾರ್ಥಿಗಳ ಸಾಮರ್ಥ್ಯ ಅಥವಾ ಪ್ರತಿಭೆಯಲ್ಲಿ ನಂಬಿಕೆ ಇಟ್ಟುಕೊಂಡು ಒಂದು ನಿರ್ದಿಷ್ಟ ಮಾರ್ಗದಲ್ಲಿ ಮುಂದುವರೆಯಲು ಪ್ರೋತ್ಸಾಹಿಸಿದ್ದರಿಂದ ಅನೇಕರು ಸರಿಯಾದ ವೃತ್ತಿಯನ್ನು ಕಂಡುಕೊಂಡಿದ್ದಾರೆ.
- **ಪರಿಸರ ಇಂಜಿನಿಯರ್‌ಗಳು**. ಪ್ರಪಂಚವನ್ನು ಬೆದರಿಸುತ್ತಿರುವ ಪರಿಸರ ಸಂಬಂಧಿತ ಸವಾಲುಗಳಾದ ಜಾಗತಿಕ ತಾಪಮಾನ ಏರಿಕೆ ಮತ್ತು ಕಸದ ಮಾಲಿನ್ಯದಿಂದ ಜಗತ್ತನ್ನು ಮುಕ್ತಗೊಳಿಸಲು ಈ ವೃತ್ತಿಪರರು ಅತ್ಯಗತ್ಯವಾಗಿದ್ದಾರೆ.
- **ಪರಿಸರ ಮತ್ತು ಶಾಂತಿ ಸ್ವಯಂಸೇವಕರು**. ಇವರು ಪ್ರಪಂಚದ ಅತ್ಯಂತ ದಾರಿದ್ರ್ಯಪೀಡಿತ ಅಥವಾ ಸಂಘರ್ಷದ ವಲಯಗಳಲ್ಲಿ ಕಾರ್ಯ ನಿರ್ವಹಿಸುವವರು ಅಥವಾ ಭೂಮಿಯನ್ನು ರಕ್ಷಿಸಲು ಹೋರಾಡುವವರು.

ಯಾವಾಗ ಜಗತ್ತಿಗೆ ಬೇಕಾದುದೇ ನಿಮಗೆ ಪ್ರಿಯವಾದದ್ದು ಅಗಿರುವುದೋ ಆಗ ನೀವು ಅದೃಷ್ಟವಂತರು. ಏಕೆಂದರೆ ಆಗ ನೀವು ಜೀವನದಲ್ಲಿ ಒಂದು **ಧ್ಯೇಯ**ವನ್ನು ಹೊಂದಿರುತ್ತೀರಿ. ಅದಕ್ಕಿಂತ ದೊಡ್ಡ ಯಶಸ್ಸು ಮತ್ತೊಂದಿಲ್ಲ.

ಈಗ ನೀವು ನಾಲ್ಕು ಪದಕಗಳನ್ನು ಸಂಪಾದಿಸಿದ್ದೀರಿ, ಪ್ರವಾಸವು ಕೊನೆಯ ಹಂತಕ್ಕೆ ಬಂದಿದೆ. ಆದರೆ ಅದಕ್ಕೂ ಮೊದಲು, ಮತ್ತೊಂದು ಪಾಠವನ್ನು ಕಲಿಯಬೇಕು.

೫.
ನಾಲ್ಕು ವೃತ್ತಗಳನ್ನು ಬೆಸೆಯುವುದು

"ನಿನ್ನನ್ನು ನೀನು ಕಂಡುಕೊಳ್ಳುವುದು ಜೀವನವಲ್ಲ,
ಜೀವನವೆನ್ನುವುದು ನಿನ್ನನ್ನು ನೀನು ರೂಪಿಸಿಕೊಳ್ಳುವುದಾಗಿದೆ."

– ಜಾರ್ಜ್ ಬರ್ನಾರ್ಡ್ ಶಾ, ಐರಿಷ್ ನಾಟಕಕಾರ

ನಿಮ್ಮ ಪ್ರಯಾಣದ ಕೊನೆಯ ಹಂತದಲ್ಲಿ ಅಂಚೆ ಕಚೇರಿಯಿಂದ ಸ್ನೇಹಿತರಿಗೂ ಬಂಧುಗಳಿಗೂ ಅಂಚೆ ಕಾರ್ಡುಗಳನ್ನು ಕಳಿಸಿ ಅವರನ್ನು ಆಶ್ಚರ್ಯಪಡಿಸಬೇಕೆಂದಿದ್ದೀರಿ. ಆನಂತರ, ಎರಡು ಪದಕಗಳ ಸಂಯೋಜನೆಯಿಂದ ಪ್ರತೀ ಬಾರಿಯೂ ಹೊಸ ತತ್ವಗಳು ಕಾಣಿಸಿಕೊಂಡಿದ್ದನ್ನು ನೋಡಿದ್ದೀರಿ.

ನೀವು ಹೊರಗೆ ರಸ್ತೆಯ ಮೇಲೆ ಬಂದು ನಾಲ್ಕು ಪದಕಗಳು ರಚಿಸಿದ ಹೂವನ್ನು ನೋಡಿದಾಗ ಅದರಲ್ಲಿ ಒಂದು ಪದ ಕಾಣಿಸುತ್ತದೆ. ಅದು ನಿಸ್ಸಂದೇಹವಾಗಿ **ಇಕಿಗಾಯ್** ಆಗಿರುತ್ತದೆ.

ಈ ಪದದಿಂದ ನೀವು ಎಷ್ಟು ಮಂತ್ರಮುಗ್ಧರಾಗುತ್ತೀರಿ ಎಂದರೆ, ನಿಂತಿರುವ ಸೈಕಲ್‌ನ ಮೇಲೆ ಕೂತು ಯಾರೋ ಒಬ್ಬರು ನಿನ್ನನ್ನು ನೋಡುತ್ತಿದ್ದಾರೆ ಎಂಬುದು ಕೂಡ ನಿಮ್ಮ ಗಮನಕ್ಕೆ ಬರುವುದಿಲ್ಲ.

ನೀವು ಪದಕಗಳನ್ನು ಮರಳಿ ಬ್ಯಾಗ್‌ನಲ್ಲಿ ಇಟ್ಟು, ಮೇಲಕ್ಕೆ ನೋಡುತ್ತಿದ್ದಂತೆ ಅವಳನ್ನು ನೋಡುತ್ತೀರಿ.

"ನವೋಮಿ!"

"ನಿನ್ನನ್ನು ನೋಡಿ ನನಗೆ ತುಂಬಾ ಸಂತೋಷವಾಯಿತು!" ಎಂದು ಅವಳು ಹೇಳುತ್ತಾಳೆ.

"ನನಗೂ ಅಷ್ಟೇ," ಎಂದು ನೀವು ಉತ್ತರಿಸುತ್ತೀರಿ. ಮುಂದುವರೆದು "ಇಕಿಗಾಯ್‌ನ ನಾಲ್ಕೂ ವೃತ್ತಗಳನ್ನು ನೀನು ಪೂರ್ಣಗೊಳಿಸಿದೆಯಾ?" ಎಂದು ಕೇಳುತ್ತೀರಿ.

ನವೋಮಿ ಹೆಮ್ಮೆಯಿಂದ 'ಹೌದು' ಎಂದು ತಲೆ ಆಡಿಸುತ್ತಾಳೆ. ಆನಂತರ ನೀವಿಬ್ಬರೂ ಸೈಕಲ್ ಏರಿ ರೈಲು ನಿಲ್ದಾಣದ ಕಡೆಗೆ ಹೊರಡುತ್ತೀರಿ. ಈ ಪ್ರಯಾಣವು ನಿಮ್ಮನ್ನು ಬಹಳ ದೂರ ಕರೆದೊಯ್ದಿದೆ, ಈಗ ನೀವು ಮನೆಗೆ ಹಿಂತಿರುಗುವ ಸಮಯವಾಗಿದೆ.

"ನಾನು ನಿನ್ನ ಟಿಕೆಟ್‌ಗಾಗಿ ಹಣ ಕೊಡುತ್ತೇನೆ. ನಾನು ಕೈತೋಟಗಳಲ್ಲಿ ಹುಲ್ಲು ಕತ್ತರಿಸಿ ಸ್ವಲ್ಪ ಹಣ ಸಂಪಾದಿಸಿದ್ದೇನೆ" ಎಂದು ನವೋಮಿ ಹೇಳುತ್ತಾಳೆ.

ಸೈಕಲ್ಲುಗಳನ್ನು ರೈಲಿನಲ್ಲಿ ಸುರಕ್ಷಿತವಾಗಿ ಇರಿಸಿಕೊಂಡ ಒಂದು ಗಂಟೆ ನಂತರ, ನೀವಿಬ್ಬರೂ ಕಿಟಕಿಯ ಬಳಿ ಎದುರು ಬದುರಾಗಿ ಕುಳಿತು ಪ್ರಕೃತಿಯ ನೋಟವನ್ನು ಆನಂದಿಸುತ್ತಾ, ನಿಮ್ಮನ್ನು ಮನೆಗೆ ಕರೆದೊಯ್ಯುತ್ತಿರುವ ಪ್ರಯಾಣವನ್ನು ಹಂಚಿಕೊಳ್ಳುತ್ತಾ, ನಿಮ್ಮ ನಿಮ್ಮ ನಿಲ್ದಾಣಗಳ ಕಡೆಗೆ ಹೋಗುತ್ತಿದ್ದೀರಿ.

ಪದಕಗಳನ್ನು ಹುಡುಕುವ ಸಮಯದಲ್ಲಿ ನೀವು ಕಲಿತ ಎಲ್ಲಾ ವಿಷಯಗಳನ್ನು, ನಿಮ್ಮ ಸಾಹಸವನ್ನು ಚರ್ಚಿಸುವ, ಹಂಚಿಕೊಳ್ಳುವ ಸಮಯ ಬಂದಿದೆ. ನವೋಮಿ, ಕಿಟಕಿಯ ಮೂಲಕ ಹಾದುಹೋಗುವ ದೃಶ್ಯವನ್ನು ನೋಡುತ್ತಲೇ, ಮಾತನಾಡಲು ಪ್ರಾರಂಭಿಸುತ್ತಾಳೆ.

"ನಮ್ಮ ಬಳಿ ಸಿದ್ಧಾಂತವಿದೆ, ಆದರೆ ಈಗ ಅದರ ಅಭ್ಯಾಸವು ಬಾಕಿಯಿದೆ! ನಮ್ಮ ಇಕಿಗಾಯ್‌ನ್ನು ಕಂಡುಕೊಂಡ ನಂತರ, ನಾವು ನಮ್ಮನ್ನು ಏತಕ್ಕೋಸ್ಕರ ಅರ್ಪಿಸಿಕೊಳ್ಳಲು ಬಯಸುತ್ತೇವೆ ಎಂಬುದನ್ನು ತಿಳಿದುಕೊಂಡು, ನಮ್ಮ ಜೀವನದ ಉದ್ದೇಶ, ಆಸಕ್ತಿ, ವೃತ್ತಿ ಮತ್ತು ಧ್ಯೇಯಗಳನ್ನು ಕಂಡುಕೊಂಡ ಮೇಲೆ, ಅದನ್ನು ಸಾಧಿಸುವ ಪ್ರಯತ್ನದಲ್ಲಿ, ನಮ್ಮ ಜೀವನವನ್ನು ನಾವು ಹೇಗೆ ನಡೆಸಬೇಕು?"

ಕೆಲವು ಕ್ಷಣಗಳ ಕಾಲ ಯೋಚಿಸಿದ ನಂತರ:

"ಬಹುಶಃ ನಮ್ಮ ದಿನನಿತ್ಯದ ಬದುಕಿನಲ್ಲಿ ನಾವು ಏನು ಮಾಡುತ್ತೇವೆಯೋ ಅದರಲ್ಲಿ ಇಕಿಗಾಯ್‌ನ್ನು ಬೆಸೆಯಬೇಕೇನೊ" ಎಂದು ನೀವು ಉತ್ತರಿಸುತ್ತೀರಿ.

"ಅದು ಸರಿ..." ನವೋಮಿ ಉತ್ತರಿಸಿ, ನಂತರ ತುಟಿಯನ್ನು ಕಚ್ಚಿಕೊಳ್ಳುತ್ತಾಳೆ, "ಇಕಿಗಾಯ್ ಜೀವನಶೈಲಿಯಂತೆ ಬದುಕುವುದನ್ನು ನಾವು ನಿಜವಾದ ಗುರುಗಳಿಂದ ಕಲಿಯಬೇಕಾಗುತ್ತದೆ."

"ಯಾವ ಗುರುಗಳ ಬಗ್ಗೆ ನೀನು ಮಾತನಾಡುತ್ತಿದ್ದೀಯಾ?" ಎಂದು ನೀವು ಕೇಳುತ್ತೀರಿ.

"ಅನೇಕ ಅನುಭವಗಳನ್ನು ಪಡೆದುಕೊಂಡು ಚೆನ್ನಾಗಿ ಜೀವನ ನಡೆಸಿದವರು, ಸದಾ ಬದುಕಲು ಕಾರಣ ಹೊಂದಿರುವವರು ಮತ್ತು ಯಾವಾಗಲೂ ಉತ್ಸಾಹದಿಂದಿರುವವರು."

ನೀವು ಆಕೆಯ ಮಾತುಗಳನ್ನು ಕೇಳುತ್ತಿದ್ದಂತೆ, ಅಂಥವರು ಇದ್ದಿರಬಹುದಾ ಎಂದು ಆಶ್ಚರ್ಯಪಡುತ್ತೀರಿ. ಈವರೆಗೆ ನೀವು ಅನೇಕ ದೂರುಗಳು ಮತ್ತು ನಕಾರಾತ್ಮಕ ಅಭಿಪ್ರಾಯಗಳನ್ನು ಕೇಳಿದ್ದರಿಂದ, ಉತ್ಸಾಹ ಮತ್ತು ಸಂತೋಷವನ್ನು ಕಳೆದುಕೊಳ್ಳದೆ ದೀರ್ಘಕಾಲ ಬದುಕಲು ಸಾಧ್ಯವಿದೆ ಎಂದು ನಿಮಗೆ ನಂಬಲು ಕಷ್ಟವೆನಿಸುತ್ತದೆ.

"ವಾಸ್ತವವಾಗಿ ಅವರು ಬಲುದೂರ ಹೋಗಲು ತಾಳ್ಮೆಯಿಂದ ಬದುಕುವ ಜನರು" ಎಂದು ಹೇಳಿ ಮುಂದುವರೆಯುತ್ತಾ "ಅವರು ತಮ್ಮ ತೋಟವನ್ನು ಪ್ರೀತಿಯಿಂದ ನೋಡಿಕೊಳ್ಳುವಂತೆ, ತಮ್ಮ ಸಂಬಂಧಗಳನ್ನು ಸಹ ಪ್ರೀತಿ ಮತ್ತು ಕಾಳಜಿಯಿಂದ ಪೋಷಿಸುವವರಾಗಿರುತ್ತಾರೆ" ಎಂದು ಹೇಳುತ್ತಾಳೆ.

ರೈಲು ನಿಮ್ಮ ಮನೆಯ ಹತ್ತಿರದ ನಿಲ್ದಾಣಕ್ಕೆ ಬರುತ್ತಿದ್ದಂತೆ, ನಿಮ್ಮ ಪ್ರಯಾಣಗಳಲ್ಲಿ ಕಲಿತ ಪಾಠಗಳು ಅಂತಹ ದೀರ್ಘಾಯುಷಿ ಗುರುಗಳನ್ನು ಹುಡುಕಲು ಸಹಾಯ ಮಾಡುತ್ತದೆ ಎಂಬುದನ್ನು ನೀವು ಗ್ರಹಿಸುತ್ತೀರಿ. ಈಗ ಇಕಿಗಾಯ್ ಉಪದೇಶಗಳನ್ನು ನಿಮ್ಮ ದಿನನಿತ್ಯದ ಜೀವನಕ್ಕೆ ಹೇಗೆ ಅನ್ವಯಿಸಿ ಕೊಳ್ಳಬಹುದು ಎಂಬುದನ್ನು ಕಂಡುಕೊಳ್ಳಿ.

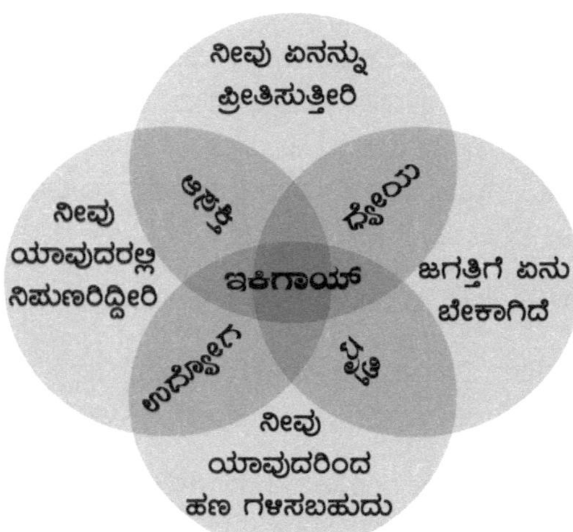

ಇಕಿಗಾಯ್ ವಿಧಾನದಲ್ಲಿ ಜೀವಿಸುವುದು

1.

ಸಂತೋಷವಾಗಿರುವವರ ರಹಸ್ಯಗಳು

"ಅವಿತರ ಪ್ರಯತ್ನ , ದೃಢ ಸಂಕಲ್ಪವೇ ಶಕ್ತಿಯಾಗಿದೆ."

– ಜಪಾನೀ ಗಾದೆ

ಈ ಪುಸ್ತಕವನ್ನು ಬರೆಯುವಂತೆ ಲೇಖಕರನ್ನು ಪ್ರೇರೇಪಿಸಿದ ಸಾಹಸವು 2015ರಲ್ಲಿ ಅವರಿಬ್ಬರೂ ಟೋಕಿಯೋದ ಒಂದು ಉದ್ಯಾನವನದಲ್ಲಿ ತಿರುಗಾಡುತ್ತಾ, 'ಶತಾಯುಷಿಗಳ ಗ್ರಾಮದ' ಬಗ್ಗೆ ಚರ್ಚಿಸುತ್ತಿದ್ದಾಗ ಪ್ರಾರಂಭವಾಯಿತು.

ಅವರ ಸಂಬಂಧಿಯೊಬ್ಬ ಅವರಿಗೆ 3,000 ಜನಸಂಖ್ಯೆ ಹೊಂದಿರುವ ಉತ್ತರ ಓಕಿನಾವಾದ ಒಂದು ಹಳ್ಳಿ, 'ಓಗಿಮಿ'ಯ ಬಗ್ಗೆ ಹೇಳಿದನು. ಸಮುದ್ರ ತೀರ ಮತ್ತು ಕಾಡುಗಳನ್ನು ಗಡಿಯಾಗಿ ಹೊಂದಿದ್ದ, ಸಿಟ್ರಸ್(ಲಿಂಬೆ, ಕಿತ್ತಳೆ, ಮೊಸಂಬಿ, ನೆಲ್ಲಿಕಾಯಿ) ಹಣ್ಣಿನ ಕೃಷಿ ಮಾಡುವ ರೈತರ ವಾಸಸ್ಥಳವಾಗಿದ್ದ ಆ ಪ್ರದೇಶದ ಬಗ್ಗೆ ಗಿನ್ನಿಸ್ ವಿಶ್ವ ದಾಖಲೆ ಪುಸ್ತಕದಲ್ಲಿ ಮಾಹಿತಿ ಇಲ್ಲದೇ ಹೋಗಿದ್ದರೆ ಅದು ಇವರ ಗಮನ ಸೆಳೆಯುತ್ತಿರಲಿಲ್ಲ. ಅದೂ ಕೂಡ ಒಂದು ಅತ್ಯಂತ ಸೊಗಸಾದ ಕಾರಣಕ್ಕೆ ಗಿನ್ನಿಸ್ ದಾಖಲೆಗೆ ಸೇರ್ಪಡೆಯಾಗಿತ್ತು.

ದೀರ್ಘಾಯುಷ್ಯದ ವಿಷಯ ಬಂದಾಗ ಓಗಿಮಿ ಪ್ರಪಂಚದಲ್ಲೇ ಅತ್ಯುತ್ತಮ ಹಳ್ಳಿ. ಇಲ್ಲಿಯ ಜನರು ಪ್ರಪಂಚದ ಯಾವುದೇ ಭಾಗಗಳ ಜನರಿಗಿಂತ ಹೆಚ್ಚು ದೀರ್ಘಾಯುಷಿಗಳಾಗಿ, ನೂರು ಅಥವಾ ಅದಕ್ಕಿಂತ ಹೆಚ್ಚು ಕಾಲ ಬದುಕುವ ಅವಕಾಶವನ್ನು ಹೊಂದಿದ್ದಾರೆ. ಆದ್ದರಿಂದ ಇದು ಶತಾಯುಷಿಗಳ ಹಳ್ಳಿ ಎಂದು ಕರೆಯಲ್ಪಡುತ್ತದೆ.

ಹೆಕ್ಟರ್ ಮತ್ತು ಫ್ರಾನ್ಸಿಸ್ಕ್ ಇಬ್ಬರೂ "ಅವರು ಏಕೆ ದೀರ್ಘಾಯುಷಿಗಳಾಗಿ ಬದುಕುತ್ತಾರೆ ಎಂಬುದಕ್ಕೆ ಕಾರಣ ತಿಳಿದುಕೊಳ್ಳಲು ನಾವು ಅಲ್ಲಿ ಹೋಗಿ ಅವರ

ಸಂದರ್ಶನ ಮಾಡಿದರೆ ಹೇಗೆ?" ಎಂದು ಯೋಚಿಸಿದರು.

ಆದರೆ ಅವರು ಕೇವಲ ವಯಸ್ಸಾದ ಹಿರಿಯ ನಿವಾಸಿಗಳೊಂದಿಗೆ ಮಾತ್ರ ಮಾತನಾಡಲು ಬಯಸಲಿಲ್ಲ. ಅವರು ಎಲ್ಲಿ ಮತ್ತು ಹೇಗೆ ಜೀವಿಸುತ್ತಾರೆ, ಏನು ತಿನ್ನುತ್ತಾರೆ, ಪರಸ್ಪರ ಹೇಗೆ ಸಂವಹನ ಮಾಡುತ್ತಾರೆ ಎಂಬುದನ್ನು ಕೂಡ ನೋಡಲು ಬಯಸಿದ್ದರು.

ಹಲವಾರು ತಿಂಗಳುಗಳ ನಂತರ, ಹೆಕ್ಟರ್ ಮತ್ತು ಫ್ರಾನ್ಸಿಸ್ಕ್ ಟೋಕಿಯೋದಿಂದ ಓಕಿನಾವಾದ ರಾಜಧಾನಿ ನಾಹಾಗೆ ಹಾರಿದರು, ತಮ್ಮ ಸಂಶೋಧನೆ ಮಾಡಲು ಅಲ್ಲೇ ಅಗತ್ಯವಿರುವಷ್ಟು ಸಮಯ ಕಳೆಯುವ ಸಲುವಾಗಿ ಉತ್ತರ ಭಾಗಕ್ಕೆ ಹೋಗಲು ಅವರು ಒಂದು ಕಾರನ್ನು ಬಾಡಿಗೆಗೆ ಪಡೆದರು.

ಓಗಿಮಿಯಲ್ಲಿ ಹೋಟೆಲ್‌ಗಳು ಅಥವಾ ಬಾಡಿಗೆಗೆ ಕೊಠಡಿಗಳು ಇಲ್ಲದಿದ್ದುದರಿಂದ, ಅವರು ಗ್ರಾಮದಿಂದ ಸುಮಾರು 7 ಮೈಲುಗಳ (11.2 ಕಿಲೋಮೀಟರ್‌ಗಳು) ದೂರದಲ್ಲಿದ್ದ 'ಹೌಸ್ ಆಫ್ ಆರ್ಕಿಡ್ಸ್' ಎಂಬ ಸುಂದರವಾದ ಖಾಸಗಿ ಮನೆಯಲ್ಲಿ ಇದ್ದರು. ದಿನವೂ ಅವರು ಗ್ರಾಮದಿಂದ ಮನೆಗೆ ಹಿಂದಿರುಗಿದಾಗ, ಮಾಲೀಕನ ಬೆಕ್ಕು ಅವರಿಗಾಗಿ ಕಾಯುತ್ತಿತ್ತು, ಅವರು ಕಂಡುಕೊಂಡ ವಿಚಾರಗಳ ಬಗ್ಗೆ ಚರ್ಚಿಸುವಾಗ ಅದು ಅವರನ್ನು ಗಮನವಿಟ್ಟು ಕೇಳುತ್ತಿದ್ದಂತೆ ತೋರುತ್ತಿತ್ತು.

ಓಗಿಮಿಯ ಜನರು ಏಕೆ ಅಷ್ಟು ದೀರ್ಘಕಾಲ ಆರೋಗ್ಯವಂತರಾಗಿ ಜೀವಿಸುತ್ತಾರೆ?

ಹೆಕ್ಟರ್ ಮತ್ತು ಫ್ರಾನ್ಸಿಸ್ಕ್ ಅವರು ತಮ್ಮ ಅಧ್ಯಯನವನ್ನು ಪೂರ್ಣಗೊಳಿಸಿ ಮನೆಗೆ ಹಿಂತಿರುಗಿದ ನಂತರ, ಆ ಹಳ್ಳಿಯ ಜನರು ದೀರ್ಘಾಯುಷಿ ಬದುಕನ್ನು ನಡೆಸಲು ಏಕೆ ಯಶಸ್ವಿಯಾಗಿದ್ದಾರೆ ಎನ್ನುವುದನ್ನು ಅನ್ವೇಷಿಸುವ 'ಇಕಿಗಾಯ್' ಎಂಬ ಪುಸ್ತಕವನ್ನು ಬರೆದರು. ಇಕಿಗಾಯ್ ಪುಸ್ತಕವು 56 ಭಾಷೆಗಳಿಗೆ ಅನುವಾದವಾಗಿದೆ. ಲೇಖಕರ ನಿರ್ಣಯಿಸಿದಂತೆ, ಅಲ್ಲಿಯ ಜನರು ಇಷ್ಟು ದೀರ್ಘಕಾಲ ಬದುಕುವುದರ ಕಾರಣಗಳ ಸಾರಾಂಶ ಹೀಗಿವೆ:

- ಅವರು ಮಾನಸಿಕ ಒತ್ತಡವಿಲ್ಲದೇ ಜೀವಿಸುತ್ತಾರೆ. ಓಗಿಮಿಯಲ್ಲಿ ಮೊಬೈಲ್ ಫೋನ್‌ಗಳಿಗೆ ಸರಿಯಾದ ಸಿಗ್ನಲ್ ಕೂಡ ಲಭ್ಯವಿಲ್ಲ. ವಾಟ್ಸಾಪ್ ಸಂದೇಶಗಳನ್ನು ಓದಲು ಕೂಡ ನೀವು ಹವಾಮಾನ ಕೇಂದ್ರ ಇರುವ ಬೆಟ್ಟದ ಮೇಲೆ ಹೋಗಬೇಕಾಗುತ್ತದೆ.
- ಅವರು ಬಹಳಷ್ಟು ಸಮಯವನ್ನು ಮನೆಯ ಹೊರಗಡೆ ಕಳೆಯುತ್ತಾರೆ.

ದಿನವೆಲ್ಲಾ ತಮ್ಮ ತೋಟಗಳನ್ನು ನೋಡಿಕೊಳ್ಳುತ್ತಾ, ನೆರೆಹೊರೆಯವರ ಮನೆಗಳಿಗೆ ಹೋಗುತ್ತಾ, ಹೊಲಗಳಲ್ಲಿ ಕೆಲಸ ಮಾಡುತ್ತಾ ತಾಜಾ ಗಾಳಿಯನ್ನು ಉಸಿರಾಡುತ್ತಾರೆ.

- ಅವರು ವ್ಯಾಯಾಮ ಮಾಡುತ್ತಾರೆ. ಹಿಂದೆ ರೇಡಿಯೋದಲ್ಲಿ ಪ್ರಸಾರವಾಗುತ್ತಿದ್ದ ಕಾರ್ಯಕ್ರಮದ ಹೆಸರಿನಿಂದಲೇ ಪ್ರಚಲಿತವಾಗಿರುವ ರೇಡಿಯೋ ಟಾಯಿಸೊ ಎಂಬ ಪ್ರಾದೇಶಿಕ ಟಿವಿ ಕಾರ್ಯಕ್ರಮ ಅನುಸರಿಸುತ್ತಾ ಬೆಳಗಿನ ಜಾವದಲ್ಲಿ ವ್ಯಾಯಾಮಗಳನ್ನು ಮಾಡುತ್ತಾರೆ.

- ಅವರು ಶೇಕಡಾ ೮೦ ರಷ್ಟು ಹೊಟ್ಟೆ ತುಂಬಿದಾಗ ತಿನ್ನುವುದನ್ನು ನಿಲ್ಲಿಸುತ್ತಾರೆ. 'ಹರ ಹಚಿಬು' ಎಂದು ಕರೆಯಲ್ಪಡುವ ಈ ವಿಧಾನ ಅತಿಯಾಗಿ ತಿನ್ನದೇ ಇರುವುದನ್ನು ಒಳಗೊಂಡಿದೆ. ಈ ಗ್ರಾಮದ ಜನರು ಹಸಿವಿನಿಂದ ಇರುವುದಿಲ್ಲ, ಆದರೆ ಮುಂದಿನ ಊಟಕ್ಕಾಗಿ ಸ್ವಲ್ಪ ಹಸಿವನ್ನು ಉಳಿಸಿಕೊಳ್ಳುತ್ತಾರೆ. ಇದರಿಂದ ಅವರು ಚುರುಕಾಗಿ ಮತ್ತು ಹಗುರವಾಗಿ ಇರುತ್ತಾರೆ.

- ಅವರು ಸ್ನೇಹವನ್ನು ಪಾಲಿಸುತ್ತಾರೆ. ಪ್ರತೀ ಸಂಜೆಯೂ ಸ್ನೇಹಿತರೊಂದಿಗೆ ಗೇಟ್ ಬಾಲ್ (ಕ್ರೊಕೆ ಆಟಕ್ಕೆ ಸಮಾನವಾದ ಆಟ) ಆಡುವುದು, ಕರೋಕೆ ಜೊತೆಗೆ ಹಾಡುವುದು ಅಥವಾ ಯಾರದ್ದಾದರೂ ಹುಟ್ಟುಹಬ್ಬವನ್ನು ಆಚರಿಸುವುದು, ಹೀಗೆ ಸ್ನೇಹಿತರಿಲ್ಲದೆ ಅವರು ಒಂದು ಸಂಜೆಯನ್ನೂ ಕಳೆಯುವುದಿಲ್ಲ. ಒಗಿಮಿ ಗ್ರಾಮದ ನಿವಾಸಿಗಳು ಎಂದೂ ಒಂಟಿತನವನ್ನು ಅನುಭವಿಸುವುದಿಲ್ಲ.

- ಅವರು ಎಂದಿಗೂ ನಿವೃತ್ತಿಯಾಗುವುದಿಲ್ಲ. ವಯಸ್ಸಾಗುತ್ತಿದ್ದಂತೆ ಅವರು ಕಡಿಮೆ ಕೆಲಸ ಮಾಡುತ್ತಾರೆ, ಆದರೆ ತಮಗೆ ಇಷ್ಟವಾದ ಕೆಲಸಗಳನ್ನು ಎಂದಿಗೂ ನಿಲ್ಲಿಸುವುದಿಲ್ಲ.

- ಅವರು ತಮ್ಮ ಇಕಿಗಾಯ್‌ನ್ನು ಅನುಸರಿಸುತ್ತಾರೆ. ತಮ್ಮ ಆಸಕ್ತಿಗಳನ್ನು ಅರಿತುಕೊಂಡಿರುತ್ತಾರೆ. ಓಗಿಮಿ ಒಂದು ಗ್ರಾಮೀಣ ಪ್ರದೇಶವಾಗಿರುವುದರಿಂದ, ಬಹುತೇಕ ಜನರ ಆಸಕ್ತಿ ಅವರ ತರಕಾರಿಗಳ ತೋಟಗಳಲ್ಲಿ ಇರುತ್ತದೆ. ಅವರ ಸ್ನೇಹಿತರು ಕೂಡ ಅವರ ಇಕಿಗಾಯ್‌ನ ಒಂದು ಭಾಗವಾಗಿದ್ದು, ಪ್ರತಿದಿನವೂ ಅವರು ಒಟ್ಟಾಗಿ ಸಮಯ ಕಳೆಯುತ್ತಾರೆ. ಅವರು ಪ್ರತಿದಿನವೂ ಮಾಡಬೇಕಾದ ಕಾರ್ಯಗಳನ್ನು ಎದುರು ನೋಡುತ್ತಿರುತ್ತಾರೆ, ಆದ್ದರಿಂದ ಬೆಳಿಗ್ಗೆ ಏಳಲು ತುಂಬಾ ಉತ್ಸಾಹಿತರಾಗಿರುತ್ತಾರೆ.

ನೂರು ವರ್ಷ ಸಂತೋಷದಿಂದ ಬದುಕಲು ಏಳು ನಿಯಮಗಳು

ನೀವು ವಾಸಿಸುವ ಸ್ಥಳವು ರೈತರ ಆ ಪುಟ್ಟ ಹಳ್ಳಿಗಿಂತ ತುಂಬಾ ಭಿನ್ನವಾಗಿರಬಹುದು, ಆದರೆ ಜಪಾನೀ ಶತಾಯುಷಿಗಳಂತೆ ಬದುಕಲು ನೀವು ಕೂಡ ಕೆಲವು ವಿಷಯಗಳನ್ನು ಅನುಸರಿಸಬಹುದು. ನಿಮ್ಮ ದಿನನಿತ್ಯದ ಜೀವನದಲ್ಲಿ ಅಳವಡಿಸಿಕೊಳ್ಳಬಹುದಾದ ಅವರ ಕೆಲವು ರಹಸ್ಯಗಳು ಇಲ್ಲಿವೆ:

1. ಆವಾಗಾವಾಗ ನಿಮ್ಮ ಮೊಬೈಲ್ ಫೋನನ್ನು ಆಫ್ ಮಾಡಿ.
2. ನಿಮಗೆ ಸಾಧ್ಯವಾದಷ್ಟೂ ಯಾವಾಗಲೂ ಪ್ರಕೃತಿಗೆ ಹತ್ತಿರವಾಗಿರಿ.
3. ನಿಯಮಿತವಾಗಿ ಸ್ವಲ್ಪ ವ್ಯಾಯಾಮವನ್ನು ಅಭ್ಯಾಸ ಮಾಡಿ.
4. ಅತಿಯಾಗಿ ತಿನ್ನುವುದನ್ನು ತಪ್ಪಿಸಿ (ವಿಶೇಷವಾಗಿ ಜಂಕ್ ಫುಡ್).
5. ಒಳ್ಳೆಯ ಸ್ನೇಹಿತರನ್ನು ಗಳಿಸಿಕೊಳ್ಳಿ.
6. ನೀವು ಇಷ್ಟಪಡುವ ಕೆಲಸ ಮಾಡುವುದನ್ನು ನಿಲ್ಲಿಸಬೇಡಿ.
7. ನಿಮ್ಮ ಇಕಿಗಾಯ್ ಅನ್ನು ಜೀವಿಸಿ.

2.
ನಿಮ್ಮ ಇಕಿಗಾಯ್ ಕಡೆಗೆ ಅತೀ ತ್ವರಿತವಾಗಿ ಓಡಬೇಡಿ

"ಎಲ್ಲಿಯವರೆಗೆ ನೀವು ನಿಲ್ಲುವುದಿಲ್ಲವೋ, ಅಲ್ಲಿಯವರೆಗೆ
ನೀವು ಎಷ್ಟು ನಿಧಾನವಾಗಿ ಹೋದರೂ ಪರವಾಗಿಲ್ಲ".

– ಕನ್‌ಫ್ಯೂಷಿಯಸ್, ಚೀನಾದ ತತ್ವಜ್ಞಾನಿ

ಸಕ್ರಿಯವಾಗಿರುವುದು ಎಂದರೆ ನಿರಂತರವಾಗಿ ಅಲೆಯುತ್ತಲೇ ಇರುವುದು ಎಂದು ಕೆಲವು ಜನರು ತಪ್ಪಾಗಿ ಅರ್ಥ ಮಾಡಿಕೊಳ್ಳುತ್ತಾರೆ. ನಿಮ್ಮ ಇಕಿಗಾಯ್ ಬಗ್ಗೆ ಹೇಳುವುದಾದರೆ, ನಿಮ್ಮ ಜೀವನದ ಗುರಿಯನ್ನು ಕಂಡುಕೊಂಡ ಬಳಿಕ ಅದರ ಕಡೆ ತ್ವರಿತಗತಿಯಿಂದ ಹೋಗಕೂಡದು.

ನೀವು ಅವಸರ ಪಟ್ಟರೆ, ನಿಮ್ಮ ಗುರಿಗೆ ಪ್ರಮುಖವಾಗಬಹುದಾದ ಅನೇಕ ವಿವರಗಳು ನಿಮಗೆ ಸಿಗದೇ ಹೋಗಬಹುದು.

ಕ್ರಿಸ್ಟಿನಾ ಬೆನಿಟೋ ತಮ್ಮ 'ಟೈಮ್ ಮೈಂಡ್ ಫುಲ್ ನೆಸ್' (Time Mindfulness) ಎಂಬ ಪುಸ್ತಕದಲ್ಲಿ ಈ ಸಮಸ್ಯೆಯನ್ನು ಅತ್ಯಂತ ಚೆನ್ನಾಗಿ ವಿವರಿಸುವ ಒಂದು ನೀತಿ ಕಥೆಯನ್ನು ಉಲ್ಲೇಖಿಸಿದ್ದಾರೆ:

ಆಫ್ರಿಕಾದ ಹೃದಯ ಭಾಗವನ್ನು ಸಾಧ್ಯವಾದಷ್ಟು ಬೇಗ ತಲುಪಬೇಕೆಂಬ ಆತುರದಲ್ಲಿದ್ದ ಒಬ್ಬ ಅನ್ವೇಷಕ, ತನ್ನ ಅಭಿಯಾನ ಹೊಣೆಗಾರಗಿಗೆ ವೇಗವಾಗಿ ನಡೆಯಲು ಪ್ರೋತ್ಸಾಹ ಧನವನ್ನು ಘೋಷಿಸುತ್ತಾನೆ. ಅವರು ಹಲವಾರು ದಿನಗಳವರೆಗೆ ಅವನ ಆಜ್ಞೆಯನ್ನು ಪಾಲಿಸುತ್ತಾರೆ, ಆದರೆ ಒಂದು ಸಂಜೆ ನೆಲದ ಮೇಲೆ ಕುಳಿತುಬಿಡುತ್ತಾರೆ ಮತ್ತು ಮುಂದಕ್ಕೆ ಹೋಗಲು ನಿರಾಕರಿಸುತ್ತಾರೆ.

ಅನ್ವೇಷಕನು ಅವರ ನಿರಾಕರಣೆಗೆ ಕಾರಣ ಕೇಳಿದಾಗ, ಅವರು "ನಾವು ಎಷ್ಟು ವೇಗವಾಗಿ ನಡೆದಿದ್ದೇವೆಂದರೆ ನಾವು ಏನು ಮಾಡುತ್ತಿದ್ದೇವೆ ಎಂಬುದೇ ನಮಗೆ

ತಿಳಿಯುತ್ತಿಲ್ಲ. ಈಗ ನಮ್ಮ ಆತ್ಮಗಳು ನಮ್ಮನ್ನು ತಲುಪುವವರೆಗೆ ನಾವು ಕಾಯಬೇಕು" ಎಂದು ಉತ್ತರಿಸುತ್ತಾರೆ.

ನಾವು ಅತಿಯಾದ ಒತ್ತಡದಲ್ಲಿ, ನಮ್ಮ ಮನಸ್ಸನ್ನು ಬೇರೆಡೆ ಇಟ್ಟುಕೊಂಡು, ಒಂದೇ ಸಮಯದಲ್ಲಿ ಸಾವಿರಾರು ಕೆಲಸಗಳನ್ನು ಮಾಡುತ್ತಿದ್ದರೆ, ನಮಗೆ ಕೂಡಾ ಹೀಗೇ ಆಗುತ್ತದೆ. ನಾವು ಏನು ಮಾಡುತ್ತಿದ್ದೇವೆ ಎಂಬುದೇ ನಮಗೆ ಗೊತ್ತಾಗುವುದಿಲ್ಲ. ಬಹುಶಃ, ಆ ಹೊರೆಗಾರರಂತೆ, ನಾವು ಕೂಡ ಎಲ್ಲಿಗೆ ಹೋಗುತ್ತಿರುವೆವೋ ಅಲ್ಲಿಗೆ ಏಕೆ ಹೋಗುತ್ತಿದ್ದೇವೆ ಎಂಬುದನ್ನೇ ಮರೆತು ಬಿಡುತ್ತೇವೆ.

ಗೇಮ್ ಬಾಯ್‌ನ ಸೃಷ್ಟಿಕರ್ತ

ತಲೆ ಕತ್ತರಿಸಿದ ಕೋಳಿಯಂತೆ ಓಡುವ ಅತೀ ಚೂಟಿತನಕ್ಕೆ ವಿರುದ್ಧವಾದುದು ಆಲಸ್ಯವಲ್ಲ, ಅದೊಂದು ಸಕ್ರಿಯ ನಿಧಾನಗತಿ. ಕನ್ಫ್ಯೂಷಿಯಸ್ ಹೇಳುವಂತೆ ಎಲ್ಲಿಯೂ ನಿಲ್ಲದೇ, ಏನನ್ನೂ ಕಳೆದುಕೊಳ್ಳದೇ ನಿಧಾನವಾಗಿ ಸ್ವಲ್ಪ ಸ್ವಲ್ಪವೇ ಮುಂದಕ್ಕೆ ಸಾಗುವ ರೀತಿ ಅದಾಗಿದೆ.

ಇದಕ್ಕೆ ಒಂದು ಅದ್ಭುತ ಉದಾಹರಣೆ ಎಂದರೆ ನಿಂಟೆಂಡೋ ವಿಡಿಯೋ ಗೇಮ್ ವಿನ್ಯಾಸಕ ಗನ್‌ಪೆಯಿ ಯೋಕೋಯಿ.

ಅವರು ಡೋಷಿಶಾ ವಿಶ್ವವಿದ್ಯಾಲಯದಲ್ಲಿ ಎಲೆಕ್ಟ್ರಾನಿಕ್ಸ್ ಅಧ್ಯಯನ ಮಾಡಿದರು. ಪದವೀಧರರಾದ ನಂತರ, ಅವರು 1965 ರಲ್ಲಿ ನಿಂಟೆಂಡೋ ಕಂಪನಿಯಲ್ಲಿ ಹನಫುದಾ ಆಟದ ಕಾರ್ಡ್‌ಗಳ ಉತ್ಪಾದನೆ ಮತ್ತು ಜೋಡನೆಯ ಪ್ರಕ್ರಿಯೆಯಲ್ಲಿ ಕೆಲಸ ಮಾಡಲು ಆರಂಭಿಸಿದರು. ಆಗ ನಿಂಟೆಂಡೋ ಕಾರ್ಡ್‌ಗಳನ್ನು ತಯಾರಿಸುತ್ತಿತ್ತು.

ಗನ್‌ಪೆಯಿ ಯೋಕೋಯಿ ಒಬ್ಬ ಅತ್ಯಂತ ಸಹನಶೀಲ ಮತ್ತು ಎಲ್ಲವನ್ನೂ ಸೂಕ್ಷ್ಮವಾಗಿ ಗಮನಿಸುವ ವ್ಯಕ್ತಿಯಾಗಿದ್ದನು, ಅವನು ಸಕ್ರಿಯ ನಿಧಾನಗತಿಯನ್ನು ಅಭ್ಯಾಸ ಮಾಡುತ್ತಿದ್ದ ಆದರೆ ತನ್ನ ಸಮಯ ವ್ಯರ್ಥ ಮಾಡುತ್ತಿರಲಿಲ್ಲ. ಆಟದ ಕಾರ್ಡ್ ನ ಕೆಲಸದ ಉಸ್ತುವಾರಿ ಮಾಡುತ್ತಾ, ಅವನು ತನ್ನ ಸ್ವಸಂತೋಷಕ್ಕಾಗಿ ಒಂದು ಆಟಿಕೆಯನ್ನೂ ರಚಿಸಿದನು. ಅದು ಒಂದು ಚಾಚಿರುವ ಹಸ್ತವಾಗಿತ್ತು.

ಒಂದು ದಿನ, ನಿಂಟೆಂಡೋ ಅಧ್ಯಕ್ಷರು ಕಾರ್ಖಾನೆ ಭೇಟಿಕೊಟ್ಟಾಗ, ಗನ್‌ಪೆಯಿ ಯ ಆಟಿಕೆ ಅವನ ಗಮನವನ್ನು ಸೆಳೆಯಿತು. ಅದನ್ನು ಉತ್ಪಾದಿಸಿ ಕ್ರಿಸ್ಮಸ್ ಸಮಯದಲ್ಲಿ ಮಾರಾಟ ಮಾಡಲು ತೀರ್ಮಾನಿಸಿದರು. ಚಾಚಿರುವ ಹಸ್ತವು ಭಾರೀ ಯಶಸ್ಸು ಗಳಿಸಿತು. ಗನ್‌ಪೆಯಿ ಹೊಸ ಆಟಿಕೆಗಳ ಮುಖ್ಯ ವಿನ್ಯಾಸಕಾರನಾಗಿ ನೇಮಕಗೊಂಡನು.

ಕಂಪನಿಯಲ್ಲಿ ಇದ್ದಾಗ ಮಾತ್ರವಲ್ಲದೆ, ಕಂಪನಿಯಿಂದ ಹೊರಗೆ ಇರುವ ಸಮಯದಲ್ಲೂ ಗನ್‌ಪೆಯಿ ತಾಳ್ಮೆಯಿಂದ ಇರುತ್ತಿದ್ದನು ಮತ್ತು ಸೂಕ್ಷ್ಮವಾಗಿ ಗಮನಿಸುವ

ತನ್ನ ಗುಣವನ್ನು ಕಾಪಾಡಿಕೊಂಡಿದ್ದನು. ಅವನು ರೈಲಿನಲ್ಲಿ ಪ್ರಯಾಣಿಸುವಾಗ ಇದೇ ಸಕ್ರಿಯ ನಿಧಾನಗತಿಯ ಪ್ರವೃತ್ತಿಯು ಅವನು ಒಬ್ಬ ನಿರ್ದಿಷ್ಟ ಪ್ರಯಾಣಿಕನನ್ನು ಗಮನಿಸಲು ನೆರವಾಯಿತು.

ಒಬ್ಬ ಆಫೀಸ್ ಕ್ಲರ್ಕ್ ಕ್ಯಾಲ್ಕುಲೇಟರ್ ಮೇಲೆ ಟೈಪ್ ಮಾಡುತ್ತಿರುವುದನ್ನು ಅವನು ಗಮನಿಸಿದನು. ಅದು ವಿಶೇಷವಲ್ಲದಿದ್ದರೂ, ಅದರಿಂದ ಗನ್‌ಪೆಯಿಗೆ ಒಂದು ಅದ್ಭುತವಾದ ಆಲೋಚನೆ ಹೊಳೆಯಿತು.

ಕ್ಲಾರ್ಕ್ ನನ್ನು ಗಮನಿಸುತ್ತಿದ್ದಾಗ, ಗನ್‌ಪೆಯಿ ಗೆ ಕ್ಯಾಲ್ಕುಲೇಟರ್ ತಂತ್ರಜ್ಞಾನವನ್ನು ಉಪಯೋಗಿಸಿ ಒಂದು ವಿಡಿಯೋ ಗೇಮ್ ಅನ್ನು ಸೃಷ್ಟಿಸಬಹುದು ಎಂಬ ಆಲೋಚನೆ ಬಂತು.

ನಿಂಟೆಂಡೋ ಕಛೇರಿಗೆ ಹಿಂತಿರುಗಿದ ನಂತರ, ಅವನು ಮೊದಲು ಕೈಯಲ್ಲಿ ಹಿಡಿದು ಆಡಬಹುದಾದ ವಿಡಿಯೋ ಗೇಮ್ ಕನ್ಸೋಲ್‌ಅನ್ನು ಸೃಷ್ಟಿಸುವ ಕೆಲಸಮಾಡಿದ, ಅದು 'ಗೇಮ್ ಅಂಡ್ ವಾಚ್ ವಿತ್ ಮಾರಿಯೋ ಆಂಡ್ ಡಾಂಕಿ ಕಾಂಗ್' ಎಂದು ಹೆಸರಾಯಿತು. ಇದಾಗಿ ಹಲವಾರು ವರ್ಷಗಳ ನಂತರ ಗನ್‌ಪೆಯಿ ಯೋಕೋಯಿ 'ಗೇಮ್ ಬಾಯ್' ಆಟವನ್ನು ಸೃಷ್ಟಿಸಿದನು.

ನಿಧಾನ ಪ್ರವೃತ್ತಿಯ ಲಾಭಗಳು

ಅಮೇರಿಕಾದ ಕವಿ ಮತ್ತು ತತ್ವಜ್ಞಾನಿ ರಾಲ್ಫ್ ವಾಲ್ಡೊ ಎಮರ್ಸನ್ "ಹುಲ್ಲುಗಾವಲಿನ ಮೂಲಕ ಅನೇಕ ಕಣ್ಣುಗಳು ಹಾದು ಹೋಗುತ್ತವೆ, ಆದರೆ ಕೆಲವು ಮಾತ್ರ ಅದರಲ್ಲಿ ಹೂವುಗಳನ್ನು ನೋಡುತ್ತವೆ" ಎಂದು ಹೇಳಿದ್ದಾರೆ.

ಅದಕ್ಕಾಗಿಯೇ ನಿಮ್ಮ ಇಕಿಗಾಯ್ ಕಡೆಗೆ ತರಾತುರಿಯಲ್ಲಿ ಹೋಗದಿರುವುದು ತುಂಬಾ ಮುಖ್ಯ, ಕೊನೆಯನ್ನು ಮುಟ್ಟುವ ದಾರಿಯಲ್ಲಿ ನೀವು ಸಂತೋಷಪಡುವುದು ಕೂಡಾ ಅಷ್ಟೇ ಮುಖ್ಯ. ಬಹುಶಃ ನೀವು ಹುಡುಕುತ್ತಿರುವುದು ಗನ್‌ಪೆಯಿ ಯೋಕೋಯಿ ಗೆ ಆದಂತೆ ರೈಲು ಪ್ರಯಾಣದ ಕೊನೆಯಲ್ಲಿ ಇಲ್ಲದೆ ಜನರಿಂದ ತುಂಬಿದ ರೈಲಿನಲ್ಲಿಯೇ ಇರಬಹುದು.

"ನಿಧಾನವಾಗಿ ಆದರೆ ಖಚಿತವಾಗಿ" ಎಂದು ಜನಪದ ಜ್ಞಾನವು ಹೇಳುತ್ತದೆ.

ಸಕ್ರಿಯ ನಿಧಾನಗತಿಯನ್ನು ಅಭ್ಯಾಸ ಮಾಡಿ ಮತ್ತು ನಿಮ್ಮ ಕಣ್ಣನ್ನು ತೆರೆಯಿರಿ. ನೀವು ಹುಡುಕುತ್ತಿರುವುದು ನೀವು ಅಂದುಕೊಂಡಿದ್ದಕ್ಕಿಂತ ಹೆಚ್ಚು ಹತ್ತಿರದಲ್ಲೇ ಇರಬಹುದು.

೩.
ಒಳ್ಳೆಯ ಸ್ನೇಹಿತರನ್ನು ಗಳಿಸಿಕೊಳ್ಳುವುದು ಹೇಗೆ

"ಬೆಳಕಿನಲ್ಲಿ ಏಕಾಂಗಿಯಾಗಿ ನಡೆಯುವುದಕ್ಕಿಂತ,
ಕತ್ತಲಿನಲ್ಲಿ ಸ್ನೇಹಿತನೊಂದಿಗೆ ನಡೆಯುತ್ತೇನೆ."
– ಹೆಲೆನ್ ಕೆಲ್ಲರ್, ಲೇಖಕಿ ಮತ್ತು ಶಿಕ್ಷಕಿ

"ಹೇಗಿದ್ದೀರಿ ಎಂದು ನಮ್ಮನ್ನು ಕೇಳಿದ ಬಳಿಕ ಉತ್ತರ ಕೇಳಲು
ಕಾಯುವ ಅಪರೂಪದ ವ್ಯಕ್ತಿಗಳೇ ಸ್ನೇಹಿತರು"
– ಎಡ್ ಕನ್ನಿಂಗ್‌ಹ್ಯಾಮ್, ಫುಟ್‌ಬಾಲ್ ವಿಶ್ಲೇಷಕ

ಸ್ನೇಹ ಜೀವನದ ಮೂಲಭೂತ ಭಾಗ, ಇದು ಇಕಿಗಾಯ್ ಹುಡುಕುವವರಿಗೆ ಬಹಳ ಮುಖ್ಯವಾಗಿದೆ. ನಿಮ್ಮ ಯೋಜನೆಗಳನ್ನು ಎಷ್ಟು ಸುಲಭವಾಗಿ ಪೂರ್ಣಗೊಳಿಸಬಹುದು ಎಂಬುದು ನಿಮ್ಮ ಸುತ್ತಮುತ್ತಲಿರುವ ಜನರ ಗುಣಮಟ್ಟದ ಮೇಲೆ ಅವಲಂಬಿತವಾಗಿದೆ.

ಜೀವನದಲ್ಲಿ ಕೆಲವೇ ಕೆಲವು ವಿಷಯಗಳನ್ನು ಮಾತ್ರ ಒಬ್ಬರೇ ಮಾಡಬಹುದು. ನೀವು ಒಂದು ಸಂಗೀತ ತಂಡವನ್ನು ರಚಿಸಿದರೂ, ಒಂದು ಪ್ರವಾಸ ಆಯೋಜಿಸಿದರೂ, ಅಥವಾ ಒಂದು ದಿನ ನಿಮ್ಮದೇ ಆದ ವ್ಯವಹಾರವನ್ನು ಪ್ರಾರಂಭಿಸಿದರೂ, ನಿಮ್ಮ ಸಾಹಸಕ್ಕೆ ಜೊತೆಗಾರರ ಅಗತ್ಯವಿರುತ್ತದೆ.

ನಿಮ್ಮ ಜೊತೆಗಾರರನ್ನು ಸರಿಯಾಗಿ ಆಯ್ಕೆ ಮಾಡಿಕೊಂಡರೆ, ಎಲ್ಲವೂ ಯೋಜನೆಯಂತೆ ಸಾಗುತ್ತದೆ ಮತ್ತು ನೀವು ಯಾವುದೇ ಸಮಸ್ಯೆಯನ್ನು ಒಟ್ಟಿಗೆ ಪರಿಹರಿಸಬಹುದು. ಆದರೆ, ನಕಾರಾತ್ಮಕ ದೃಷ್ಟಿ ಇರುವ ಮತ್ತು ಯಾವಾಗಲೂ ನಿಮ್ಮೊಂದಿಗೆ ಅಭಿಪ್ರಾಯ ಬೇಧ ಹೊಂದಿರುವ ಜನರಿಂದ ನೀವು ಸುತ್ತುವರೆಯಲ್ಪಟ್ಟಿದ್ದರೆ, ಹೆಚ್ಚಿನ ಯಶಸ್ಸು ಪಡೆಯಲು ಸಾಧ್ಯವಾಗುವುದಿಲ್ಲ.

ಹಾಗಾದರೆ, ಸ್ನೇಹಿತರ ಆಯ್ಕೆ ಪ್ರಕ್ರಿಯೆ ನಡೆಸಬೇಕೇ?

ಅದು ತುಂಬಾ ಅತಿರೇಕದ ನಿರ್ಧಾರವಾಗಬಹುದು, ಆದರೆ ನಿಮ್ಮ ಸುತ್ತಲಿರುವ ಜನರು ಯಾವ ರೀತಿಯವರು ಎಂಬುದನ್ನು ಅರಿತುಕೊಳ್ಳುವುದು ಮುಖ್ಯ. ಇತರರು ನಮ್ಮ ಪ್ರತಿಬಿಂಬವಾಗಿರುತ್ತಾರೆ. ಉದಾಹರಣೆಗೆ, ನಿಮ್ಮನ್ನು ಒಳ್ಳೆಯ ರೀತಿಯಲ್ಲಿ ನಡೆಸಿಕೊಳ್ಳುವ, ನಿಮ್ಮೊಂದಿಗೆ ಸಮಯ ಕಳೆಯಲು ಸಂತೋಷಪಡುವ ಸ್ನೇಹಿತರನ್ನು ನೀವು ಹೊಂದಿದ್ದರೆ, ಅವರು ಸಹ ನಿಮ್ಮನ್ನು ಅದೇ ರೀತಿಯಾಗಿ ನೋಡುವ ಸಾಧ್ಯತೆ ಇದೆ.

ನಿಮ್ಮ ಮಾತುಗಳನ್ನು ಅವರು ಹೇಗೆ ಕೇಳುತ್ತಾರೆ ಎನ್ನುವುದನ್ನು ಹೇಳಿ, ಅವರು ಎಂತಹ ವ್ಯಕ್ತಿಗಳೆಂದು ನಾನು ತಿಳಿಸುತ್ತೇನೆ.

ನೀವು ಹೇಳುವ ಪ್ರಮುಖ ವಿಷಯಗಳಿಗೆ ಎಷ್ಟು ಗಮನ ಕೊಡುತ್ತಾರೆ ಎಂಬುದರ ಮೇಲೆ ಒಬ್ಬ ವ್ಯಕ್ತಿಯನ್ನು ಸರಿಯಾಗಿ ವ್ಯಾಖ್ಯಾನಿಸಬಹುದು. ನಮಗೆಲ್ಲರಿಗೂ ಕನಸುಗಳು ಮತ್ತು ರಹಸ್ಯಗಳಿವೆ. ಅವುಗಳನ್ನು ನಾವು ಕೆಲವೇ ಕೆಲವು ಜನರಲ್ಲಿ ಮಾತ್ರ ಹಂಚಿಕೊಳ್ಳುತ್ತೇವೆ, ಆದ್ದರಿಂದ ಅವರ ಪ್ರತಿಕ್ರಿಯೆ ನಮಗೆ ತುಂಬಾ ಮಹತ್ವದ್ದಾಗಿರುತ್ತದೆ.

ನೀವು ನಿಮ್ಮ ಸ್ನೇಹಿತನಿಗೆ ದೊಡ್ಡ ಸಮಸ್ಯೆಯನ್ನು ಹೇಳಿದಿರಿ ಎಂದು ಊಹಿಸಿಕೊಳ್ಳಿ. ಆ ಸ್ನೇಹಿತನ ಸ್ವಭಾವದ ಆಧಾರದ ಮೇಲೆ, ನೀವು ವಿಭಿನ್ನ ರೀತಿಯ ಪ್ರತಿಕ್ರಿಯೆಯನ್ನು ಪಡೆಯಬಹುದು. ನಿಮಗೆ ಎದುರಾಗುವ ವಿಭಿನ್ನ ರೀತಿಯ ವ್ಯಕ್ತಿಗಳ ಕೆಲವು ಉದಾಹರಣೆಗಳು ಇಲ್ಲಿವೆ:

1. **ನಿಮ್ಮಿಂದ ಮೈಲುಗಟ್ಟಲೆ ದೂರವಿರುವವರು:** ಅವರು ನೀವು ಹೇಳುತ್ತಿರುವುದನ್ನು ಕೇಳುವವರಂತೆ ನಟಿಸುತ್ತಾರೆ, ಆದರೆ ನೀವು ಹೇಳುತ್ತಿರುವ ವಿಷಯದಲ್ಲಿ ಅವರಿಗೆ ಆಸಕ್ತಿಯಿಲ್ಲ ಎಂದು ನಿಮಗೆ ತಕ್ಷಣವೇ ತಿಳಿಯುತ್ತದೆ. ಅವರು ತಮ್ಮದೇ ಆದ ವಿಷಯಗಳ ಬಗ್ಗೆ ಯೋಚಿಸುತ್ತಿರುತ್ತಾರೆ ಅಥವಾ ನೀವು ಮಾತನಾಡುವುದನ್ನು ನಿಲ್ಲಿಸಿದಾಗ ನಿಮಗೆ ಏನು ಹೇಳಬೇಕು ಎಂಬುದರ ಬಗ್ಗೆ ತಯಾರಿ ಮಾಡುತ್ತಿರುತ್ತಾರೆ.

2. **ಮೌನದ ಗೋಡೆಯಂತಿರುವವರು:** ಅವರು ಗಮನ ಕೊಟ್ಟು ಕೇಳುವಂತೆ ಕಾಣಿಸುತ್ತಾರೆ, ಆದರೆ ನಂತರ ಯಾವುದೇ ಪ್ರತಿಕ್ರಿಯೆ ನೀಡುವುದಿಲ್ಲ. ಅವರು ಕೇವಲ ನಿಮ್ಮನ್ನು ನೋಡುತ್ತಾರೆ ಮತ್ತೂ ಹೆಚ್ಚೆಂದರೆ ನಿಮ್ಮ ಭುಜ ತಟ್ಟಿ "ಅದನ್ನು ಸುಲಭವಾಗಿ ತೆಗೆದುಕೊಳ್ಳಿ, ನೀವು ಅದರಿಂದ ಹೊರಬರುತ್ತೀರಿ" ಎಂದು ಹೇಳುತ್ತಾರೆ. ಕೆಲವು ಜನರಿಗೆ ಇಷ್ಟು ಸಾಂತ್ವನದ ನುಡಿಗಳು ಸಾಕಾಗುತ್ತವೆ, ಆದರೆ ಇತರರಿಗೆ ಹೆಚ್ಚಿನ ಸಂವಹನದ ಅವಶ್ಯಕತೆ ಇರುತ್ತದೆ.

3. **ಕಾಡು ಹರಟೆ** (ಗಾಸಿಪ್). ಅವರು ಬಹಳಷ್ಟು ಪ್ರಶ್ನೆಗಳನ್ನು ವಿಶೇಷವಾಗಿ ರಸಭರಿತ ಪ್ರಶ್ನೆಗಳನ್ನು ಕೇಳುತ್ತಾರೆ. ಏಕೆಂದರೆ ಅವು ಇತರರಿಗೆ ಹೇಳಲು ರಸವತ್ತಾದ ವಿಷಯವಾಗಬಹುದು. ಅವರು ನೀವು ಹೇಳುತ್ತಿರುವ ವಿಷಯಕ್ಕಿಂತ ಹೆಚ್ಚು ಈ ತಮಾಷೆಯಲ್ಲಿ ಆಸಕ್ತರಾಗಿರುತ್ತಾರೆ. ಇಂಥಹವರ ಜೊತೆ ನೀವು ಎಚ್ಚರಿಕೆಯಿಂದ ಇರಬೇಕು, ಅವರು ನಿಮಗೆ ನೋವು ನೀಡುತ್ತಾರೆ.

4. **ವಿನಾಶಕಾರಿ ಜನರು**. ಇವರು ನಿಮ್ಮ ಸುತ್ತಲಿರುವ ಅತ್ಯಂತ ಅಪಾಯಕಾರಿ ವ್ಯಕ್ತಿಗಳು. ಏಕೆಂದರೆ ಅವರು ಎಲ್ಲವನ್ನೂ ನಕರಾತ್ಮಕವಾಗಿಯೇ ನೋಡುತ್ತಾರೆ. ನೀವು ಅವರಿಗೆ ಒಂದು ಉತ್ಸಾಹಭರಿತ ಯೋಜನೆಯ ಬಗ್ಗೆ ಹೇಳಿದರೆ, ನೀವು ಅದನ್ನು ಮಾಡದಂತೆ ತಡೆಯಲು ಈ ರೀತಿಯ ಮಾತುಗಳನ್ನು ಹೇಳುತ್ತಾರೆ:

a) "ಇದು ನಿಜವಾಗಿಯೂ ಬಹಳ ಕಷ್ಟ" ಅಥವಾ "ಇದು ಸಾಧ್ಯವಾಗುವದಿಲ್ಲ."

(ವಾಸ್ತವವಾಗಿ, ನಿಮ್ಮ ಗುರಿಯನ್ನು ಸಾಧಿಸಲು ನಿಮಗೆ ಸಾಮರ್ಥ್ಯವಿಲ್ಲ ಎಂದು ಅವರು ನಿಮಗೆ ಹೇಳುತ್ತಿರುವುದು).

b) "ನೀವು ಏನು ಮಾಡುತ್ತಿದ್ದೀರಿ ಎನ್ನುವುದು ನಿಮಗೆ ಖಚಿತವಾಗಿ ಗೊತ್ತಿದೆಯೇ?"

(ನೀವು ನಿಮ್ಮ ದಾರಿ ತಪ್ಪಿಸಿ ಕೊಳ್ಳುತ್ತೀರಿ, ಆದರೆ ನಿಮಗೆ ಅದು ಗೊತ್ತಾಗುತ್ತಿಲ್ಲ ಎಂದು ಅವರ ಮಾತಿನ ಅರ್ಥ).

c) "ನೀವು ಈ ನಿರ್ಧಾರವನ್ನು ತೆಗೆದುಕೊಳ್ಳುವುದಕ್ಕೂ ಮೊದಲು ಚೆನ್ನಾಗಿ ಯೋಚಿಸು" (ಅವರು ನಿಜವಾಗಿ ನಿಮಗೆ ಹೇಳಲು ಇಚ್ಛಿಸುವುದು – ನಿಮಗೆ ಬುದ್ಧಿ ಬಂದಮೇಲೆ ಈ ಯೋಜನೆ ನಿಮಗಲ್ಲ ಎಂದು ನೀವು ಅರಿತುಕೊಳ್ಳುತ್ತೀರಿ ಎಂದು.)

5. **ವಿಶ್ಲೇಷಕ**. ಇವರು ನಿಮ್ಮ ಚಿಂತನೆಗೆ ಸಹಾಯ ಮಾಡುತ್ತಾರೆ. ನಿಮ್ಮ ಮಾತುಗಳನ್ನು ಗಮನವಿಟ್ಟು ಕೇಳುತ್ತಾರೆ ಮತ್ತು ನಂತರ ನೀವು ಅವರಿಗೆ ಹೇಳಿದ ವಿಷಯದ ಬಗ್ಗೆ ಆಳವಾಗಿ ತಿಳಿದುಕೊಳ್ಳಲು ಸಹಾಯಕವಾಗುವ ಪ್ರಶ್ನೆಗಳನ್ನು ಕೇಳುತ್ತಾರೆ. ಇದು, ನಿಮ್ಮ ಜೀವನದ, ನೀವು ಗಮನಿಸದ ಅಂಶಗಳ ಬಗ್ಗೆ ಯೋಚಿಸುವಂತೆ ಮಾಡಿ ಬಹಳಷ್ಟು ತಪ್ಪುಗಳನ್ನು ಸರಿಪಡಿಸುವುದಕ್ಕೆ ಸಹಾಯ ಮಾಡುತ್ತದೆ. ಇಂತಹ ನೆರವು ನೀಡುವ ಪ್ರಮುಖ ಜನರು ನಿಮ್ಮಿಂದ ದೂರವಾಗಲು ಬಿಡಬೇಡಿ.

6. **ಸಬಲಗೊಳಿಸುವ ಜನರು**. ಇವರು ಸ್ನೇಹಿತರಲ್ಲೇ ನಿಜವಾದ ಚಾಂಪಿಯನ್ ಆಗಿರುತ್ತಾರೆ. ಈ ರೀತಿಯ ವ್ಯಕ್ತಿಗಳ ಬಗ್ಗೆ ಮುಂದಿನ ವಿಭಾಗದಲ್ಲಿ ಹೆಚ್ಚಿನದನ್ನು ಕಲಿಯುತ್ತೀರಿ. ಹೆಸರೇ ಸೂಚಿಸುವಂತೆ, ಅವರ ಜೊತೆಯಲ್ಲಿ ಇದ್ದಾಗ ನೀವು ಹೆಚ್ಚು ಶಕ್ತಿಶಾಲಿಯಾಗಿದ್ದೀರಿ ಎಂದು ಅನಿಸುತ್ತದೆ, ಏಕೆಂದರೆ, ಈ ರೀತಿಯ

ವ್ಯಕ್ತಿಗಳು ಎಲ್ಲವೂ ಸಾಧ್ಯ ಎನ್ನುವ ನಂಬಿಕೆ ಮೂಡುವಂತೆ ಮಾಡುತ್ತಾರೆ. ಮನಸ್ಸು ಮಾಡಿದುದನ್ನು ನೀವು ಸಾಧಿಸಬಹುದು ಎಂಬ ನಂಬಿಕೆ ಬರುವಂತೆ ಮಾಡುತ್ತಾರೆ.

ಸಬಲಗೊಳಿಸುವ ಜನರನ್ನು ಗುರುತಿಸುವುದು ಹೇಗೆ

ತಮ್ಮ ಇಕಿಗಾಯ್‌ನ್ನು ಅನುಸರಿಸುವ ಜನರನ್ನು ಹುಡುಕುವುದು, ನಿಮ್ಮ ಇಕಿಗಾಯ್‌ನ್ನು ಜೀವಿಸಲು ಸಹಾಯಕವಾಗುತ್ತದೆ. ಆದ್ದರಿಂದ, ಒಂದೇ ರೀತಿಯ ಆಸಕ್ತಿಗಳನ್ನು ಹೊಂದಿರುವ, ನಿಮ್ಮ ಕನಸುಗಳಿಗೆ ಉತ್ತೇಜನ ಕೊಡುವ ಅಥವಾ ಅವುಗಳನ್ನು ಹಂಚಿಕೊಳ್ಳುವ ಜನರೊಂದಿಗೆ ಸೇರುವುದು ಮುಖ್ಯ.

ಯಾರದ್ದಾದರೂ ಯೋಜನೆಗಳು ನಿಮ್ಮದಕ್ಕಿಂತ ಭಿನ್ನವಾಗಿದ್ದರೂ ಸಹ, ನೀವು ಈ ಕೆಳಗೆ ವಿವರಿಸಿರುವ ಅಪರೂಪದ ಪ್ರೇರಣಾದಾಯಕ ಸೂಪರ್‌ಹೀರೋಗಳನ್ನು ಅಂದರೆ ಪ್ರೋತ್ಸಾಹಕರನ್ನು ಗುರುತಿಸಬಹುದು:

- ಅವರು ನಿಜವಾದ ಆಸಕ್ತಿಯಿಂದ ಕೇಳುತ್ತಾರೆ ಮತ್ತು ನೀವು ಹೇಳುವುದನ್ನು ಅರ್ಥಮಾಡಿಕೊಳ್ಳಲು ಪ್ರಶ್ನೆ ಕೇಳುತ್ತಾರೆ. ವಿಶ್ಲೇಷಣಾಕಾರರು ಆಗಿರುವವರು ಅತ್ಯಂತ ಉಪಯುಕ್ತ ಪ್ರೋತ್ಸಾಹಕರಾಗಿರುತ್ತಾರೆ.

- ಯಾವುದೇ ತೀರ್ಪು ಅಥವಾ ಭವಿಷ್ಯವಾಣಿ ಸಕಾರಾತ್ಮಕವಾಗಿರದಿದ್ದರೆ ಅವರು ಅದನ್ನು ಹೇಳುವುದಿಲ್ಲ. "ನೀನು ಇದನ್ನು ಮಾಡಬಲ್ಲೆ ಎಂದು ನನಗೆ ತಿಳಿದಿದೆ" ಅಥವಾ "ನೀನು ಇದನ್ನು ನಿರ್ವಹಿಸಬಲ್ಲೆ" ಎನ್ನುವಂತಹ ಮಾತುಗಳು ಇವರಿಂದ ಬರುತ್ತವೆ.

- ನಿಮ್ಮ ಹಾದಿಯಲ್ಲಿ ನಿಮಗೆ ಎದುರಾಗುವ ಅಪಾಯಗಳನ್ನು ಸ್ವೀಕರಿಸಿ ಸಾಹಸದಲ್ಲಿ ತೊಡಗಿಕೊಂಡಿರುವುದನ್ನು ನೋಡಿ ಅವರು ನಿಜವಾಗಿಯೂ ಸಂತೋಷ ಪಡುತ್ತಾರೆ ("ನಿನ್ನ ಈ ದೃಢ ನಿಶ್ಚಯ ಕಂಡು ತುಂಬಾ ಸಂತೋಷವಾಗುತ್ತಿದೆ!") ಮತ್ತು ಆರಂಭದಿಂದಲೇ ತಮ್ಮ ಬೆಂಬಲವನ್ನು ನೀಡುತ್ತಾರೆ.

- ಅವರಿಗೆ ಸಾಧ್ಯವಾದರೆ, ನೀವು ಹಿಡಿದಿರುವ ಆ ಹುಚ್ಚು ಆಲೋಚನೆಯನ್ನು ಬೆಂಬಲಿಸಲು ತಮ್ಮ ಕೈಲಾದ ಸಹಾಯ ಮಾಡುತ್ತಾರೆ.

ಅದರೊಂದಿಗೆ, ನಾವು ನಮ್ಮಂತೆಯೇ ಇರುವವರನ್ನು ಆಕರ್ಷಿಸುತ್ತೇವಾದ್ದರಿಂದ, ಒಳ್ಳೆಯ ಸ್ನೇಹಿತರನ್ನು ಪಡೆಯಲು ಅತ್ಯುತ್ತಮ ಮಾರ್ಗವೆಂದರೆ ನಾವು ಸ್ವತಃ ಒಳ್ಳೆಯ ಸ್ನೇಹಿತರಾಗಿರುವುದು. ನೀವು ಉದಾರಿಯಾಗಿದ್ದು, ನಿಜವಾದ ಆಸಕ್ತಿಯೊಂದಿಗೆ ಬೇರೆಯವರ ಮಾತು ಕೇಳಿದರೆ ಮತ್ತು ಎಲ್ಲಾ ಸಮಯದಲ್ಲೂ ನಿಮ್ಮ ಸ್ನೇಹಿತರ ಹಿತವನ್ನೇ ಬಯಸುತ್ತಿದ್ದರೆ, ನೀವು ನಿಮ್ಮ ಸುತ್ತಲೂ ಅದೇ ಗುಣಗಳನ್ನು ಹೊಂದಿರುವವರ ಒಂದು ಗುಂಪನ್ನು ಸೃಷ್ಟಿಸುತ್ತೀರಿ.

4.
ನಿಮ್ಮ ಜೀವನದ ಪ್ರೀತಿಯನ್ನು ಅನುಭವಿಸುವುದು

"ನಾವೆಲ್ಲರೂ ಎಲ್ಲಾ ವಿಷಯಗಳಲ್ಲೂ ತುಂಬಾ ಭಿನ್ನರು,
ಆದ್ದರಿಂದಲೇ ನಾವು ಪ್ರೀತಿಯಲ್ಲಿ ಬೀಳುವ ಅಪಾಯದಲ್ಲಿದ್ದೇವೆ."

– ಫೆಡೆರಿಕೋ ಮೊಚ್ಚಿಯಾ,

ಇಟಾಲಿಯನ್ ಲೇಖಕರು, ಚಿತ್ರಕಥೆಗಾರರು, ನಿರ್ದೇಶಕರು

ಜೀವನದ ಈ ಹಂತದಲ್ಲಿ, ನೀವು ಈಗಾಗಲೇ ಪ್ರೀತಿಯನ್ನು ಅರಿತುಕೊಂಡಿದ್ದೀರೋ ಅಥವಾ ಅದನ್ನು ಕೇವಲ ಕಲ್ಪನೆ ಮಾಡಿಕೊಂಡಿದ್ದೀರೋ ಎಂಬುದು ನಮಗೆ ಗೊತ್ತಿಲ್ಲ. ನೀವು ಯಾವುದೇ ಹಂತದಲ್ಲಿದ್ದರೂ, ನಾವು ನಿಮಗೆ ಒಂದು ದುಃಖಕರ ಸಂಗತಿಯನ್ನು ಹೇಳಲೇಬೇಕಾಗಿದೆ– ಈಗಲೋ ನಂತರವೋ, ನಿಮ್ಮ ಹೃದಯ ಒಡೆದುಹೋಗಲಿದೆ.

ಹಾಗೆಯೇ, ಇದು ಒಳ್ಳೆಯ ಸುದ್ದಿಯೂ ಹೌದು, ಏಕೆಂದರೆ ಪ್ರಣಯದಲ್ಲಿ ವಿಫಲರಾದಾಗ, ನಿಮ್ಮನ್ನು ನೀವು ಹೆಚ್ಚು ಅರಿತುಕೊಳ್ಳುತ್ತೀರಿ. ನಿಮ್ಮ ಇಕಿಗಾಯ್ ಹುಡುಕುವಾಗ ಪ್ರಯೋಗ ಮತ್ತು ಪ್ರಮಾದ ಪ್ರಕ್ರಿಯೆ ಸಹಾಯಕವಾಗಿದ್ದರೆ, ನಿಜವಾದ ಪ್ರೀತಿಯನ್ನು ಕಂಡುಕೊಳ್ಳುವಲ್ಲಿ ಇದು ಇನ್ನೂ ಹೆಚ್ಚು ಉಪಯುಕ್ತವಾಗಿದೆ.

ನಿಮಗೆ ಸರಿಯಾದ ಸಂಗಾತಿ ಯಾರು ಎಂದು ಕೊನೆಗೂ ನೀವು ಕಂಡುಕೊಳ್ಳುವ ಮೊದಲು ಅನೇಕ ರೀತಿಯ ಜನರನ್ನು ಭೇಟಿಯಾಗಬೇಕಾಗುತ್ತದೆ.

ಒಡೆದುಹೋದ ಹೃದಯಕ್ಕೆ ಎರಡು ಸಲಹೆಗಳು

2014 ರಲ್ಲಿ ತೆರೆಕಂಡ 'ಬಾಯ್ ಹುಡ್' ಪ್ರೀತಿಯ ಬಗ್ಗೆ ಮಹತ್ವಪೂರ್ಣ ಪಾಠವನ್ನು ಒಳಗೊಂಡ ಒಂದು ವಿಶಿಷ್ಟವಾದ ಸಿನಿಮಾ. ಹನ್ನೆರಡು ವರ್ಷಗಳ ಕಾಲ ಅದೇ ನಟರನ್ನು ಬಳಸಿಕೊಂಡು ಈ ಚಿತ್ರವನ್ನು ಚಿತ್ರೀಕರಿಸಲಾಗಿದೆ. ಅಂದರೆ,

ಮುಖ್ಯಪಾತ್ರವಾದ 'ಮೇಸನ್' ಎನ್ನುವ ಪಾತ್ರವನ್ನು ಪೋಷಿಸಿರುವ ನಟ ಚಿತ್ರದ ಆರಂಭದಲ್ಲಿ ಆರು ವರ್ಷದವರಾಗಿದ್ದರು, ಮತ್ತು ಚಿತ್ರದ ಅಂತ್ಯದ ವೇಳೆಗೆ ಅವರು ಹದಿನೆಂಟು ವರ್ಷದವರಾಗಿದ್ದರು.

ಜೀವನವು ನಿಮ್ಮ ಕಣ್ಣ ಮುಂದೆ ನೇರವಾಗಿ ಬಿಚ್ಚಿಕೊಳ್ಳುವುದನ್ನು ನೀವು ನೋಡುತ್ತೀರಿ.

ಮೇಸನ್ ದೊಡ್ಡವನಾಗಿ ಕಾಲೇಜಿಗೆ ಹೋಗಲು ಪ್ರಾರಂಭಿಸಿದಾಗ ಮೊದಲ ಬಾರಿಗೆ ಅವನ ಹೃದಯ ಒಡೆದು ಹೋಗುತ್ತದೆ. ಅವನು ಅತಿಯಾಗಿ ಪ್ರೀತಿಸಿದ ಅವನ ಮೊದಲ ಪ್ರೇಮಿ, ಒಬ್ಬ ಹಿರಿಯ ಹುಡುಗನಿಗಾಗಿ ಅವನನ್ನು ಬಿಟ್ಟು ಹೋಗುತ್ತಾಳೆ.

ಅಂತಹ ಹದಗೆಟ್ಟ ಪರಿಸ್ಥಿತಿಯಲ್ಲಿ, ಅವನು ತನ್ನ ತಂದೆಗೆ ಎಲ್ಲಾ ವಿಷಯ ತಿಳಿಸುತ್ತಾನೆ, ಅವನಿಗೆ ತಂದೆಯಿಂದ ಎರಡು ಸಲಹೆಗಳು ಸಿಗುತ್ತವೆ:

1. ಮೂರ್ಖ ಹುಡುಗ ಅಥವಾ ಹುಡುಗಿಯ ಬಗ್ಗೆ ಆಳುವುದಕ್ಕೆ ನೀನು ಮೀಸಲಾಗಿಡುವ ಪ್ರತಿ ನಿಮಿಷವೂ ವ್ಯರ್ಥ.

2. ಏನಾದರೂ ಯೋಗ್ಯವಾದ ಕೆಲಸ ಮಾಡು. ಆಗ ಹುಡುಗರು ಅಥವಾ ಹುಡುಗಿಯರು ನಿನ್ನ ಬಾಗಿಲಲ್ಲಿ ಸಾಲಾಗಿ ನಿಲ್ಲುತ್ತಾರೆ.

ಪ್ರೇಮರೋಗಿಗಳಿಗೆ ಇಕಿಗಾಯ್

ಹಲವಾರು ಜನರು ತಮ್ಮನ್ನು 'ಪರಿಪೂರ್ಣ'ರನ್ನಾಗಿ ಮಾಡಿಕೊಳ್ಳಲು ತಮ್ಮ ಜೀವನದ ಬಹುಪಾಲು ಸಮಯವನ್ನು ಯಾರನ್ನಾದರೂ ಹುಡುಕುವುದರಲ್ಲೇ ಕಳೆದು ಬಿಟ್ಟಿರುತ್ತಾರೆ. ಇದು ಬಹು ದೊಡ್ಡ ತಪ್ಪು! ಆದ್ದರಿಂದ ನಿಮ್ಮ ವಯಸ್ಸು ಎಷ್ಟೇ ಆಗಿದ್ದರೂ ಎರಡನೇ ಸಲಹೆ ತುಂಬಾ ಮುಖ್ಯವಾದುದು.

ಅಪರಿಪೂರ್ಣತೆಯ ಭಾವನೆ ನಿಮ್ಮಲ್ಲಿದ್ದರೆ, ಅದಕ್ಕಾಗಿ ನೀವು ಯಾರ ಮೇಲಾದರೂ ಆವಲಂಬಿತರಾಗಿ ಅವರಿಗೆ ಒರಗಿ ನಿಂತಿದ್ದರೆ, ಆ ವ್ಯಕ್ತಿ ದೂರ ಸರಿದಾಗ ನೀವು ಬಿದ್ದುಹೋಗುತ್ತೀರಿ. ಒಬ್ಬ ವ್ಯಕ್ತಿ ಪರಿಪೂರ್ಣನಾಗಿದ್ದು, ಆತ್ಮನಿರ್ಭರನಾಗಿದ್ದಾಗ ಮಾತ್ರ ಅವರು ಪ್ರೀತಿಸುವ ವ್ಯಕ್ತಿಯ ಜೊತೆ ಸಮಾನರಾಗಿರುತ್ತಾರೆ. ಆಗ ಅವರಿಬ್ಬರೂ ಜೀವನದ ಹಾದಿಯನ್ನು ಹಂಚಿಕೊಳ್ಳಬಹುದು.

ಫ್ರೆಂಚ್ ಬರಹಗಾರ ಅಲ್ಬರ್ಟ್ ಕಾಮ್ಯೂ ಅವರ ಒಂದು ಹೇಳಿಕೆ ಇದನ್ನು ಅದ್ಭುತವಾಗಿ ವಿವರಿಸುತ್ತದೆ:

"ನನ್ನ ಮುಂದೆ ನಡೆಯಬೇಡಿ... ನಾನು ನಿಮ್ಮನ್ನು ಅನುಸರಿಸದೇ ಇರಬಹುದು
ನನ್ನ ಹಿಂದೆ ನಡೆಯಬೇಡಿ... ನಾನು ಸರಿಯಾಗಿ ಮುನ್ನಡೆಸದೇ ಇರಬಹುದು

ನನ್ನ ಪಕ್ಕದಲ್ಲಿ ನಡೆಯಿರಿ... ನನಗೆ ಬರಿ ಸ್ನೇಹಿತರಾಗಿ"

ಆದ್ದರಿಂದ ಮೇಸನ್‌ನ ತಂದೆ ಅವನಿಗೆ "ಏನಾದರೂ ಯೋಗ್ಯವಾದುದನ್ನು ಮಾಡು" ಎಂದು ಸಲಹೆ ನೀಡಿದಾಗ, ತಾನು ಹೆಮ್ಮೆಪಡುವಂತೆ ಮೇಸನ್ ಏನನ್ನಾದರೂ ಸಾಧಿಸಬೇಕು ಎಂಬುದು ಅವರ ಮಾತಿನ ಅರ್ಥವಾಗಿತ್ತು.

ನಿಮಗೆ ಮಹತ್ವಪೂರ್ಣವಾದುದನ್ನು ಸಾಧಿಸಲು ಸಾಧ್ಯವಾದರೆ, ನಿಮ್ಮ ಆತ್ಮಗೌರವವನ್ನು ಉತ್ತೇಜಿಸಲು ಆ ದಿನಕ್ಕೆ / ಅ ಸಮಯಕ್ಕೆ ನಿಮಗೆ ಯಾವುದೇ ಹುಡುಗ ಅಥವಾ ಹುಡುಗಿಯ ಅವಶ್ಯಕತೆ ಇರುವುದಿಲ್ಲ. ನೀವು ನಿಮ್ಮ ಮೌಲ್ಯವನ್ನು ಅರಿತುಕೊಳ್ಳುತ್ತೀರಿ ಮತ್ತು ನೀವು ನಿರಾಯಾಸವಾಗಿ ಬೇರೆಯವರಿಗೆ ಆಕರ್ಷಕವಾಗಿ ಕಾಣುತ್ತೀರಿ.

ನೀವು ನಿಮ್ಮ ಇಕಿಗಾಯ್‌ನಂತೆ ಜೀವಿಸಿದರೆ, ಪ್ರೀತಿಯೂ ನಿಮಗೆ ಸುಲಭವಾಗುವುದು, ಏಕೆಂದರೆ ಮೊದಲು ಸ್ವತಃ ನಿಮ್ಮನ್ನು ನೀವು ಪ್ರೀತಿಸಲು ಪ್ರಾರಂಭಿಸಿರುತ್ತೀರಿ.

5.

ಕಾಲದ ಒಂದು ಕೋಶ

"ಭವಿಷ್ಯ ಎಂದರೆ ಏನಾಗುತ್ತದೆಯೋ ಅದಲ್ಲ,
ಬದಲಾಗಿ ನಾವು ಏನು ಮಾಡುತ್ತೇವೆಯೋ ಅದು."

– ಜೋರ್ಗೆ ಲುಯಿಸ್ ಬೋರ್ಖೆಸ್, ಅರ್ಜೆಂಟಿನಾ ಲೇಖಕ

ಕೆಲವು ವರ್ಷಗಳ ಹಿಂದೆ, ಹೆಕ್ಟರ್ ಮತ್ತು ಫ್ರಾನ್ಸಿಸ್ಕ್ ಜೀವನ ತರಬೇತುದಾರರಾದ (ಲೈಫ್ ಕೋಚ್) ಮಾರಿಯೋ ರೆಯಸ್ ಅವರನ್ನು ಭೇಟಿಯಾದರು. ಅವರು ತಮ್ಮ ಬಳಿಗೆ ಬರುವ ಜನರ ಜೀವನ ಯೋಜನೆಯ ಬಗ್ಗೆ ಸಹಾಯ ಮಾಡಲು ಒಂದು ವಿಚಿತ್ರವಾದ ಪ್ರಯೋಗ ಮಾಡುತ್ತಿದ್ದರು.

ಮಾರಿಯೋ ಅವರು ತಮ್ಮ ಗ್ರಾಹಕರಿಗೆ ತಮ್ಮ ಭವಿಷ್ಯದಲ್ಲಿ 50 ವರ್ಷಗಳು ಕಳೆದಿದೆ ಎಂದು ಕಲ್ಪನೆ ಮಾಡಿಕೊಂಡು, ತಮ್ಮ ಭವಿಷ್ಯದ ತಮಗೇ ಸ್ವತಃ ಕಾಗದವೊಂದನ್ನು ಬರೆಯಲು ಸಲಹೆ ನೀಡುತ್ತಿದ್ದರು. ಆ ಪತ್ರಗಳಲ್ಲಿ, ಜನರು ತಮ್ಮ ಜೀವನವನ್ನು ವಿಮರ್ಶಿಸಿ, ತಮ್ಮ ಎಲ್ಲಾ ಸಾಧನೆಗಳನ್ನು ಉಲ್ಲೇಖಿಸುವ ಸಣ್ಣ ಜೀವನ ಚರಿತ್ರೆಯನ್ನು ಬರೆಯುತ್ತಿದ್ದರು.

ನಿಮ್ಮನ್ನು ಹೇಗೆ ನೆನಪು ಮಾಡಿಕೊಳ್ಳಬೇಕು ಎಂದು ತೀರ್ಮಾನಿಸುವ ಮೂಲಕ, ನೀವು ಯಾವ ರೀತಿಯ ಜೀವನವನ್ನು ನಡೆಸಬೇಕೆಂದು ನೀವು ತಿಳಿದುಕೊಳ್ಳುತ್ತೀರಿ ಮತ್ತು ಅದನ್ನು ಸಾಧ್ಯವಾಗಿಸಲು ಯಾವ ಕ್ರಮಗಳನ್ನು ತೆಗೆದುಕೊಳ್ಳಬೇಕೆಂದು ನೀವು ಅರ್ಥಮಾಡಿಕೊಳ್ಳುತ್ತೀರಿ.

ಈ ಅಭ್ಯಾಸವನ್ನು ಪ್ರೇರಣೆಯಾಗಿ ಮಾಡಿಕೊಂಡು, ಕೆಳಗಿನ ಪಠ್ಯವನ್ನು ಒಂದು ಕಾಗದದಲ್ಲಿ ಬರೆಯಿರಿ ಮತ್ತು ಬಿಟ್ಟ ಸ್ಥಳಗಳಲ್ಲಿ ನಿಮ್ಮ ಬಗ್ಗೆ ಮಾಹಿತಿ ತುಂಬಿಸಿ. ನೀವು ಅವುಗಳನ್ನು ಬೇಕಾದಷ್ಟು ಬಾರಿ ಬದಲಾಯಿಸಬಹುದು. ನೀವು ಅದನ್ನು ಪೂರ್ಣಗೊಳಿಸಿದ ನಂತರ, ಅದನ್ನು ನಿಮ್ಮ ಕಣ್ಣಿಗೆ ಕಾಣುವ ಜಾಗದಲ್ಲಿ ಇಡಿ. ಉದಾಹರಣೆಗೆ – ನಿಮ್ಮ ಡೆಸ್ಕ್ ಮುಂದಿರುವ ಗೋಡೆಯ ಮೇಲೆ ಹಾಕಿ.

50 ವರ್ಷಗಳ ನಂತರ ನನ್ನಿಂದ ನನಗೆ ಸಂದೇಶ

ಪ್ರೀತಿಯ .. ..

ಈ ಸಂದೇಶವು ನಿಮ್ಮನ್ನು ತಲುಪಲು ಬಹಳಷ್ಟು ಸಮಯ ತೆಗೆದುಕೊಂಡಿದೆ, ಏಕೆಂದರೆ ನೀವು ಬಯಸಿದ ಎಲ್ಲವನ್ನೂ ಮಾಡಲು ನಿಮ್ಮ ಜೀವನದ ಸಾಕಷ್ಟು ಭಾಗ ನಿಮಗೆ ಬೇಕಾಗಿತ್ತು.

ಇಂದು ನೀವು ಹಿಂತಿರುಗಿ ನೋಡಿದಾಗ, ಅದನ್ನು ಸಾಧಿಸಿದ್ದೀರಿ ಎಂದು ನಿಮಗೆ ಅರಿವಾಗುತ್ತದೆ. ಅಭಿನಂದನೆಗಳು! ನೀವು ಸಾಧಿಸುತ್ತೀರೋ ಇಲ್ಲವೋ ಎಂದು ನಾನು ಎಂದಿಗೂ ಅನುಮಾನಿಸಲಿಲ್ಲ.

ನೀವು ಉದ್ದೇಶಿಸಿದ್ದಂತೆ---ನೀವು ಯಶಸ್ವಿಯಾಗಿ ಸಾಧಿಸಿದ್ದೀರಿ. ನೀವು ಮಾಡಿದ ಕಾರ್ಯಗಳಲ್ಲಿ ನಿಮಗೆ ಅತ್ಯಂತ ಹೆಮ್ಮೆಯದು ಅನ್ನಿಸಿದ್ದು ---------------------------ಮತ್ತು---ಕೂಡ ಆಗಿದೆ.

ನಿಮ್ಮ ಅತ್ಯುತ್ತಮ ಸಾಧನೆ ನಿಸ್ಸಂದೇಹವಾಗಿ --------------------------- ಆಗಿದ್ದವು, ನಿಮ್ಮ --- ಕೆಲಸ ನಿಮ್ಮ ಉದಾಹರಣೆಯನ್ನು ಅನುಸರಿಸಿದ ಇತರರಿಗೆ ಮಹತ್ವದಾಗಿದೆ.

ಈ ಎಲ್ಲಾ ಕಾರಣಗಳಿಗೆ, ನೀವು ಜಗತ್ತಿಗೆ ನೀಡಿದ ಎಲ್ಲಾ ರೀತಿಯ ಕೊಡುಗೆಗೆ ಎಲ್ಲದಕ್ಕೂ ನಾನು ಧನ್ಯವಾದ ಸಲ್ಲಿಸುತ್ತೇನೆ. ನೀವು ಈ ಜಗತ್ತನ್ನು ಇನ್ನಷ್ಟು ಉತ್ತಮ ಸ್ಥಳವಾಗಿಸಿದ್ದೀರಿ.

ನನ್ನ ತುಂಬು ಪ್ರೀತಿಯೊಂದಿಗೆ,

. . . .

ಉಪಸಂಹಾರ
ಎಲ್ಲವನ್ನೂ ಇನ್ನೂ ಮಾಡಬೇಕಾಗಿದೆ

"ನಿಮ್ಮ ಭವಿಷ್ಯವನ್ನು ರೂಪಿಸಿಕೊಳ್ಳಿ, ಏಕೆಂದರೆ ನೀವು ನಿಮ್ಮ ಜೀವನದ ಉಳಿದ ಸಮಯವನ್ನು ಅಲ್ಲಿ ಕಳೆಯುತ್ತೀರಿ."

– ಮಾರ್ಕ್ ಟ್ವೇನ್, ಲೇಖಕ, ಹಾಸ್ಯಗಾರ ಮತ್ತು ಉದ್ಯಮಿ

ನೀವು ನಿಮ್ಮ ಪ್ರಯಾಣದ ಕೊನೆಯನ್ನು ತಲುಪಿದ್ದೀರಿ. ಇದು ಈ ಪ್ರಯಾಣದ ಕೊನೆಯಷ್ಟೇ, ಏಕೆಂದರೆ ನೀವು, ನವೋಮಿ ಮತ್ತು ಈ ಪುಸ್ತಕಕ್ಕೆ ವಿದಾಯ ಹೇಳಿದ ನಂತರ, ಹೊಸ ಸಾಹಸವು ಆರಂಭಗೊಳ್ಳುತ್ತದೆ. ನಿಮ್ಮ ಉದ್ದೇಶವನ್ನು ಅನುಸರಿಸಿ, ನಿಮ್ಮ ಆಸಕ್ತಿಯನ್ನು ಪೋಷಿಸುತ್ತಾ, ನಿಮ್ಮ ಜೀವನಕ್ಕೆ ಅರ್ಥ ನೀಡುವ ಗುರಿಯನ್ನು ಸಾಧಿಸುವ ಸಾಹಸ ಈಗ ಆರಂಭವಾಗುತ್ತದೆ.

ನೀವು ರೈಲಿನಿಂದ ಇಳಿಯುವ ಮೊದಲು ನವೋಮಿ ನಿಮ್ಮನ್ನು ಅಪ್ಪಿಕೊಳ್ಳುತ್ತಾಳೆ. ಅವಳು ಭಾವುಕಳಾಗುತ್ತಾಳೆ, ಏಕೆಂದರೆ ಇನ್ನುಮುಂದೆ ನಿಮ್ಮ ಪ್ರಯಾಣವು ಅತ್ಯಂತ ರೋಚಕವಾಗಿ ಆರಂಭವಾಗುವುದು ಎನ್ನುವುದು ಅವಳಿಗೂ ಗೊತ್ತಿದೆ.

ಆಶಾವಾದಿ ಹಳ್ಳಿಯ ಹಿರಿಯರೊಬ್ಬರು ಒಮ್ಮೆ ಹೆಕ್ಟರ್ ಮತ್ತು ಫ್ರಾನ್ಸಿಸ್ಕ್ ಅವರಿಗೆ "ಎಲ್ಲವನ್ನೂ ಇನ್ನೂ ಮಾಡಬೇಕಿದೆ" ಎಂದು ಹೇಳಿದ್ದರು.

ಎಂತಹ ಸರಳ ಆದರೆ ಅದ್ಭುತವಾದ ಸತ್ಯ!

ಇಲ್ಲಿಯವರೆಗೆ ನಿಮಗೆ ಬೇಕಾದ ರೀತಿಯಲ್ಲಿ ವಿಷಯಗಳು ನಡೆಯದೇ ಇದ್ದರೆ, ಚಿಂತಿಸಬೇಡಿ. ಇಂದಿನಿಂದಲೇ ನೀವು ನಿಮ್ಮ ದಾರಿಯನ್ನು ಬದಲಿಸಬಹುದು, ಏಕೆಂದರೆ ಎಲ್ಲವನ್ನೂ ಇನ್ನೂ ಮಾಡಬೇಕಾಗಿದೆ.

ಈಗಾಗಲೇ ನೀವು ಬೇಕಾದುದನ್ನು ಕಂಡುಕೊಂಡಿದ್ದು, ಅದನ್ನು ಸಾಧಿಸುವ

ಬಗೆ ಹೇಗೆಂದು ಗೊತ್ತಿಲ್ಲದಿದ್ದರೆ, ಪರವಾಗಿಲ್ಲ. ನೀವು ನಿಮ್ಮ ಇಕಿಗಾಯ್‌ನ ಹಾದಿಯಲ್ಲಿ ಸಾಗುತ್ತಿದ್ದರೆ, ಮುಂದೆ ಹೋದಂತೆ ಜೀವನವೇ ನಿಮಗೆ ನಿಮ್ಮ ಗುರಿಯತ್ತ ಸಾಗುವ ಹಾದಿಗಳನ್ನು ತೋರಿಸುತ್ತದೆ. ಎಲ್ಲವನ್ನೂ ಇನ್ನೂ ಮಾಡಬೇಕಾಗಿದೆ. ಆದ್ದರಿಂದ ನಿಮ್ಮ ಗುರಿಯನ್ನು ಹಿಡಿದುಕೊಂಡು ಸಂಗತಿಗಳು ನಡೆಯಲು ನೀವು ಕಾದು ಕುಳಿತಿದ್ದರೆ ಸಾಕು.

ನಿಮ್ಮ ಜೀವನದಲ್ಲಿ ನಿಮಗೆ ಇನ್ನೂ ಏನು ಮಾಡಬೇಕೆಂದು ಗೊತ್ತಿಲ್ಲದಿದ್ದರೂ ಆತಂಕಪಡಬೇಕಾಗಿಲ್ಲ! ಎಲ್ಲವನ್ನೂ ಇನ್ನೂ ಮಾಡಬೇಕಾಗಿದೆ ಎಂಬುದನ್ನು ಸ್ವೀಕರಿಸಿ, ಕ್ರಮೇಣ ನಿಮ್ಮ ಇಕಿಗಾಯ್ ನಿಮಗೆ ಸ್ಪಷ್ಟವಾಗುವುದು.

ಈ ಪುಸ್ತಕವು ನಿಮಗೆ ಒಂದು ಪ್ರಾರಂಭವಷ್ಟೇ. ಇದನ್ನು, ನಿಮ್ಮ ಸ್ವಂತ ಆಲೋಚನೆಗಳನ್ನು ಮತ್ತು ಯೋಜನೆಗಳನ್ನು ರೂಪಿಸಲು ಸಹಾಯ ಮಾಡುವ ಸಾಧನಗಳು ತುಂಬಿದ ಒಂದು ಪೆಟ್ಟಿಗೆ ಎಂದು ಭಾವಿಸಿ. ಇದು ನಿಮ್ಮ ಅಸ್ತಿತ್ವದ ಕಾರಣವನ್ನು ಕಂಡುಹಿಡಿಯಲು ಸಹಾಯ ಮಾಡುತ್ತದೆ.

ಈಗ, ನೀವು ಕಲಿತಿರುವ ಎಲ್ಲವುಗಳ ಜೊತೆ, ಸಾಹಸಗಳು ಮತ್ತು ಅನ್ವೇಷಣೆಗಳು ತುಂಬಿರುವ ಜೀವನದಲ್ಲಿ ನಿಮ್ಮ ಇಕಿಗಾಯ್‌ನ್ನು ಅನುಸರಿಸಿ.

***

ಈ ಪುಸ್ತಕವನ್ನು ಓದಿದ ನಂತರ ನೀವು ನಿಮ್ಮ ಅಭಿಪ್ರಾಯಗಳನ್ನು

books.feedback@tejgyan.org ನಲ್ಲಿ ಪೋಸ್ಟ್ ಮಾಡಬಹುದು

ಪರಿಶಿಷ್ಟ

ಕೃತಿಕಾರರ ಕುರಿತು

ಹೆಕ್ಟರ್ ಗಾರ್ಸಿಯಾ ಅವರು ಹುಟ್ಟಿದ್ದು ಸ್ಪೇನ್‌ನಲ್ಲಿ, ಆದರೆ ಜಪಾನ್‌ನಲ್ಲಿ ಹದಿನೈದು ವರ್ಷಗಳ ಕಾಲ ನೆಲೆಸಿದ್ದರು. ಅವರು ಒಬ್ಬ ತರಬೇತಿ ಪಡೆದ ಇಂಜಿನಿಯರ್ ಆಗಿದ್ದಾರೆ. ಜಪಾನಿಗೆ ಹೋಗುವುದಕ್ಕೂ ಮುನ್ನ ಸ್ವಿಟ್ಜರ್‌ಲ್ಯಾಂಡ್‌ನ CERN ನಲ್ಲಿ ಕೆಲಸ ಮಾಡಿದರು. ಅವರು ಜಪಾನಿನ ಟೋಕಿಯೋದಲ್ಲಿರುವ ಅಮೆರಿಕಾದ ಒಂದು ಬಹುರಾಷ್ಟ್ರೀಯ ಸಂಸ್ಥೆಯ ಕಚೇರಿಯಲ್ಲಿ ಕೆಲಸ ಮಾಡಿ ತಮ್ಮ ಜೀವನ ನಡೆಸುತ್ತಿದ್ದರು. ಹಲವಾರು ಪ್ರಶಸ್ತಿಗಳನ್ನು ಗಳಿಸಿಕೊಂಡು, ಅತೀ ಹೆಚ್ಚು ಮಾರಾಟವಾದ 'ಏ ಗೀಕ್ ಇನ್ ಜಪಾನ್' ಪುಸ್ತಕದ ರಚನೆಗೆ ಕಾರಣವಾದ, ಹದಿನಾರು ವರ್ಷಗಳಿಂದ ಬ್ಲಾಗ್ ಶ್ರೇಣಿಯ ಮಾನದಂಡ ಎಂದು ಹೆಸರು ಮಾಡಿರುವ www.kirainet.com ಎಂಬ ಬ್ಲಾಗ್ ಅನ್ನು ಅವರು ಬರೆಯುತ್ತಾರೆ.

ಫ್ರಾನ್ಸಿಸ್ಕ್ ಮಿರಾಯೆಸ್ ಅವರು ಹಲವಾರು ಯಶಸ್ವೀ ಪುಸ್ತಕಗಳನ್ನು ಬರೆದ ಹಾಗೂ ಅನೇಕ ಪ್ರಶಸ್ತಿಗಳನ್ನು ಗಳಿಸಿಕೊಂಡ ಸುಪ್ರಸಿದ್ಧ ಲೇಖಕರು. ಬಾರ್ಸೆಲೋನಾದಲ್ಲಿ ಜನಿಸಿದ ಇವರು ಜರ್ಮನ್ ಫಿಲೋಲಜಿಯಲ್ಲಿ ಪದವಿ ಪಡೆದಿದ್ದಾರೆ. ಜೊತೆಗೆ ಸಂಪಾದಕ, ಪತ್ರಿಕೋದ್ಯಮಿ ಮತ್ತು ಕಲೆ ಚಿಕಿತ್ಸಕರಾಗಿ ಕೆಲಸ ಮಾಡಿದ್ದಾರೆ. ಇತ್ತೀಚಿನ ದಿನಗಳಲ್ಲಿ ಮನಃಶಾಸ್ತ್ರ ಮತ್ತು ಅಧ್ಯಾತ್ಮದ ಬಗ್ಗೆ ಬೇರೆ ಬೇರೆ ಮಾಧ್ಯಮಗಳಲ್ಲಿ ಜಗತ್ತಿನಾದ್ಯಂತ ಉಪನ್ಯಾಸ ನೀಡುತ್ತಾರೆ. ಅವರ ಪುಸ್ತಕಗಳು ಪ್ರಪಂಚದಾದ್ಯಂತ ಪ್ರಕಟಣೆಗೊಂಡಿವೆ. ಅವರ *amor en minúscula (Love in Lowercase)* ಕಾದಂಬರಿಯು ಇಪ್ಪತ್ತೇಳು ಭಾಷೆಗಳಿಗೆ ಅನುವಾದಗೊಂಡಿದೆ.

ಇವರಿಬ್ಬರೂ ಕೂಡಿ *Ikigai: The Japanese Secret to a Long and Happy Life* ಎಂಬ ಪುಸ್ತಕವನ್ನು ಬರೆದಿದ್ದಾರೆ. ಇದು ಐವತ್ತಾರು ಭಾಷೆಗಳಿಗೆ ಅನುವಾದಗೊಂಡು ಯು.ಕೆ, ಯು.ಎಸ್.ಎ, ಹಾಲೆಂಡ್, ಭಾರತ ಮತ್ತು ಟರ್ಕಿ ದೇಶಗಳಲ್ಲಿ ಸುಮಾರು ಎರಡು ಮಿಲಿಯನ್ ಪ್ರತಿಗಳು ಮಾರಾಟವಾಗಿ ಈ ದೇಶಗಳಲ್ಲಿ ಅತೀ ಹೆಚ್ಚು ಮಾರಾಟವಾಗುವ ಪುಸ್ತಕಗಳ ಪಟ್ಟಿಯಲ್ಲಿ ಅಗ್ರಸ್ಥಾನ ಪಡೆದಿದೆ. ಹಾಗೆಯೇ, ಇವರಿಬ್ಬರೂ *The Ikigai Journey, Forest Bathing: The Rejuvenating Practice of Shinrin Yoku*, ಮತ್ತು *The Book of Ichigo Ichie* ಪುಸ್ತಕಗಳ ಲೇಖಕರೂ ಆಗಿದ್ದಾರೆ.

ವಾವ್ (WOW) ಪ್ರಕಾಶನದ ಇತರ ಕನ್ನಡ ಪುಸ್ತಕಗಳು

೧. ಇಕಿಗಾಯ್ – ದೀರ್ಘ ಹಾಗು ಸಂತಸಭರಿತ ಜೀವನಕ್ಕೆ ಜಪಾನಿಯರ ಗುಟ್ಟು

೨. ಇಕಿಗಾಯ್ ಪಯಣ – ಬಾಳಿನಲ್ಲಿ ಸಂತಸ ಮತ್ತು ಉದ್ದೇಶವನ್ನು ಕಂಡುಕೊಳ್ಳುವ ಜಪಾನಿಯರ ಪ್ರಾಯೋಗಿಕ ಮಾರ್ಗದರ್ಶಿ

೩. ಬದುಕಿನ ಅರ್ಥದ ಹುಡುಕಾಟದಲ್ಲಿ ಮನುಷ್ಯ

೪. ವಿಚಾರ ನಿಯಮ – ದಿ ಪಾವರ್ ಆಫ್ ಹ್ಯಾಪ್ಪಿ ಥಾಟ್ಸ್

೫. ಸ್ವಸಂವಾದ–ಒಂದು ಜಾದು : ನಿಮ್ಮ ರಿಮೋಟ್ ಕಂಟ್ರೋಲನ್ನು ಹೇಗೆ ಪಡೆದುಕೊಳ್ಳುವುದು

೬. ಸ್ವಯಂ ಜೊತೆ ಸಮರ – ಹರ್ಕ್ಯುಲಿಸ್‌ನ ಆಂತರಿಕ ಶೋಧ

೭. ಸಂಪೂರ್ಣ ಲಕ್ಷ್ಯ – ಸಂಪೂರ್ಣ ವಿಕಾಸವನ್ನು ಹೇಗೆ ಕೈಗೊಳ್ಳುವುದು

೮. ಸ್ವೀಕಾರದ ಜಾದು – ತ್ವರಿತ ಆನಂದವನ್ನು ಪಡೆಯುವುದು ಹೇಗೆ

೯. ಮೃತ್ಯು ನಂತರದ ಜೀವನ – ಮಹಾಜೀವನ

೧೦.ಜಾಗೃತಿ ಮೂಡಿಸುವ ಉತ್ತರಗಳು – ಜೀವನದ ೧೧೧ ಜಿಜ್ಞಾಸೆಗಳ ಪರಿಹಾರ

೧೧. ಆಲಸ್ಯದಿಂದ ಮುಕ್ತಿಗೆ ೧೪ ಹೆಜ್ಜೆಗಳು

೧೨. ಕ್ಷಮೆಯ ಜಾದು– ಮನದಲ್ಲಿಯೇ ಕ್ಷಮೆಯಾಚಿಸಿ ಎಲ್ಲ ದುಃಖಗಳಿಂದ ಮುಕ್ತಿ ಪಡೆಯುವುದು ಹೇಗೆ

೧೩. ಅಭ್ಯಾಸ ಬಲ

೧೪. ದ ಮ್ಯಾಜಿಕ್ ಆಫ್ ಗಾಡ್ ಬ್ಲೆಸ್ ಯು

೧೫. ಭಾವನೆಗಳ ಮೇಲೆ ವಿಜಯ– ಭಾವನಾತ್ಮಕ ಪರಿಪಕ್ವತೆಯನ್ನು ಬೆಳೆಸಿಕೊಳ್ಳುವುದು ಹೀಗೆ.

೧೬. ಇಚಿಗೊ ಇಚಿಯೆ– ಪ್ರತಿಯೊಂದು ಕ್ಷಣವನ್ನು ಜೀವಂತವಾಗಿಸುವ ಜಪಾನಿಯರ ಕಲೆ

೧೭. ವಾಬಿ ಸಾಬಿ – ಅಪರಿಪೂರ್ಣತೆಯಲ್ಲಿನ ವಿವೇಕ

೧೮. ಕಾನ್ಸಂಟ್ರೇಶನ್ – ಏಕಾಗ್ರ ಮನಸ್ಸಿನ ಚಮತ್ಕಾರ

೧೯. ಜನ್ಮಜನ್ಮಾಂತರದ ಪಾಠಗಳು ಮತ್ತು ಸ್ಮೃತಿಗಳ ಉಪಚಾರ

Visit Us :
https://gethappythoughts.org/products/books/kannada/
https://wowpublishings.com/product-category/kannada-books/
Contact : 9011013210

ತೇಜಜ್ಞಾನ ಫೌಂಡೇಷನ್ - ಮುಖ್ಯ ಶಾಖೆಗಳು

ಪುಣೆ (ರೆಜಿಸ್ಟರ್ಡ್ ಆಫೀಸ್): ವಿಕ್ರಾಂತ ಕಾಂಪ್ಲೆಕ್ಸ್, ತಪೋವನ ಮಂದಿರದ ಹತ್ತಿರ, ಪಿಂಪರಿ, ಪುಣೆ-411017. ದೂರವಾಣಿ-020-27411240, 27412576

ಮನನ ಆಶ್ರಮ: ಸರ್ವೆ ನಂ.43, ಸನಸ್ ನಗರ, ನಾಂದೋಶಿ ಹಳ್ಳಿ, ಕಿರ್ಕಿಟವಾಡಿ ತಿರುವು, ತಾಲೂಕ-ಹವೇಲಿ, ಜಿಲ್ಲೆ-ಪುಣೆ-411024. ದೂರವಾಣಿ: 09921008060

ಮಹಾಆಸಮಾನಿ ಪರಮ ಜ್ಞಾನ

ಶಿಬಿರದ ಪರಿಚಯ ಮತ್ತು ಲಾಭಗಳು(ನಿವಾಸಿ)

Self Development to Self Realization
Towards Self Stabilization

ನೀವು ಉಚ್ಚತಮ ಆನಂದವನ್ನು ಪಡೆಯಬಯಸುವಿರೆ? ಯಾವುದೇ ಕಾರಣದ ಮೇಲೆ ಅವಲಂಬಿತವಾಗಿರದ, ಸಮಯದೊಂದಿಗೆ ಹೆಚ್ಚುತ್ತಲೇ ಹೋಗುವ ಆ ಆನಂದ, ಅದು ನಿಮ್ಮದಾಗಬೇಕೆ? ನೀವು ಇದೇ ಜೀವನದಲ್ಲಿ ಪ್ರೇಮ, ವಿಶ್ವಾಸ, ಶಾಂತಿ, ಸಮೃದ್ಧಿ ಪರಮ ಸಂತುಷ್ಟಿ ಪಡೆಯಬಯಸುವಿರೆ? ನೀವು ಶಾರೀರಿಕ, ಮಾನಸಿಕ, ಆರ್ಥಿಕ, ಸಾಮಾಜಿಕ ಹಾಗು ಆಧ್ಯಾತ್ಮಿಕ ಸ್ತರಗಳಲ್ಲಿ ಸಫಲರಾಗಬೇಕೆನ್ನುವಿರೆ? ನೀವು 'ನಾನು ಯಾರು' ಈ ಪ್ರಶ್ನೆಯ ಉತ್ತರವನ್ನು ಅನುಭವದಿಂದ ಪಡೆಯಬಯಸುವಿರೆ?

ಒಂದುವೇಳೆ ನಿಮ್ಮಲ್ಲಿ ಈ ಎಲ್ಲ ಪ್ರಶ್ನೆಗಳ ಉತ್ತರವನ್ನು ಪಡೆಯುವ ಮತ್ತು 'ಅಂತಿಮ ಸತ್ಯ'ವನ್ನು ಪಡೆಯಬೇಕೆಂಬ ತೀವ್ರ ಹಂಬಲವಿದ್ದರೆ ತೇಜಜ್ಞಾನ ಫೌಂಡೇಶನ್ ಮುಖಾಂತರ ಆಯೋಜಿಸಲಾದ 'ಮಹಾಆಸಮಾನಿ ಶಿಬಿರ್'ನಲ್ಲಿ ನಿಮಗೆ ಸ್ವಾಗತವಿದೆ. ಈ ಶಿಬಿರ ಪೂರ್ಣತಃ ಸರಶ್ರೀಯವರ ಶಿಕ್ಷಣವನ್ನು ಆಧರಿಸಿದೆ.

ಮಹಾಆಸಮಾನಿ ಪರಮಜ್ಞಾನ ಶಿಬಿರದ ಉದ್ದೇಶ:

ಈ ಶಿಬಿರಿನ ಉದ್ದೇಶವೇನೆಂದರೆ, 'ವಿಶ್ವದ ಪ್ರತಿಯೊಬ್ಬ ಮನುಷ್ಯ ನಾನು ಯಾರು? ಈ ಪ್ರಶ್ನೆಯ ಉತ್ತರವನ್ನು ಅರಿತು ಸರ್ವೋಚ್ಚ ಆನಂದದಲ್ಲಿ ಸ್ಥಾಪಿತವಾಗಲಿ ಎಂದು. ಅವನಿಗೆ ಪ್ರತಿಕ್ಷಣ ವರ್ತಮಾನದಲ್ಲಿ ಇರುವ ಕಲೆಯನ್ನು ತಿಳಿಹೇಳುವ ಜ್ಞಾನವು ಲಭಿಸಲಿ. ಭೂತಕಾಲದ ಭಾರ ಹಾಗೂ ಭವಿಷ್ಯದ ಚಿಂತೆ ಇವೆರಡರಿಂದಲೂ ಅವನು ಮುಕ್ತಿಯನ್ನು ಪಡೆಯಲಿ. ಪ್ರತಿಯೊಬ್ಬ ಮನುಷ್ಯನ ಜೀವನದಲ್ಲಿ ಸ್ಥಿರವಾದ ಖುಷಿ, ಸರಿಯಾದ ತಿಳುವಳಿಕೆ ಮತ್ತು ಸಮಸ್ಯೆಗಳನ್ನು ಕರಗಿಸುವ/ವಿಲೀನಗೊಳಿಸುವ ಕಲೆಯು ಬರಲಿ. ಮನುಷ್ಯ ಜೀವನದ ಉದ್ದೇಶ ಪೂರ್ಣಗೊಳ್ಳಲಿ. ನಾನು ಯಾರು? ನಾನು ಇಲ್ಲಿ ಏಕಿದ್ದೇನೆ? ಮೋಕ್ಷವೆಂದರೇನು? ಮೋಕ್ಷವು ಇದೇ ಜನ್ಮದಲ್ಲಿ ಪ್ರಾಪ್ತವಾಗಬಹುದೇ? ಈ ಪ್ರಶ್ನೆಗಳು ನಿಮ್ಮಲ್ಲಿದ್ದರೆ ಬನ್ನಿ ಮಹಾಆಸಮಾನಿ ಪರಮಜ್ಞಾನ ಶಿಬಿರ ಇದರ ಉತ್ತರವಾಗಿದೆ.

www.ingramcontent.com/pod-product-compliance
Lightning Source LLC
Chambersburg PA
CBHW031327230926
51848CB00001B/126
* 9 7 8 9 3 9 0 1 3 2 4 6 1 *